D1763368

கடவுளுக்கு வேலை செய்பவர்

கடவுளுக்கு வேலை செய்பவர்
அ. முத்துலிங்கம் (பி. 1937)

இலங்கையின் கொக்குவில் கிராமத்தில் பிறந்து வளர்ந்தவர். கொழும்பு பல்கலைக்கழகத்தில் விஞ்ஞானப் படிப்பை முடித்தபின், இலங்கையின் சாட்டர்ட் அக்கவுன்டன்ட் படிப்பையும் இங்கிலாந்தின் சாட்டர்ட் மனெஜ்மெண்ட் படிப்பையும் பூர்த்திசெய்து இலங்கையிலும் ஆப்பிரிக்காவிலும் இன்னும் பல நாடுகளிலும் ஐ.நா.வுக்காகப் பணிபுரிந்தவர். 2000இல் ஓய்வுபெற்று, மனைவி ரஞ்சனியுடன் கனடாவில் வசிக்கிறார்.

பிள்ளைகள்: சஞ்சயன், வைதேகி. வைதேகியின் மகள்தான் அடிக்கடி இவர் கதைகளில் வரும் அப்ஸரா.

அறுபதுகளில் எழுத ஆரம்பித்து இன்றும் இவருடைய பணி தொடர்கிறது. சிறுகதை, கட்டுரை, நேர்காணல், நாடகம், விமர்சனம், நாவல் என எழுதிவருகிறார்.

இசை (பி. 1977)
தொகுப்பாசிரியர்

இயற்பெயர் ஆ.சத்தியமூர்த்தி. பொது சுகாதாரத் துறையில் பணி. கோவை மாவட்டம் இருகூரில் வசித்துவருகிறார்.

'காற்று கோதும் வண்ணத்துப்பூச்சி' (2002), 'உறுமீன்களற்ற நதி' (2008), 'சிவாஜி கணேசனின் முத்தங்கள்' (2011), 'அந்தக் காலம் மலையேறிப் போனது' (2014), 'ஆட்டுதி அமுதே!' (2016), 'வாழ்க்கைக்கு வெளியே பேசுதல்' (2018), 'நாயகன் வில்லன் மற்றும் குணச்சித்திரன்'(2019), 'உடைந்து எழும் நறுமணம்' (2021) ஆகிய கவிதைத் தொகுப்புகளும், 'அதனினும் இனிது அறிவினர் சேர்தல்' (2013), 'லைட்டா பொறாமைப்படும் கலைஞன்' (2015), 'உய்யடா உய்யடா உய்!' (2017), 'பழைய யானைக் கடை' (2017), 'தேனொடு மீன்' (2020), 'மாலை மலரும் நோய்' (2021) ஆகிய கட்டுரைத் தொகுப்புகளும் வெளியாகியுள்ளன.

மின்னஞ்சல்: isaikarukkal@gmail.com

Unauthorised use of the contents of this published book, whether in e-book or hardcopy format, for any type of Artificial Intelligence (AI) training — including but not limited to Machine Learning, Deep Learning, Natural Language Processing, Computer Vision, Chatbot Training, Image Recognition Systems, Recommendation Engines, and Language Models — is strictly prohibited without prior licensing from the publisher. Any such unauthorised use may result in legal action.

அ. முத்துலிங்கம்

கடவுளுக்கு வேலை செய்பவர்

தொகுப்பாசிரியர்
இசை

காலச்சுவடு பதிப்பகம்

அன்பார்ந்த வாசகருக்கு,

வணக்கம்.

காலச்சுவடு நூலை வாங்கியமைக்கு நன்றி.

நூலின் உள்ளடக்கம், உருவாக்கம், அட்டைப்படம் இன்ன பிற அம்சங்கள் பற்றிய உங்கள் கருத்துகளையும் ஆலோசனைகளையும் காலச்சுவடு வரவேற்கிறது. தகவல், எழுத்து, வாக்கியப் பிழைகள் தென்பட்டால் அவசியம் தெரிவித்து உதவுங்கள். நூல் தயாரிப்பில் கடும் குறைபாடு இருப்பின் மாற்றுப் பிரதி உங்களுக்குக் கிடைக்கக் காலச்சுவடு ஏற்பாடு செய்யும்.

மின்னஞ்சல்: **publisher@kalachuvadu.com**

காலச்சுவடு நாகர்கோவில் அலுவலகத்திற்குக் கடிதம் அனுப்பலாம்.

தங்கள்
எஸ்.ஆர். சுந்தரம் (கண்ணன்)
பதிப்பாளர் — நிர்வாக இயக்குநர்

கடவுளுக்கு வேலை செய்பவர் ❖ கட்டுரைகள் ❖ ஆசிரியர்: அ. முத்துலிங்கம் ❖ © அ. முத்துலிங்கம் ❖ முதல் பதிப்பு: ஜூலை 2022, மூன்றாம் பதிப்பு: அக்டோபர் 2025 ❖ வெளியீடு: காலச்சுவடு, 669, கே.பி. சாலை, நாகர்கோவில் 629001

kaTavulukku veelai ceypavar ❖ Essays ❖ A. Muttulingam ❖ © A. Muttulingam ❖ Language: Tamil ❖ First Edition: July 2022, Third Edition: October 2025 ❖ Size: Demy 1 x 8 ❖ Paper: 18.6 kg maplitho ❖ Pages: 256

Published by Kalachuvadu, 669 K.P. Road, Nagercoil 629001, India ❖ Phone: 91-4652-278525 ❖ e-mail: publications@kalachuvadu.com ❖ Printed at Manipal Technologies Limited, Manipal 576104, Karnataka

ISBN: 978-93-5523-029-4

காட்சிக்கு எளியன்,
கடுஞ்சொல்லன் அல்லன்.
இவர்தான் பால் பாண்டியன். அமெரிக்காவின் டெக்சஸ் மாநிலத்தைச் சேர்ந்த பெரும் தொழிலதிபர். இவரை இரண்டு தடவை சந்தித்திருக்கிறேன். மூன்று நிமிடம் பேசியுள்ளேன்.
இவர் பேசுவது குறைவு. செயல்வீரர்.
செயற்கரிய செய்யும் பெரியர்.
தமிழ் பற்றாளர்.
தமிழுக்கு அள்ளி வழங்கும் பெருந்தகை. புரவலர்.
அவருக்கு இந்நூல்.

நன்றி

குறுகிய காலத்தில் ஏறக்குறைய இரண்டாயிரம் பக்கங்களைப் படித்து, கட்டுரைகளைத் தேர்ந்தெடுத்து, அருமையான முன்னுரை எழுதியவர் கவிஞர் இசை. திருப்பிக் கொடுக்க முடியாத கடன் இது. அவருக்கு நன்றி.

இத்தொகுப்பைச் செம்பதிப்பாகக் கொண்டுவர வேண்டுமென்று கடுமையாக உழைத்த காலச்சுவடு கண்ணனை இந்நேரத்தில் நன்றியுடன் நினைக்கிறேன். அட்டைப்படம் அமைத்தவர், வடிவமைப்பு செய்தவர், மெய்ப்பு பார்த்தவர்களையும் மறக்க முடியாது.

பொருளடக்கம்

முன்னுரை: தகவல்களின் இலக்கியக் களஞ்சியம்	11
1. நாடற்றவன்	17
2. பழைய சப்பாத்து	20
3. கடவுளுக்கு வேலை செய்பவர்	25
4. பூமி எழுத்தாளர்	27
5. நாளுக்கு ஒரு நன்மை	30
6. கடவுளின் கால்	35
7. தோற்றவர் வரலாறு	44
8. அபாயத்தைத் தேடுவோர்	49
9. ஆறு கோப்பைகள்	56
10. நானும் மகளும்	64
11. நல்ல சிறுகதை	72
12. வாசகர் தேவை	76
13. உனக்கு எதிராக ஓடு	85
14. வான்கோழி ஆகிய நான்	95
15. தமிழுக்கு ஓர் அரியணை	102
16. இறுதித் தேர்வு	108
17. வன்னி வீதி	115
18. ஒரு போலந்துப் பெண் கவி	118

19. எல்லோர்க்கும் பெய்யும் மழை	122
20. எழுத்தாளரும் புகைப்படமும்	127
21. எதிர்பாராத அடி நடிகை பத்மினியுடன் ஒரு சந்திப்பு	131
22. ஒரேயொரு நல்ல வசனம்	139
23. தொன்மையில் இல்லை, தொடர்ச்சியில்	145
24. ரோறா போறா சமையல்காரன்	157
25. சூஸ்பெர்ரிஸ்	162
26. பூமியின் பாதி வயது	169
27. சுட்டுப்போன பல்ப்	175
28. நூறு வருடம் லேட்	179
29. ஒரு பெரிய புத்தகத்தின் சிறிய வரலாறு	185
30. இலக்கியக்காரனின் இறுதி வார்த்தை	195
31. ஆறாத் துயரம்	202
32. சிறுமியின் நாட்குறிப்பு	206
33. இரண்டு பூமிகள் தேவை	208
34. விருந்தாளி	214
35. மற்றுப் பற்றெனக்கின்றி	217
36. பழுப்பு இனிப்பு	224
37. எழுத்து மேசை	232
38. எரிந்த சிறுமி	233
39. எங்கள் வீட்டு நீதிவான்	239
40. ஆற்றுக்குச் சொந்தக்காரர்	247

முன்னுரை

தகவல்களின் இலக்கியக் களஞ்சியம்

இந்த நூலில் முத்துலிங்கத்தின் 40 கட்டுரைகள் தேர்ந்தெடுத்து கிளாசிக் வரிசையாகத் தொகுக்கப் பட்டுள்ளன. இத்தொகுப்பிற்கான அடிப்படைகள் இரண்டு. முதலாவது அவரது எல்லா ஆர்வங்களும் வெளிப்பட வேண்டும் என்பது. இரண்டாவது என் சொந்த ரசனை. இந்தத் தேர்வில் ஒரு திருத்தமும் அவர் சொல்லவில்லை. "இது உங்கள் புத்தகம்தான்" என்று சொல்லிவிட்டார். என்னால் எவ்வளவு பொறுப்பாக நடந்துகொள்ள இயலுமோ அவ்வளவு பொறுப்பாக இதில் வெளிப்பட்டுள்ளேன் என்றே நம்புகிறேன். அவரது தீவிர வாசகர் ஒருவர் 'அந்தக் கட்டுரை இல்லாமல் இதென்ன தொகுப்பு?' என்று சீற்றம் கொள்ளக்கூடும். 'ஆம் . . . நண்பரே அந்தக் கட்டுரைக்கு இந்த நூலில் இடம் இல்லை . . . ஆனால் அதுவும் நல்ல கட்டுரைதான்.' ஏறக்குறைய 1500 பக்கங்களை 250 பக்கமாகச் சுருக்குவது அவ்வளவு எளிய பணியாக இருக்கவில்லை. எனவே அவரவர் ரசனையில் நிச்சயம் விடுபடல்கள் இருக்கும்.

தமிழில் சல்லிசாகிவிட்ட பல சொற்களுள் ஒன்று 'களஞ்சியம்.' சமீபத்தில் காண நேர்ந்த ஒரு புத்தகத்தின் தலைப்பு 'நரேந்திர மோதியின் கவிதைக் களஞ்சியம்.' மனதை இரும்பாக்கிக்கொண்டுதான் முன்னுரைக்கான தலைப்பைச் சூட்டினேன். ஏனெனில் இந்நூல் உண்மையில் ஒரு களஞ்சியம்.

தகவல்கள் தகவல்களாக இருக்கையில் அவை சாதாரண உண்மைகள். பொதுஅறிவுப் பாடத்தில் இரண்டு மதிப்பெண்களை ஈட்டித்தரப் போதுமானவை. தகவல்கள் இன்னொன்றாகி இலக்கியமாகின்றன. அந்த இன்னொன்றாக்கலில் சமத்தர் அ. முத்துலிங்கம். தகவல்கள், இலக்கியமாகையில் துலக்க மாவதற்குப் பதிலாகப் புகைமூட்டம் கொள்கிறது; ஆழமாகிறது; நுண்மடிப்புகள் பூண்டு வேறொன்றாகிறது. அவை இப்போது உலகு உரக்கச் சொல்கிற ஒரு வரியிலான ஒற்றை உண்மை அல்ல.

இந்த நூலில் விதவிதமான வாழ்வுகள் உண்டு; விஞ்ஞானம் உண்டு; வரலாறு உண்டு; தொன்மம் உண்டு; விளையாட்டு உண்டு; நகை உண்டு; தமிழும் கவிதையும் உளது. இவை யாவும் இலக்கியமாகும் ரசவாதம் இதன் ஒவ்வொரு பக்கத்திலும் உண்டு. ஒரு பக்கத்திலேனும் கொட்டாவி இல்லை.

இவரது எழுத்து எளிமையும் நுட்பமும் கச்சிதமும் கொண்டது. இந்த அழகுகள் இயல்பில் வந்து அவர் எழுத்தில் அமர்கின்றனவா? அல்லது மெனக்கெடுகிறாரா? மெனக்கெடுகிறார். திருத்தி எழுதுகையில்தான் இலக்கியம் பிறக்கிறது என்று அவர் நம்புகிறார். ஆகவே அவ்வளவு பொறுமையோடு அதைச் செதுக்கிச்செதுக்கி வார்க்கிறார். சாதாரண வரிகளைக்கூட இந்த உழைப்பால் மின்ன வைத்து விடுகிறார். ஒரு நேர்காணலில் சொல்கிறார்... "எழுத்தாளருக்கு வார்த்தை அடுக்கு மிகவும் முக்கியம். 'அவன் மரத்தின் உச்சிக்கு ஏறினான்' என்று எழுதுகிறோம். அதையே ஒரு எழுத்தாளர் '*he climbed and climbed till there was no more tree*' என்று எழுதுகிறார். அதே வார்த்தைகளை வைத்து என்ன ஜாலம் செய்திருக்கிறார்."

"80 வயதுக் கண்களில் இருந்து நீர் கொட்டியது" என்கிறது ஒரு கட்டுரை வரி. 80 வயதுக்காரர் கண்களில் இருந்து நீர் கொட்டியது என்று எழுதலாம். இரண்டிற்கும் அர்த்தத்தில் வேறுபாடில்லை. ஆனால் உணர்வில் இருக்கிறது. முத்துலிங்கத்தின் வரியில் கண் தனியாகத் தெரிகிறது. கண்ணீர் தெளிவாகக் கொட்டுகிறது.

இந்தநூலில் ஒரு பெரும் பயணம் உள்ளது. ஈழத்தில் பிறந்து பிறகு அங்கிருந்து புலம்பெயர்ந்து பத்திற்கும் அதிகமான நாடுகளில் பணியாற்றுகிறார். அந்தத் தேசங்களின் புதுப்புதுக் கலாச்சாரங்களோடு உறவுகொள்கிறார்; அதை எழுத்தாக்கியுள்ளார். 12 வருடங்கள் ஒரே மனைவியோடு, 44 வருடங்கள் ஒரே கிராமத்தில், ஒரே வழித்தடத்தைத் தேய்த்துத் தேய்த்துச் சிதைத்திருக்கும் எனக்கு இவ்வனுபவங்கள் காணக் கிடைக்காதவை; சுவாரஸ்யமானவை; அதிர்ச்சி அளிப்பவை.

முக்கியமாக வாழ்வை அணுகி அறிய உதவுபவை. முத்துலிங்கம் இந்தப் பயணத்தின் வழியே உலக வாழ்வின் வெவ்வேறு முகங்களைக் காட்சிக்கு வைக்கிறார். இவ்வாறு வெவ்வேறைக் காண்கையில் நாம் வெகுகாலம் மூச்சுமுட்ட அழுத்திப் பிடித்திருக்கும் ஒற்றை வாழ்வின் மீதான பிடி கொஞ்சம் தளர்கிறது. அப்போது நாமும் கொஞ்சம் தளர்ந்து ஆசுவாசம் கொள்கிறோம். அழுத்திப் பிடிக்கப்படும் ஒன்று உண்மையில் திமிறிக்கொண்டிருக்கிறது. அது எப்போது வேண்டுமானாலும் வெடித்துச் சிதறலாம்.

எல்லாக் கட்டுரைகளும் கிளாசிக் என்கிற வகைப்பாட்டின் கீழ் வைக்கத் தகுதியுடையனவே. ‘எழுத்தாளரும் புகைப்படமும்’ என்கிற கட்டுரை நகையில் துவங்கி நகையில் முடிகிறது. அப்படி ஒரு கட்டுரை இருக்க வேண்டும் என்று விரும்பினேன். நகையும் கிளாசிக் ஆகலாம். எண்வகை மெய்ப்பாடுகளுள் நகையை முதலாவதாக வைத்துப் போற்றுகிறது தொல்காப்பியம்.

என் கவியுலகு புத்துணர்ச்சி கொண்டது என்று சிலர் சொல்லக் கேட்டிருக்கிறேன். அது உண்மையெனில் இந்த நூலில் உள்ள ‘ஒரு போலந்துப் பெண் கவி’என்கிற கட்டுரைக்கும் அதில் பங்குண்டு. பல வருடங்களுக்கும் முன்னால் இதழில் வாசித்தபோது அடைந்த பரவசத்தை இப்போதும் தருகிறது. இந்தக் கட்டுரைக்குப் பிறகு ‘விஸ்லவா ஷிம்போர்ஸ்கா’ பிளேக் மாரியம்மன் கோவில் வீதிக்குக் குடிவந்துவிட்டார். தினமும் மாலைநடை செல்கையில் அவரைக் கண்டு கையசைக்கிறேன்.

இவர் கட்டுரைகள் புனைவுத்தன்மை கொண்டவை. சில கட்டுரைகள் ஆகச்சிறந்த கதையாக வாய்ப்புள்ளவை. என்ன காரணத்தாலோ அதைக் கட்டுரை ஆக்கியுள்ளார். கையில் அப்பாய்மெண்ட் ஆர்டர் வாங்கிய நிமிடத்திலிருந்து புத்தகம் என்கிற ஜீவராசியை முற்றாக மறந்துவிட்ட மனிதர்களைக்கூட இழுத்துப் பிடித்து நிறுத்திவைத்து ‘ரோறா போறா சமையல்காரன்’ கட்டுரையைச் சொல்லிச்சொல்லி அரற்றிக்கொண்டிருக்கிறேன்.

சாதாரண வரிகள்கூடச் சமயங்களில் பெரிய உண்மைகளுக்கு இட்டுச்சென்றுவிடுகின்றன. கணினித்தமிழின் சிக்கல்கள் குறித்த கட்டுரை ஒன்றில் இடம்பெறும் ஒரு பத்தி . . .

“இன்னொரு முறை கணினி தரம் மாற்றம் அடைந்த போது ‘ஆ’ வரவில்லை. கதையில் வரும் ஆலமரத்தை அரசமரமாக்கினேன். ஆவென்று அழுதான் என்று எழுதாமல் ஓவென்று அழுதான் என்று எழுதினேன். ஆனால் ‘ஆனால்’ என்கிற வார்த்தையைத் தவிர்த்து எவ்வளவு தூரத்துக்கு ஓட

முடியும்? நின்று யோசித்தால் இது வெறும் கணினித் தமிழ் சிக்கலல்ல; இந்த வாழ்வின் சிக்கல். நம்மிடமிருந்து 'ஆனாலை'ப் பிடுங்கிவிட்டால் ஒரு நாளைக்கூட நம்மால் நகர்த்த முடியாது.

'எங்களுக்குள் போட்டி உண்டு. ஆனால் பொறாமை இல்லை.'

'பெட்ரோல் விலை உயர்வை இந்த அரசு அறவே விரும்பவில்லை. ஆனால் வேறு வழியில்லை.'

'அவர் ஒரு ஈ எறும்புக்குக்கூடத் துரோகம் செய்யமாட்டார். ஆனால் மனைவியை பெல்ட்டால் அடிப்பார்.'

'நான் பதினைந்து வயதிலேயே சாதியை உடைத்துக் குப்பைத்தொட்டிக்குள் எறிந்துவிட்டேன். ஆனால் சொந்தச் சாதியில் திருமணம் செய்துகொண்டேன்.'

'அவரிடம் சல்லிக்காசுகூட இல்லை. ஆனால் படுத்த கணத்திற்கு அடுத்த கணம் தூங்கிவிடுவார்.'

'நைலான் கயிறு ஸ்டாக் இல்ல சார் . . . ஆனால் எலிப்பாஷாணம் இருக்கு . . .'

'அவள் மை கருப்பு. ஆனால் அவ்வளவு அழகி.'

'அவன் ஒரு துப்புரவுத் தொழிலாளியை வல்லாங்கு செய்த குற்றத்திற்காக ஜெயிலில் இருக்கிறான். ஆனால் மிகச்சிறந்த கவிஞன்.'

'நான் ஒரு ஆடிட்டர். ஆனால் நேர்மையானவன்.'

உண்மையில் இந்த 'ஆனால்' வாழ்வின் போதாமைகளை நிரப்ப வந்ததா அல்லது பறைசாற்ற வந்ததா? 'ஆனால்' இன்றி இந்த வாழ்வைச் சமாளிக்கவே முடியாது என்று தோன்றுகிறது. கவிதைச் செயல்பாட்டிலும் இதன் இடம் குறித்து நான் யோசித்ததுண்டு. 'ஆனாலால்' துலங்கிவராத ஒரு வரியைப் பிரகாசிக்கச் செய்ய இயலும். அதிகப் பிரசங்கித் தனமாக டாலடிக்கும் ஒரு வரியை மட்டுப்படுத்தவும் முடியும்.

முத்துலிங்கம் பரந்த வாசிப்புக் கொண்டவர் என்பதால் அவர் வழியே உலகத்துச் சிறந்த இலக்கியங்களின், சிறந்த சில வரிகளை நாம் இதில் வாசித்துவிடுகிறோம். இவருக்கு அருமையான சொற்றொடர்களை வாசிக்கையில் தன்னையும் அறியாமல் தலையில் அடித்துக்கொள்ளும் பழக்கம் இருக்கிறதாம். எனக்கும் அப்பழக்கம் உண்டு. அதுவும் இவரது எழுத்தை வாசிக்கையில் அடித்துக்கொள்ளாமல் முடித்ததில்லை.

முத்துலிங்கத்தின் உவமைகள் புதியவை; துல்லியமானவை; மனதை விட்டு அகலாதவை.

“தொடர்ந்து 30 மணி நேரம் பயணம் செய்தவர்போலத் தெரியவே இல்லை. மின்னஞ்சலில் வந்த படம்போலப் பளிச்சென்று காணப்பட்டார்”

“ஐயாவின் வழுக்கை விழுந்த முன்னந்தலை கரப்பான்பூச்சி முதுகுபோல மினுங்கியது.”

“அவருக்குப் பின்னால் ஒரு மனுஷி நின்றார். கொடியிலேயே மறந்துபோய்விட்ட பாகற்காய் காய்ந்து சுருங்கியிருப்பதுபோல அவர் இருந்தார்”

“முகத்திலே விழுந்த சிறு சுருக்கத்தைத் தவிர, ஒரு சிறகு மட்டுமே உதிர்த்த தேவதைபோல, அந்தக் காலத்து ஏ.பி. நாகராஜனுடைய ‘விளையாட்டுப் பிள்ளை’ சினிமாவில் வந்த பத்மினியாகக் காட்சியளித்தார்.”

இவருக்கு எழுத்தாளர்களைத் தேடித் தேடிச் சந்திப்பதில் தீராத ஆர்வம் இருக்கிறது. அவர்களது வாழ்க்கை முறைகள், எழுத்து முறைகள், எழுத்து அறைகள், எழுத்து மேசைகள் என எல்லாவற்றையும் கண்டுகண்டு மகிழ்கிறார். அதை அவ்வளவு ஆசையோடு பகிர்ந்துகொள்கிறார். நாஞ்சில் நாடன் என் வீட்டிற்கு நான்கு கி.மீ தூரத்தில் பல வருடங்கள் வாழ்ந்தார். நானும் அவரைச் சந்திக்க எத்தனையோ முறை திட்டமிட்டேன். ஒவ்வொரு முறையும் ஏதோ ஒரு வேற்றுக் கிரகத்துச் சதியால் அந்தத் திட்டங்கள் முறியடிக்கப்பட்டுவிட்டன.

இந்த நூலில் ஓர் உயிரியல் தகவல் வருகிறது. ‘மீன்கள் ஆற்றில் துள்ளித்துள்ளிக் குதிப்பது அதன் உடலில் ஏறியிருக்கும் நீர்ப்பேன்களை உதறத்தானாம்.’ இந்தத் தகவலை மட்டும் வாசிக்க வாசிக்கவே மறந்துவிடத் துடித்தேன்.

களஞ்சியத்தைக் கைப்பற்றுங்கள்!

இருகூர்
22–10–21

இசை

1

நாடற்றவன்

ஜூலை 27ஆம் தேதி ஒலிம்பிக் விளையாட்டுகள் ஆரம்பமாகும். வீரர்கள் அணிவகுப்பில் 204 நாடுகள் கலந்துகொள்ளும் அவர்கள் பெருமையுடன் அந்தந்த நாட்டுக் கொடிகளைத் தாங்கிச் செல்வார்கள். அந்த அணிவகுப்பில் நாடற்ற ஒருவனும் இருப்பான். அவனுக்கு நாடில்லாதபடியால் அவன் கையில் ஒலிம்பிக் கொடியைப் பிடித்திருப்பான். அவனுக்கு பின்னால் அணிவகுத்துச் செல்ல வேறு வீரர்கள் இல்லை. 9 ஜூலை 2011இல் தனி நாடாகச் சுதந்திரம் அடைந்த தெற்கு சூடான் மக்கள் அத்தனை பேரும் அவன் பின்னே மானசீகமாகச் செல்வார்கள். உலகத்து நாடற்றவர்கள் கண்கள் அனைத்தும் அவன் மேலேயே இருக்கும். அவன் பெயர் குவோர் மாரியல்.

குவோர் மாரியலுக்கு 28 வயது. தெற்கு சூடானிலிருந்து அமெரிக்காவுக்கு அகதியாக 12 வருடங்களுக்கு முன்னர் குடிபெயர்ந்தான். அவனுக்கு வசிப்பிட உரிமை கிடைத்தது, ஆனால் குடியுரிமை கிடைக்கவில்லை. அவன் தீவிரமான மரதன் ஓட்டக்காரன். ஆனாலும் 2012 லண்டன் ஒலிம்பிக்கில் அவன் ஓட முடியாது என்று கூறி விட்டார்கள். அப்படி ஓடுவதென்றால் அவனுக்கு ஒரு நாடு வேண்டும். சூடான் அதிபர் அவன் சூடான் நாட்டுக் கொடியின் கீழ் ஓடலாம் என அழைப்பு விடுத்தார். அவனுடைய எட்டுச் சகோதரர்களைக் கொன்றது சூடான் அரச படை. அவர்களின்

அட்டூழியம் தாங்கமுடியாமல்தான் அவன் 12 வருடங்களுக்கு முன்னர் அமெரிக்காவில் அகதியானான். சூடான் நாட்டுக் கொடியின் கீழ் அவன் எப்படி ஓடமுடியும்? தெற்கு சூடான் சுதந்திரம் அடைந்திருந்தாலும் அதனிடம் ஒலிம்பிக் குழு இல்லை. அதனால்தான் இப்பொழுது இந்த நாடற்ற மனிதனுக்கு ஒலிம்பிக் கொடியின் கீழ் ஓட அனுமதி கிடைத்திருக்கிறது.

குவோர் மாரியலுக்கு ஓட்டம் இயற்கையாக வந்தது. சமீபத்தில் மரதன் ஓட்டத்தை 2 மணி 14 நிமிடம் 32 செக்கண்டில் ஓடி முடித்து ஒலிம்பிக் மரதனுக்குத் தகுதி பெற்றிருந்தான். ஆனால் நாடில்லாத அவனை அமெரிக்கா கவனித்ததாகத் தெரிய வில்லை. எனவே 3500 கையெழுத்தாளர்கள் குவோர் மாரியலுக்கு ஒலிம்பிக் போட்டியில் பங்குபெற அனுமதி கொடுக்க வேண்டும் என ஒலிம்பிக் குழுவுக்கு மனு அனுப்பினார்கள். ஒலிம்பிக் போட்டிகளுக்கு ஒருவாரம் இருந்தபோது அனுமதி கிடைத்திருக்கிறது. இதைப் பெரிய வெற்றியாகப் பத்திரிகைகள் கொண்டாடின. ஒரு பத்திரிகை 'தெற்கு சூடானின் குரல் ஒலிம்பிக் வரை கேட்டது' என்று எழுதியது. இன்னொரு பத்திரிகை 'இந்தத் தனிமனிதனின் வெற்றியைப் பூமி மகனின் வெற்றி எனக் கருதலாம்' என எழுதியது. மாரியல் 'தெற்கு சூடான் கொடியை நான் ஏந்தவில்லை. ஆனால் என்னுள்ளத்தில் அந்தக் கொடியை ஏந்தியபடியே ஓடுவேன்' என்று கூறுகிறான்.

சூடான் உள்நாட்டுப் போர் எனக்குப் பரிச்சயமானது. சூடான் நாட்டில் சில வருடங்கள் வேலை பார்த்திருக்கிறேன். என்னுடைய அலுவலகத்தில் வேலை செய்த அத்தனை பேருமே அரபு மொழி பேசுபவர்கள், வடக்கு சூடானைச் சேர்ந்தவர்கள். ஆனால் தெற்கு சூடானில் இருந்துவந்த ஒருத்தனும் அங்கே வேலை பார்த்தான். அவன் பெயர் மாலோங். கறுப்பாக உயர்ந்து, வளைந்துபோய் இருப்பான். வேலையில் கெட்டிக்காரனான இவனிடம் நான் மிகுந்த அன்பு பாராட்டினேன். ஆனால் இவனுக்கு இரண்டு பிரச்சினைகள் இருந்தன. ஒன்று, இவனுக்கு அரபு மொழி தெரியாது. இரண்டு, இவனும் இவனுடைய குடும்பத்தவரும் அடிமை வாழ்க்கை வாழ்ந்தவர்கள். இவனுக்குக் குரலை உயர்த்தவோ எதிர்த்துப் பேசவோ தெரியாது. உத்தரவு களுக்கு அடிபணிந்து மட்டுமே பழகியவன்.

இவனை, தெற்கிலிருந்து வந்த ஒரே காரணத்துக்காக அலுவலகத்திலிருந்த அத்தனை பேரும் வெறுத்தார்கள், ஒதுக்கினார்கள், கொடுமைப்படுத்தினார்கள். சூடானுக்கும், விடுதலை கோரும் தெற்கு சூடானுக்கும் இடையில் உள்நாட்டுப் போர் மூண்டிருந்த காலம் அது. அதனால் அவனுடன் ஒருவரும்

பேசுவதில்லை. அலுவலகப் பணியாளர்கள் வரும் பஸ்ஸில் அவன் ஏற முடியாது. அலுவலக உணவு மேசையில் அமர முடியாது. மற்றவர்கள் மேசையில் அமர்ந்து உணவு உண்ணும்போது அவன் பாத்ரூம் அருகே, சுவர்ப் பக்கமாகத் திரும்பி நின்றபடி தன் மதிய உணவைச் சாப்பிடுவான். ஒருநாள் காரியதரிசி என்னிடம் சொன்னாள் 'தெற்கிலேயிருந்து இங்கே வந்து வேலை செய்பவன் மாலோங் அவனிடம் நீங்கள் எச்சரிக்கையாக இருக்க வேண்டும். இவன் விலங்கு வணங்கிகள் இனத்தைச் சேர்ந்தவன். இவனும் ஒரு விலங்குதான்.'

ஒருநாள் காலையில் அலுவலகத்துக்கு வந்த மாலோங் மாலை அங்கே இல்லை. மறைந்துவிட்டான். பின்னர் அலுவலகத்துக்கு அவன் வரவே இல்லை . அவன் மேசையில் ஒரு கடிதம் பாதி எழுதப்பட்ட நிலையில், பாதி வசனத்தில் நின்றது. எங்கே ஓடினான். யார் துரத்தினார்கள் என்பது என்றுமே அவிழ்க்க முடியாத புதிராகிவிட்டது. சூடான் அதிபர் பதவியில் இன்றைக்கும் தொடரும் அல் பஷீரை சர்வதேசக் குற்றவியல் நீதிமன்றம் போர்க்குற்றவாளி என்றும், இனப்படுகொலைக் குற்றவாளி என்றும் அறிவித்திருக்கிறது. அதிபர் பதவி வகிக்கும் ஒருவரின் மேல் இப்படி குற்றம் அறிவிக்கப்பட்டது இதுவே முதல் தடவை. இனப் படுகொலையும், இன அடக்கு முறையும் அனுபவித்த, அனுபவிக்கும் அத்தனை மக்களின் பிரதிநிதியாக குவோர் மாரியல் ஒலிம்பிக்கில் ஓடுவான்.

12 ஆகஸ்டு 2012 லண்டனில் ஆண்களுக்கான மரதன் ஓட்டப் போட்டி நடைபெறும். பல்வேறு நாடுகளிலுமிருந்து நூற்றுக்கு மேற்பட்டோர் இந்த 42.195 கி.மீட்டர் ஓட்டப் போட்டியில் கலந்துகொள்வர். அந்தக் கூட்டத்தில், ஒரு பெண்ணால் 'விலங்கு வணங்கிகள்' என்று வர்ணிக்கப்பட்ட இனத்திலிருந்து வந்த குவோர் மாரியல் இருப்பான். இந்த மரதன் ஓட்டக்காரன் ஓடுவதைப் பார்க்கும்போது சுதந்திர மடைந்த தெற்கு சூடான் மக்களை நினைந்துகொள்வேன். சூடான் உள்நாட்டுப் போரிலே மடிந்த 1.5 மில்லியன் மக்களை நினைந்துகொள்வேன். போரிலே அநியாயமாகக் கொல்லப்பட்ட மாரியலின் சகோதரர்கள் எட்டுப் பேரையும் நினைந்து கொள்வேன். என் கண்கள் மாரியலின் ஓட்டத்தை மட்டுமே பார்க்கும். அவன் முதலாவதாக வந்தாலும் சரி, கடைசியாக வந்தாலும் சரி, 2012 ஒலிம்பிக் மரதன் ஓட்டவீரன் அவன்தான். நாடற்றவன்.

2

பழைய சப்பாத்து

பழைய சப்பாத்து ஒன்று விலைக்கு வருகிறது என்று கேள்விப்பட்டதும் அவன் மனம் துள்ளத் தொடங்கியது. சப்பாத்து ஏற்கெனவே கையில் கிடைத்துவிட்டது என்றே நினைத்தான். அது கறுப்பு நிறம். கயிறுபோட்டுக் கட்டுவது. அத்துடன் பத்துவயதுப் பையன் அணியக்கூடியது என்றார்கள். எல்லாமே சரியாகப் பொருந்தியிருந்தது.

ஆனால், அவனுக்குத் தெரியாத சில விசயங் களும் இருந்தன. அந்தச் சப்பாத்தை இவ்வளவு காலமும் அணிந்த சிறுவன் இறந்துவிட்டான். பிரபலமான உதைபந்தாட்டப் போட்டியைப் பார்த்துவிட்டு அவன் தனியாக வீடு திரும்பினான். பகல் முடியாத நேரம்; இரவு ஆரம்பிக்காத நேரம். வேகமாக வந்த ஒரு லொறி அவன்மீது ஏறிவிட்டது. அவன் உடல் சிதிலமாகி லொறிக்கு கீழே மாட்டுப் பட்டுக் கிடந்தது. அதை இழுத்து எடுத்தார்கள். ஆனால், அவன் அணிந்திருந்த சப்பாத்துக்கு ஒரு சேதமும் இல்லை. அவனை எரித்தார்கள். சப்பாத்தை எரிக்கவில்லை. அவனுடைய பெற்றோர்களுக்குச் சப்பாத்தை என்ன செய்வது என்று தெரியவில்லை. சிறு கால்கள் நிரப்பப்படாமல் அந்தச் சப்பாத்து வீட்டிலேயே கிடந்து அவனை நினைவூட்டியது. அதை விற்றுவிடலாம் என்று அவர்கள் முடிவு செய்தார்கள்.

பழைய சப்பாத்தை வாங்கப் புறப்பட்ட சிறுவனிடம் விற்பவர்களுடைய முகவரி இருந்தது.

அது அரைகுறையான விவரத்தைச் சொன்னது. வேறு யாராவது அவனுக்கு முன்னர் வந்து அந்தச் சப்பாத்தை வாங்கிவிடக்கூடும் என்ற பயம் அவனை ஆட்டியது, அதன் காரணமாகத்தான் காலை நாலு மணிக்கே அவன் புறப்பட்டான். தன்னிடம் இருந்த காசை ஒரு சீலைத்துணியில் முடிந்து கால்சட்டை பாக்கெட்டுக்குள் வைத்துக்கொண்டான். அந்தக் கிராமம் பத்து மைல் தூரத்தில் இருந்தது. இரண்டு மணி நேரத்தில் எப்படியும் போய்ச் சேர்ந்துவிடலாம் என்பது அவன் கணக்கு.

காலைச் சூரியன் எழுந்தபோது அவன் கிராமத்துக்கு வந்துவிட்டான். அந்தக் கிராமத்தில் வீதிகளுக்குப் பெயர்கள் இல்லை. வீடுகளுக்கும் நம்பர்கள் இல்லை. சுப்பிரமணியம் என்ற பெயர்தான் அவனிடம் இருந்தது. வீதியில் ஒருவர் அப்பொழுதுதான் தன் பெட்டிக்கடையைத் திறந்துகொண்டு இருந்தார். அவரிடம் விசாரித்தான். அவர் பல கேள்விகள் கேட்டாரே ஒழிய அவருக்கு ஒன்றும் தெரியவில்லை. இன்னும் பலரிடம் விசாரித்தான் ஒருசில வீடுகளைக் காட்டினார்கள். அங்கேயும் போய்ப் பார்த்தான் பயனில்லை.

வீதிகளில் நடமாட்டம் தொடங்கிவிட்டது. பள்ளிச் சிறுவர்கள் கும்பலாகப் போனார்கள். அவர்கள் கால்களில் சப்பாத்துகள் இல்லை. செருப்புகள்கூட இல்லை. பத்து வயதுச் சிறுவன் அணியக்கூடிய சப்பாத்து இருக்கும் வீடு எப்படிக் காட்சியளிக்கும் என்பது அவனுக்குத் தெரியவில்லை. இறுதியில் ஒரு சிறுவன் சுப்பிரமணியம் வீடு எதுவாக இருக்கும் என்று ஊகித்துவிட்டான். ஒரு காலத்தில் சப்பாத்தை அணிந்த சிறுவன் அவனுக்குப் பழக்கமாக இருந்திருக்கலாம்.

கிராமத்தில் ஏறக்குறைய கடைசி வீதியில் ஓரத்தில் அந்த வீடு இருந்தது. பழைய சப்பாத்தை விற்கும் வசதிகொண்ட வீடு போலவே அது இல்லை. கூரை வீடு. குனிந்துபோகும் வாசல். பெரிய இலுப்பை மரம் ஒன்றுக்குச் சமீபத்தில் இருட்டாக இருந்தது. கதவிலே தட்டினான். சத்தம் இல்லை. மீண்டும் ஒருமுறை தயக்கத்துடன் தட்டினான். இரண்டு கைகளையும் பனியன் கைக்குள் விட்ட நிலையில் கழுத்து ஓட்டை வழியாகத் தலையை நுழைத்தபடி ஒருவர் கதவை அவசரமாகத் திறந்தார். மூன்றுகால் பூனை ஒன்று வெளியே பாய்ந்து ஓடியது. சிறுவன் சற்றுத் திடுக்கிட்டு பின்வாங்கினான். அவர் அவனை எதிர்பார்க்க வில்லை. வேறு யாருக்கோ காத்திருந்தார்போலத் தெரிந்தது. அவருக்குப் பின்னால் ஒரு மனுசி நின்றார். கொடியிலேயே மறந்துபோய்விட்ட பாகற்காய் காய்ந்து சுருங்கியிருப்பதுபோல அவர் இருந்தார். அவர் அசைந்தபோது உயிர் இருப்பது தெரிந்தது.

கடவுளுக்கு வேலை செய்பவர்

இந்தத் தம்பதிகளைப் பார்க்க ஆச்சரியமாய் இருந்தது. மனதிலே கொஞ்சம் அச்சம்கூடத் தோன்றியது. இவர்கள் சப்பாத்து விற்பனைக்கு வைத்திருப்பவர்கள் போலவே இல்லை. சுப்பிரமணியம் ஐயா என்றான். இப்பொழுது அவர்கள் முறை ஆச்சரியப்படுவது. அவர் தலையை ஆட்டினார். சப்பாத்து என்றான். சிறுவன் இன்னும் வாசலுக்கு வெளியேதான் நின்றான். உனக்கா என்றார். 'ஓமோம். காலை நாலு மணிக்கு வெளிக்கிட்டு இப்பதான் உங்கள் வீட்டைக் கண்டுபிடித்தேன்.' அவர் மனைவியைத் திரும்பிப் பார்த்தார். அவர் உள்ளேபோய் இரண்டு சப்பாத்துகளை ஒரு கோழிக்குஞ்சை இரண்டு கைகளிலும் ஏந்தி வருவதுபோல வாஞ்சையோடு கொண்டுவந்து நீட்டினார். சிறுவன் கை நீட்டி வாங்கினான். ஆனால், என்ன செய்வதென்று தெரியவில்லை.

அளவு சரியாக இருக்கிறதா என்று அணிந்துபார் என்றார் மனிதர். அவனுக்குத் தெரியவில்லை. எந்தக் காலுக்கு எந்தச் சப்பாத்து என்று கண்டுபிடிக்க முடியாமல் தடுமாறினான். அவர் சொல்லிக்கொடுத்தார். வாசலிலேயே உட்கார்ந்து போட்டான். கயிறுகளையும் அவரே வண்ணத்துப்பூச்சிபோலக் கட்டிவிட்டார். கால்கள் நிறைந்த பிறகும் மீதி இடம் இருந்தது. அவனுக்கு மெத்த மகிழ்ச்சி. அம்மா சொல்லிவிட்டதுபோல வளரவளரப் போடலாம்.

அளவு சரி. சப்பாத்தைக் கழற்றி நெஞ்சுக்குக் கிட்டப் பிடித்துக்கொண்டு நின்றான். மகிழ்ச்சி தெரியாமல் மறைத்து முகத்தைப் பழைய நிலைக்குக் கொண்டுவந்தான். முக்கியமான வியாபாரம் முடிவுக்கு வரவில்லை. தம்பி பிடித்திருக்கிறதா என்றார் அவர். அவன் தலையாட்டினான். எவ்வளவு என்றான் சிறுவன். பத்து ரூபாய் என்றார் அவர். அவன் திடுக்கிட்டு விட்டான். சப்பாத்து விற்பனைக்கு இருக்கிறது என்று சொன்னவர் விலையைச் சொல்லவில்லை. ஊகமாகக் காசு கொண்டுவந்திருந்தான். எவ்வளவு காசு இருக்கு. ஒரு ரூபா என்றான். உன்னுடைய பெயர் என்ன? சொன்னான். அப்பா பெயர் என்ன? சொன்னான். ஊர் என்ன? சொன்னான். மீதிக்காசுக்கு என்ன செய்யப் போகிறாய்? எல்லாக் கேள்வி களுக்கும் பதில் இருந்தது. கடைசிக் கேள்விக்குப் பதில் இல்லை. நெஞ்சில் இருந்த சப்பாத்தை இறக்கி நிலத்திலே வைத்தான்.

'எனக்கு இது வேண்டும். புதுப் பள்ளிக்கூடத்துக்குப் போகிறேன். சப்பாத்து இல்லாவிட்டால் அங்கே என்னை உள்ளே விடமாட்டார்கள்.' நிலத்தைப் பார்த்து அவன் பேசினான்.

பாகற்காய்போலக் காய்ந்துபோய் நின்ற மனைவி புருசனைச் சுரண்டினார். பின்னர் மெதுவாகச் சொன்னார். 'பார்ப்பதற்கு எங்கள் மகன் போலவே இருக்கிறான். அவன் ஞாபகமாக சப்பாத்து அவன் கால்களில் வாழட்டும்.' அவருக்கும் அது சரி என்று பட்டது. 'தம்பி இருக்கிறதை தந்திட்டு சப்பாத்தை எடுத்துக் கொண்டு போம்.' உண்மையாகவா? 'உண்மையாகத்தான்.'

சிறுவன் துணியிலே முடிந்து கொண்டுவந்த சில்லறைக் காசுகளை வெளியே எடுத்தான். எல்லாக் குற்றிகளிலும் ஒரு பக்கத்தில் தென்னைமரமும் மறுபக்கத்தில் ஆறாம் ஜோர்ஜ் மன்னரின் உருவமும் பதிந்துபோய்க் கிடந்தன. காசைப் பெற்றுக்கொண்டு அவர்கள் சப்பாத்தை எடுக்கச் சொன்னார்கள். முன்பக்கம் கொஞ்சம் தேய்ந்துபோய் இருந்தது. மற்றும்படிக்கு அது புதுச் சப்பாத்துதான். அங்கேயே வாசலில் உட்கார்ந்து அதை அணிந்தான், பழைய செய்தித்தாளைக் கேட்டு வாங்கிச் சுருட்டி அதைச் சப்பாத்தின் முன்பக்கம் செருகி இடைவெளியை நிரப்பினான்.

அந்தப் புழுதி ரோட்டில் டக்டக்கென்று ஒலி எழுப்பி நடக்கும்போது சிறுவனால் பெருமிதம் தாங்க முடியவில்லை. கால் நிலத்திலிருந்து கிளம்பும்போது ஒரு சத்தம். சப்பாத்து மீண்டு நிலத்தைத் தொடும்போது இன்னொரு சத்தம். என்னவொரு கம்பீரம். சிறிது நேரத்தில் காலில் கொஞ்சம் நோவு தொடங்கியது. இதையெல்லாம் பார்த்தால் அவன் புதுப் பள்ளிக்கூடத்துக்குப் போய்ப் படித்துப் பெரிய ஆளாக முடியுமா?

இவன் வயதுள்ள ஒரு பையன் பின்னால் வந்துசேர்ந்தான். பிறகு முன்னால் ஓடிப்போய் நின்று இவன் நடந்து வருவதை உற்றுப் பார்த்தான். 'நான்தான் வண்ணத்துப்பூச்சி முடிச்சுப் போட்டேன். நானாகவே இடதுகால், வலதுகால் கண்டுபிடித்து அணிந்து கொண்டேன்' என்று சொல்வதுபோல மேலும் கம்பீரமாக நடந்தான். சிறுவன் அவன் பின்னால் சிறிது நேரம் அவனைப்போலக் காலை டொக்கு டொக்கு என்று தூக்கிவைத்து நையாண்டியாக நடந்தான். இவன் திரும்பியும் பார்க்கவில்லை. அவன் போய் விட்டான்.

அவனை முதன்முதல் சப்பாத்துக் காலில் பார்க்கப்போகும் அவன் அம்மாவை நினைத்தான். அவவுடைய கண்கள் பெரிதாகி முகத்தில் பாதியை மறைக்கும். இரண்டு கைகளும் தோள்மூட்டு அளவுக்கு உயர்ந்து நிற்கும். வாய் பாதி திறந்தபடி இருக்கும். அவனுடைய ஆறு வயதுத் தம்பியை நினைத்தான். குட்டி நாய் போல மகிழ்ச்சி தாங்க முடியாமல் நிலத்தைப் பார்த்தபடி

கடவுளுக்கு வேலை செய்பவர்

அவனிடம் ஓடிவருவான். பின்னர் அம்மாவிடம் ஓடுவான். மறுபடியும் அவனிடம் ஓடிவருவான்.

இன்னும் ஒன்பது மைல் தூரம் நடந்தால் வீடு வந்துவிடும். புழுதி சப்பாத்தை முழுவதுமாக மூடிவிட்டது. ஆரம்பத்தில் இருந்த டக்டக் நடை போய்விட்டது. அவனுடைய உடம்பு இரண்டு பாதியாகப் பிளந்தது. ஒரு பாதி மகிழ்ச்சியில் துள்ளியது. மறுபாதி வலியில் துடித்தது.

3

கடவுளுக்கு வேலை செய்பவர்

சில மருத்துவ உபகரணங்களை வாங்குவதற் காக நானும் மனைவியும் மருத்துவர் பரிந்துரை செய்த அதே கடைக்குச் சென்றோம். ஆச்சரியமா யிருந்தது. அங்கே வேலை செய்த அத்தனை பேரும் 70 வயதைத் தாண்டியவர்களாக இருந்தார்கள். நத்தை வேகத்தில் நடந்தார்கள். ஆமை வேகத்தில் ஆட்களைக் கவனித்தார்கள். ஒருவருடன் ஒருவர் முகத்துக்குக் கிட்ட வந்து ரகஸ்யம் பேசுவதுபோலக் கதைத்தார்கள். கம்ப்யூட்டரைத் திறந்து ஒவ்வொரு எழுத்தாகத் தேடி, குத்திக்குத்திப் பதிந்தார்கள். சரி இன்றைக்கு இங்கே அரைநாள் கழியும் என்று மனதுக்குள் நினைத்தபோது ஒரு மூதாட்டி தரையைத் தேய்த்தபடி எங்களிடம் வந்தார். நான் சீட்டைக் கொடுத்தேன். அதிலே எல்லா விவரமும் எழுதியிருந்தது. மூதாட்டி ஒவ்வொரு பொருளாகக் கொண்டுவந்து எங்கள் முன் வைத்தார். சில பொருட்களைப் பூட்ட வேண்டும். அவற்றை எடுத்துச்சென்று பூட்டியபின் மீண்டும் கொண்டு வந்தார். எல்லாம் நிறைவேறிவிட்டது. கடைசியில் பில் போடும் வேலை. மூதாட்டி கம்ப்யூட்டரின் முன் உட்கார்ந்து பொருள்களைப் பதியத் தொடங்கி னார். பாதியிலே நிறுத்தி, சொன்னார், '100 டொலர்களுக்கு மேல் வாங்கினால் 20 டொலர் கழிவு.' நல்லது என்றேன். 'மொத்தத்தொகை 235 டொலர்' என்றார். நான் பணத்தைக் கட்டத் தயாரானேன். அவரோ என்னை உற்றுப் பார்த்தபடியே அசையாது அமர்ந்திருந்தார். மறுபடியும் சொன்னார் '100

டொலர்களுக்கு வாங்கினால் 20 டொலர் கழிவு.' என் மூளை பிரகாசிக்கவில்லை. அப்படியே நின்றேன். அவருக்குப் புரிந்து விட்டது. இந்த மக்கு மனிதருக்கு 10 தடவை சொன்னாலும் புரியாது என்று. என்னைப் பார்த்து வாய்க்குக் கிட்டவாக வந்து ரகஸ்யக் குரலில் சொன்னார். 'பில்லை இரண்டாகப் பிரிக்கலாம். அப்பொழுது உங்களுக்கு இரண்டு 20 டொலர் கழிவு கிடைக்கும். மொத்தம் 40 டொலர்.' 'அப்படியா, நன்றி' என்றேன். பணத்தைக் கட்டிவிட்டு மூதாட்டியிடம் விடை பெறும்போது கேட்டேன். 'நீங்கள் யாருக்காக வேலை செய்கிறீர்கள்? கம்பனிக்காகவா வாடிக்கையாளருக்காகவா?'

அவர் சொன்னார் 'கடவுளுக்காக.'

4

பூமி எழுத்தாளர்

மனுஷ்யபுத்திரனின் கேள்வி.

சமீபத்தில் உயிர்மை பத்திரிகையின் ஆசிரியர் மனுஷ்யபுத்திரன் என்னிடம் உயிர்மை பத்திரிகைக்காக ஒரு கேள்வி கேட்டார். அந்தக் கேள்வி இதுதான்:

புலம்பெயர் எழுத்து என்பது பிரதேச அடையாளங்களைக் கடந்த எழுத்தா அல்லது அவற்றை மீளுருவாக்கம் செய்யும் எழுத்தா?

என்னுடைய பதில் இது:

பல வருடங்களுக்கு முன்னர் என்னை அறிமுகப்படுத்தும் போது 'புலம்பெயர்ந்த எழுத்தாளர்' என்று ஒருவர் கூறியது ஞாபகத்துக்கு வருகிறது. நான் திடுக்கிட்டுவிட்டேன். அப்பொழுது அந்தச் சொல்கூட எனக்குப் பரிச்சயமாக இருக்கவில்லை. நான் இலங்கையில் இருந்தபோது எழுதினேன்; பின்னர் புலம்பெயர்ந்த நாடுகளில் இருந்தும் எழுதினேன். எனவே நண்பர் என்னை எப்படி அந்த வகைப்பாட்டுக்குள் அடக்கினார் என்பது தெரியவில்லை. நான் மறுபடியும் இலங்கைக்குப் போய் அங்கேயிருந்து எழுதினால் நான் யார் என்று கேட்டேன். அவரிடம் பதில் இல்லை. புலம் பெயர்ந்தவர் எழுதுவது புலம்பெயர் இலக்கியம் என்றால் அது தமிழில் பல நூறு வருடங்களுக்கு முன்னரே தொடங்கிவிட்டது. சத்திமுற்றப் புலவரின் 'நாராய் நாராய் செங்கால்

நாராய்' பாடலில் ஆரம்பித்து இன்றுவரை தொடர்கிறது. பழந்தமிழ் இலக்கியத்தில் 'செலவழுங்குதல்' என்ற துறைகூட இருக்கிறது. பொருள்தேட வெளியூருக்குப் புறப்பட்ட தலைவன், தலைவியின் துயரத்தைத் தாங்கமுடியாமல் பயணத்தை நிறுத்திவிடுவது.

அகில் சர்மா என்ற இந்திய அமெரிக்கர் ஆங்கிலத்தில் எழுதுகிறார். இவர் ஒரு மில்லியன் டொலர் சம்பள உத்தியோகத்தைத் துறந்துவிட்டு முழுநேர எழுத்தாளராகிப் பிரபலமானவர். இவரிடம் ஒருமுறை 'நீங்கள் புலம்பெயர்ந்த எழுத்தாளரா?' என்று கேட்டேன் அவருக்குக் கோபம் வந்து விட்டது. 'புலம்பெயர்ந்துவிட்டபடியால் ஒருவர் எழுதுவது புலம்பெயர் இலக்கியமா? பத்திரிகைகள் வசதிக்காக ஒவ்வொரு எழுத்துக்கும் ஒவ்வொரு பெயர் சூட்டும். மருத்துவர் வியாதி களுக்குப் பெயர் சூட்டுவதுபோல. எழுத்தாளர் இதுபற்றி அலட்டிக்கொள்ளக் கூடாது. அவர் எழுதுவது உலகத்துக்குப் பொதுவான மனித உணர்வுகளைப் பிரதிபலிப்பதுதான் முக்கியம்' என்றார்.

புலம்பெயர்ந்து எழுதியவர்களில் உடனே நினைவுக்கு வருபவர் நோபல் பரிசு பெற்ற ஐஸாக் பஸிவிஸ் சிங்கர் என்ற போலந்து யூத எழுத்தாளர். அவர் 33 வயதிலேயே அமெரிக்காவுக்குப் புலம்பெயர்ந்தாலும் வாழ்நாள் முழுக்க போலந்து யூதர்களைப்பற்றியே எழுதினார். இவரால் தன்னைச் சுற்றி வாழும் மற்றைய மக்களைப்பற்றி நினைக்க முடியவில்லை. மைக்கேல் ஒண்டாச்சி இலங்கையில் பிறந்து 12 வயதில் இலங்கையை விட்டு வெளியேறியவர். அவர் கடைசியாக எழுதிய '*The Cat's Table*' என்ற நாவல் பல வருடங்களுக்கு முன்னர் இலங்கையை விட்டு இங்கிலாந்துக்குப் புறப்பட்ட கப்பல் பயணத்தைப் பற்றிச் சொல்கிறது. இலங்கையில் அவர் அனுபவித்த அந்தக் கால வாழ்க்கையை வர்ணிக்கிறார். இலங்கையைவிட்டு 56 வருடங்களுக்கு முன்னர் இவர் வெளியேறிவிட்டாலும் இலங்கை இவரை விட்டு இன்னும் வெளியேறவில்லை.

எழுத்திலே புலம்பெயர்ந்த எழுத்து, புலம்பெயராத எழுத்து என்ற வகைப்பாடு கிடையாது. நல்ல எழுத்து, மோசமான எழுத்து என இரண்டு பிரிவுதான். புதுமைப்பித்தன் இலங்கைக்குப் போனது கிடையாது. ஆனால் அவர் 'துன்பக்கேணி' என்றொரு அருமையான சிறுகதையை இலங்கைப் பின்னணியில் புனைந்திருக்கிறார். காஃப்கா அமெரிக்கா போனது கிடையாது, ஆனால் அவர் 'அமெரிக்கா' என்றொரு நாவல் எழுதியிருக்கிறார். நல்ல எழுத்துக்குத் தேவை கற்பனைவளம். ஐம்பது வருடங்கள் புலம் பெயர்ந்து வாழ்ந்தாலும் தன்னைச்சுற்றி வாழும் மக்களைச்

சட்டை செய்யாமல் தன் மக்களைப் பற்றியே சிலர் எழுதுகிறார்கள். அதே சமயம் புலம் பெயராமலேயே உலக மக்களை நினைத்து எழுதுபவர்களும் உண்டு. எழுத்து என்பது இவை எல்லாவற்றையும் தாண்டி மனித குலத்தை நோக்கி முன்னேறுவது.

ஸ்வீடனில் உள்ள ஒரு தச்சு வேலைக்காரர் பைன் மரத்திலே தளபாடங்கள் செய்வார்; அமெரிக்கர் ஓக் மரத்தில் செய்வார்; இந்தியர் தேக்கு மரத்தில் செய்வார். இவர்களை 'பைன்மரத் தச்சு வேலைக்காரர்', 'ஓக் மரத் தச்சுவேலைக்காரர்', 'தேக்குமரத் தச்சு வேலைக்காரர்' என நாங்கள் விளிப்பதில்லை, எல்லோரையும் 'தச்சு வேலைக்காரர்' என்றுதான் சொல்லுவோம். அதேமாதிரி ஈழத்து எழுத்தாளர், தலித் எழுத்தாளர், பெண்ணிய எழுத்தாளர், புலம்பெயர் எழுத்தாளர் என்பதெல்லாம் ஒருவிதமான வகைப்படுத்தல்தான். அமெரிக்காவில் நான் என்னை 'எழுத்தாளர்' என்று அறிமுகம் செய்துகொள்வேன். என்ன மொழியில் எழுதுகிறீர்கள் என்று கேட்டால் 'தமிழ்' என்று சொல்வேன். செவ்வாய் கிரகத்தில் இருந்து ஒருவரைச் சந்திக்கும்போது என்னை 'பூமி எழுத்தாளர்' என்று அறிமுகப்படுத்திக்கொள்வேன். இலக்கியம் என்பது உண்மைக்கான தேடுதல். பூமியில் எங்கேயிருந்தும் அதை ஆரம்பிக்கலாம்.

5

நாளுக்கு ஒரு நன்மை

நான் அப்போது பொஸ்டனில் இருந்தேன். எங்கள் வீட்டில் இரண்டு விதமான ஆட்கள் இருந்தார்கள். உட்கார்ந்து வேலை செய்துவிட்டு நின்று இளைப்பாறுபவர்கள்; நின்று வேலை செய்துவிட்டு உட்கார்ந்து இளைப்பாறுபவர்கள். நான் மூன்றாவது வகை; நின்று இளைப்பாறிவிட்டு உட்கார்ந்து இளைப்பாறுபவன்.

அப்படியிருக்க அன்று அதிகாலை சூரியன் எழும்பு முன்னர் நான் எழும்பிவிட்டேன். கதவை யாரோ தட்டும் சத்தம் கேட்டது. அந்த நேரத்தில் யார் தட்டுவார்கள் என்று நான் யோசிக்கவில்லை. திறந்துவிட்டேன். பார்த்தால் என்னிலும் உயரமான ஒரு white-tail deer. ஆண் மான் என்றபடியால் இரண்டு பக்கமும் கிளைவிட்டுப் பரந்த கொம்புகளைத் தூக்கமுடியாமல் தூக்கிக்கொண்டு நின்றது. நான்கு கால்களையும் சரிசமமாக ஊன்றிப் பக்கவாட்டில் நின்று முகத்தை மாத்திரம் திருப்பி என்னைப் பார்த்தது. வீட்டு அபாய மணியை அணைக்க மறந்துவிட்டதால் அது அலறத்தொடங்கியது. வீட்டில் அன்று தூங்கிய அத்தனை நின்று இளைப்பாறுபவர் களும் உட்கார்ந்து இளைப்பாறுபவர்களும் ஓடிவந்தார்கள். அப்ஸராவும் ஓடிவந்து என்னைக் கடந்துபோனாள். நான் அவளைத் தூக்கிய பிறகும் அவள் கால்கள் ஓடிக்கொண்டிருந்தன. இந்தச் சத்தத்திலும் கலவரத்திலும் மான் துள்ளித் திரும்பி ஓடிவிட்டது. அபாய மணியை அணைத்து விட்டு மற்றவர்கள் திரும்பப் படுக்கைக்குப் போய்விட்டார்கள். அப்ஸரா மாத்திரம் என்னுடன் தங்கினாள்.

அவளுக்கு வயது ஐந்து. அறிவாளி.பிரச்சினைகள் என்றால் நான் ஆலோசனை கேட்பது அவளிடம்தான். 'எதற்காக மான் வந்து கதவைத் தட்டியிருக்கும்?' என்றேன். அது திரும்பி ஓடிவிட்ட துக்கம் என்னிலும் பார்க்க அவளுக்கு அதிகம். கண்களில் நீர் தளும்பி நின்றது. வீட்டுக்குப் பின்னால் இருக்கும் காட்டில் பல மான்கள் வாழ்ந்தன. அவ்வப்போது அவை வரும். ஆனால், கதவைத் தட்டுவதில்லை. அப்ஸரா யோசித்துவிட்டு, 'காலை வணக்கம் சொல்வதற்காக இருக்கலாம்' என்றாள். நான் சரி அப்படித்தான் இருக்கும் என்று சொல்லிச் சிரிப்புக் காட்டினேன். அவளும் சிரித்தாள்.வந்த கண்ணீரைக் காணவில்லை.எப்படியோ கண்ணீரைக் கண்களால் உறிஞ்சி உள்ளே இழுத்துவிட்டாள்.

பெற்றோர் தூங்கும்போது முழு வீடும் அவளுக்குத்தான் சொந்தம். 'இன்று என்ன நல்வினை?' என்றாள். 'பூஞ்செடிக்குத் தண்ணீர் ஊற்றலாம்' என்று சொன்னேன். அவள் சின்னத் தலையை ஆட்டிவிட்டுப் போனாள்.நாளுக்கு ஒரேயொரு நன்மை செய்தால் போதும் என்பது அவள் கற்றுக்கொண்டது.

நான் சிறுவயதில் படித்த பள்ளிக்கூடத்தில் ஒரு வாத்தியார் படிப்பித்தார். காந்தி வாத்தியார் என்று பெயர். ஐந்தடி நாலு அங்குலம் உயரம் இருப்பார். மேல்சட்டை அணியமாட்டார். இரண்டே இரண்டு வேட்டிகள் அவரிடம் இருந்தன. ஒன்று கிழிந்தால்தான் இன்னொரு புதிசு வாங்குவார்.காந்திபோல ஒரு போர்வைதான். உரத்துப் பேசத் தெரியாது. சிரிக்கும்போதுகூட இரண்டு ஸ்வரத்தில் மட்டும் சிரிப்பார். காந்தி வைத்திருந்தது போல உயரமான தடியை அவர் வைத்திருக்கவில்லை. மற்றும்படிக்குக் காந்தியைப் போலவே நடந்துகொண்டார். அவர் என் அண்ணனைப் படிப்பித்தார்; தங்கையைப் படிப்பித்தார்; தம்பியைப் படிப்பித்தார். ஆனால், என் வகுப்பை அவர் படிப்பிக்கவே இல்லை. ஆனாலும் எனக்கு அவரிலே பிரியம் இருந்தது. அவர் அந்த வயதில் எனக்குச் சொன்னது 'ஒரு நாளைக்கு ஒரு நன்மை செய்தால் போதும்' என்பது. அது சொல்லிப் பல வருடங்களாகிவிட்டன என்றாலும் அதை இன்னும் அவ்வப்போது நான் கடைப்பிடித்து வந்தேன். அப்ஸராவுக்கும் சொல்லியிருந்தேன். பெரிதாக ஒன்றும் இல்லை. பெரியவர்களுக்கு வணக்கம் சொல்வது; அஞ்சல் பெண்ணுக்கு நன்றி கூறுவது; முன்பின் தெரியாத ஒருவரைப் பார்த்து முறுவல் செய்வது. அவ்வளவுதான். அப்ஸரா ஒவ்வொரு செடியாகத் தண்ணீர் ஊற்றிவந்தாள். செடிக்குப்போன தண்ணீரிலும் பார்க்க வெளியே அதிகமாக நீர் பாய்ந்து ஓடிக்கொண்டிருந்தது.

இரண்டு நாள்களுக்கு முன்னர் என் நண்பர் தொலைபேசியில் அழைத்திருந்தார்.ஏதோ பேச்சில் காந்தி வாத்தியாருடைய பெயர்

வந்தது. அவரும் மனைவியும் கஷ்டத்தில் இருக்கிறார் என்றார். எனக்குக் காந்தி வாத்தியாருடன் 50 வருடங்களுக்கு மேலாகத் தொடர்பே இல்லை. எனினும் இன்றைய நன்மை இதுதான் என்று தீர்மானித்து நண்பரிடம் முகவரி பெற்று காந்தி வாத்தியாருக்கு என்னால் இயன்ற சிறு தொகைப் பணம் அனுப்பி வைத்தேன். இங்கே சிறுதொகை, ஆனால், இலங்கையில் அது பெரும் கொடை. அனுப்பியதுடன் அதை மறந்துபோனேன்.

அவர் பற்றிய சின்னச்சின்னச் சம்பவங்களை மறக்க முடிய வில்லை. நான் புதுப் பாடப் புத்தகம் வாங்கியதும் அதற்கு மாட்டுத்தாள் கடுதாசியில் உறைபோட்டுக் கொண்டுபோய் என்னுடைய பெயரை எழுத காந்தி வாத்தியாரிடம் கொடுப்பேன். புத்தகங்களில் பெயர் எழுதித் தருவது அவர்தான். அவர் என் பெயரை நான் எதிர்பார்த்த மாதிரி முன்பக்கத்திலோ, மட்டையிலோ எழுதாமல் இருபதாம் பக்கத்தில் எழுதினார். ஏன் என்று கேட்க பதில் சொல்லவில்லை. ஆனால், 'புத்தகம் பத்திரம்' என்றார். அப்பொழுது எங்கள் பள்ளிக்கூடத்தில் புத்தகங்கள் களவு போய்க்கொண்டிருந்தன. இரண்டே இரண்டு நாளில் என் புத்தகமும் களவு போனது. நான் காந்தி வாத்தியாரிடம் போய் முறைப்பாடு செய்தேன். அங்கே படிப்பித்த எல்லா வாத்தியார்களிலும் இவரிடம் தான் பிரம்பு என்ற பொருள் இல்லை, அடிக்கவும் மாட்டார். ஆனாலும் இவரைத்தான் நான் தெரிவு செய்தேன்.

மாணவர்களிடம் அவர் கேட்கும் முதல் கேள்வி 'இன்று என்ன நன்மை செய்தாய்?' ஒரு நாளைக்கு ஒரு நன்மை என்பது அவர் உபதேசம். ஒரு மாணவன் 'ஏன் சேர் இரண்டு நன்மை செய்யக்கூடாதா?' என்று கேட்டான். அவர் 'அது பேராசை, ஒரு நாளைக்கு ஒன்று போதும்' என்பார்.

காந்தி வாத்தியார் எங்கள் வகுப்புக்குள் நுழைந்து எல்லோருடைய புத்தகங்களையும் வாங்கி ஒற்றையைத் தட்டிப் பரிசோதித்த பின்னர் திருப்பிக் கொடுத்துவிட்டுப் போனார். பள்ளிக்கூடம் முடிந்த பிறகு என்னையும் எப்பொழுதும் வகுப்பில் கடைசி வாங்கில் குடியிருக்கும் கிருட்டிணபிள்ளை என்பவனையும் தன் வகுப்பறைக்குக் கூப்பிட்டார். கிருட்டிண பிள்ளை உயரமானவன். ஒரு கண்ணாடி யன்னலுக்குப் பின்னால் நின்று முகத்தை அழுத்திப் பார்ப்பதுபோலச் சப்பையான முகம். அவன் முன்னாலே ஏதோ பரிசு வாங்கப் புறப்பட்டதுபோல நடந்துபோக நான் பின்னால் போனேன். அவனுடைய புத்தகத்தில் இருபதாம் பக்கம் கிழிக்கப்பட்டிருந்தது. அந்தப் புத்தகத்தை எடுத்து காந்தி வாத்தியார் என்னிடம் தந்தார்.

அவனுக்கு ஒரு புதுப் புத்தகம் தன் காசில் வாங்கிக் கொடுத்தார். கிருட்டிணபிள்ளை ஓர் அடி பின்னுக்கு நகர்ந்து விம்மத் தொடங்கினான். காந்தி வாத்தியார் சொன்ன அறிவுரை இதுதான். 'நீ படிக்க வேண்டும் என்று ஆசைப்பட்டது நல்லது. ஆனால், களவெடுத்ததுதான் பிழை.' அங்கே நடந்த விசயம் எங்கள் மூவரையும் தவிர வேறு ஒருவருக்கும் தெரியாது.

அவர் வெள்ளிக்கிழமைகளில் முழு நாளும் உபவாசம் இருப்பது மாணவர்களுக்குத் தெரியும். 'பசிக்காதா சேர், உங்களுக்கு நோய் பிடிக்காதா?' என்று கேட்பார்கள். அவர் சொல்வார், 'போன சனிக்கிழமையில் இருந்து அடுத்த வெள்ளிக்கிழமை நான் விரதம் என்பது எனக்குத் தெரியும். என் வயிற்றுக்கும் தெரியும். அது என்னைத் தயார் செய்துவிடும். எதிர்பார்ப்புதான் பசியைக் கொண்டுவருகிறது.' எங்கள் ஊரில் வரும் நோய்களில் பாதிக்குமேல் தண்ணீரால் வருபவை. 'தண்ணீரைக் காய்ச்சிக் குடியுங்கள் பாதிநோய் போய்விடும்' என்பார். அனைத்து மாணவர்களும் வீடுகளில் போய்த் தங்கள் தாய்மார்களைத் தொந்தரவு செய்வார்கள். தண்ணீரைச் சுடவைத்தால்தான் குடிப்பேன் என்று அடம் பிடிப்பார்கள். அடுத்தநாள் பெற்றோர்கள் தலைமையாசிரியருக்கு முறைப்பாடு கொண்டுவருவது நிச்சயம்.

காந்தி வாத்தியாருக்குக் கடிதம் போட்டுப் பல வாரங்களாகியும் பதில் இல்லை. அவர் இருப்பது திருக்கோணமலையில். அங்கே நிலவரங்கள் சரியில்லை என்று தமிழ்த் தினசரிகளில் செய்திகள் வந்த வண்ணம் இருந்தன. ஆள்கடத்தலும் குண்டுவெடிப்புகளும் குறைந்தபாடில்லை. கடிதம் போய்ச் சேர்ந்ததோ என்றுகூடத் தெரியாது. ஒரு பதில் வந்தால் நிம்மதியாக இருக்குமே என்று நினைத்துக்கொண்டேன்.

ஆறு மாதம் கழித்து அப்ஸரா ஒரு நீலநிற வான்கடிதத்தைத் தூக்கிக்கொண்டு வந்து அஞ்சல் பெண் தந்ததாகச் சொல்லிக் கொடுத்தாள். அஞ்சல் பெண்ணுக்கு நன்றி சொன்னாயா என்று கேட்டேன், சொன்னேன் என்றாள். அன்றைய நாளின் நன்மை அவளுக்கு முடிந்துவிட்டது. வான்கடிதத்தைப் பிரிப்பதற்கு நிறைந்த பொது அறிவும் பொறுமையும் தேவை. சிறு கவனயீனமும் கடிதத்தை மூன்று துண்டுகளாகக் கிழித்துவிடும்.

காந்தி வாத்தியார்தான் எழுதியிருந்தார். ஒரு 15 வயதுப் பெண்ணின் கையெழுத்துப்போல ஓர் எழுத்தோடு ஒன்று முட்டாமல் வட்டவட்டமான எழுத்துக்கள். 'அன்புள்ள ஐயா' என்று கடிதம் தொடங்கியதும் எனக்குத் துணுக்கென்றது. நான் என்னை யாரென்று அவருக்கு நினைவூட்டுவதற்காக

என் தங்கையைப் பற்றியும் தம்பியைப் பற்றியும் அண்ணனைப் பற்றியும் எழுதியிருந்தேன். நான் அவரிடம் ‘சத்திய சோதனை’ புத்தகம் பரிசு பெற்றதையும் ஞாபகப்படுத்தியிருந்தேன். ‘தங்களுடைய கடிதம் எனக்குப் பெரிய மகிழ்ச்சியையும் ஆனந்தத்தையும் தந்தது. அத்தோடு அதிசயமாகவும் இருந்தது. தங்கள் கடிதத்தை என் மனைவிக்கு வாசித்துக் காட்டினேன். அவர் மிகவும் சந்தோசப்பட்டார். இரண்டு நாள் கழித்து அவர் சிவபதம் அடைந்தார். அவருக்கு வயது 84. எனக்கு 90 நடக்கிறது.’ இப்படித் தொடர்ந்து அவர் பல விசயங்களை நீலக் கடிதத்தின் ஓர் ஓரத்தில் இருந்து மறு ஓரம் வரை நெருக்கிநெருக்கி, கடிதத்தின் முழுப்பெறுமதியையும் பெறும்விதமாக எழுதியிருந்தார். தான் வெள்ளிக்கிழமைகளில் நீராகாரம் மட்டுமே அருந்துவதாகவும் கடந்த 65 வருடங்களில் ஒரு முறைகூட அதில் தவறியதில்லை என்றும் எழுதியிருந்தார். நடப்பது கஷ்டமாக இருக்கிறதாம். யாரோவுடைய சைக்கிள் பாரிலும் மோட்டார் சைக்கிள் பின் சீட்டிலும் அமர்ந்து வெளியே பயணம் செய்வதாகவும் தூர இடம் என்றால் ஓட்டோவில் போவதாகவும் கடிதத்தில் கூறியிருந்தார்.

‘ஒரு நாளில் 24 மணி. ஆறு மணி சாப்பாட்டுக்காக உழைக்க வேண்டும். ஆறு மணி சுயகருமங்கள். ஆறு மணி நித்திரை. ஆறு மணி நாட்டு மக்களுக்குச் சேவை.’ சனங்களுக்கு சேவை செய்யாத ஒவ்வொரு மணி நேரமும் கடவுளிடமிருந்து தூரமாகவும் மரணத்துக்குக் கிட்டவாகவும் தான் நகர்வதை உணருவதாக அவர் சொன்னது நினைவுக்கு வந்தது. அவருடைய இந்தக் கொள்கையில் கடந்த 65 வருடங்களில் ஒரு மாற்றம்கூட இல்லை என்பதையும் எனக்குத் தெரிவித்திருந்தார்.

காந்தி வாத்தியார் கடிதத்தை இப்படி முடித்திருந்தார்.

‘தாங்கள் மனமுவந்து மன நிறைவோடு அனுப்பிய பணம் வங்கிமூலம் பெற்றுக்கொண்டேன். நீங்கள் உங்களைப் பல வகையிலும் பல நிகழ்ச்சிகளிலும் நினைவூட்டி எழுதி அறிமுகப் படுத்தியிருந்தீர்கள். ஆனால், நீங்கள் யாரென்று எனக்கு ஞாபகமில்லை. என்னை மன்னியுங்கள்.’

6

கடவுளின் கால்

ஆர்ஜெண்டினாவுக்குச் சமீபத்தில் போய் வந்த ஒரு நண்பர் ஆச்சரியப்பட்டுப் போனார். கால்பந்தாட்டத்தில் அந்த மக்கள் பைத்தியமாக இருப்பார்கள் என்ற விசயம் அவருக்கு முன்பே தெரிந்திருந்தது. ஆனால், நேரில் பார்த்தபோது அவரால் நம்ப முடியவில்லை.

அங்கே குடும்பத்தவர்கள் அந்நியோன்யமாக இருப்பார்கள். இரவு உணவுகளின்போது எல்லோரும் ஒன்றாக மேசையின்முன் உட்கார்ந்து சாப்பிடு வார்கள். அவர்கள் சம்பாசணை கால்பந்தாட்டம் பற்றியே இருக்கும். உலகக் கோப்பை சமயங்களில் மட்டுமா என்று நண்பர் கேட்டிருக்கிறார். அவர்களுக்கு எல்லா நாளும் உலகக் கோப்பைதான்.

தெருவில் நடந்துபோகும் பையன் நெளிந்து போன ஒரு டின்னைப் பாதையிலே கண்டால் அதை உதைக்காமல் அங்கே நகரமாட்டான். எந்த ஒரு கிராமத்துக்கும் போய் ஆக வயதுபோன ஒரு கிழவி யிடம் ஆர்ஜெண்டினா விளையாட்டு வீரர்களின் பெயரைக் கேட்டால் முதல் பெயர், நடுப்பெயர், கடைசிப் பெயர் என்று முழுவதையும் அவர் ஒப்பிப்பார். முடிந்துபோன போட்டிகளை நுட்பமாக, புள்ளிவிவரங்களுடன் அலசுவார்கள். பத்துவருடம் முன்பு நடந்த போட்டியில் ஒரு வீரன் கோல் போடத் தவறியதை ஞாபகத்தில் வைத்துச் சொல்வார்கள்.

இன்றும் மாரடோனா அவர்களுக்கு ஒரு சிறு கடவுள். அவருடைய 1986 உலகக் கோப்பை கால்

இறுதி ஆட்டத்தைப் பெரியவர்கள் நினைவு கூருவார்கள். இந்தப் போட்டி இங்கிலாந்துக்கும் ஆர்ஜென்டினாவுக்கும் இடையில் நடந்தது. இதிலேதான் மாரடோனா கையினால் பந்தைத் தட்டி கோல் போட்டுவிட்டார். அவருடைய சக விளையாட்டு வீரர்கள் அவரைக் கட்டிப் பிடிக்கவில்லை. திகிலடித்துப்போய் நின்றார்கள். மாரடோனா 'கட்டிப்பிடி, கட்டிப்பிடி' என்று மும்தாஜ்போல அழைக்கவேண்டியிருந்தது. நடுவர் கோல் என்று அறிவித்துவிட்டார். ஆனால், ஆயிரம் காமிராக்கள் மாரடோனா கையினால் கோல் போட்டதைப் படம் பிடித்துவிட்டன. எனினும் முடிவில் நடுவர் மாற்றம் செய்யாததால் ஆர்ஜென்டினா வெற்றிபெற்றது.

போட்டி முடிந்ததும் பத்திரிகையாளர்கள் மாரடோனாவைச் சூழ்ந்துகொண்டார்கள். 'உங்களுடைய கை அந்தப் பந்தைத் தட்டியதா?' மாரடோனா உலகப் புகழ்பெற்ற அவருடைய பதிலை அப்போது கூறினார். 'ஆம்' என்றும் சொல்லவில்லை 'இல்லை' என்றும் சொல்லவில்லை, 'அது கடவுளின் கை' என்றார்.

அதே போட்டியில் அவர் இரண்டாவதாகப் போட்ட கோலும் ஆச்சரியகரமானது. இன்றுவரை அது பற்றிக் கால் பந்தாட்ட ஆர்வலர்கள் பேசுவார்கள். காலிலே பந்தை எடுத்த மாரடோனா நீண்ட தூரத்துக்கு ஒருவர் உதவியில்லாமல் ஓடினார்; ஐந்து ஆங்கில வீரர்களை வெட்டி, வெட்டி, விழுத்தி எடுத்துத் தனியாகக் கொண்டுபோய் கோல் போட்டார். பத்திரிகைக்காரர்கள் அதற்குத் தாங்களாகவே ஒரு பெயர் சூட்டினார்கள், 'கடவுளின் கால்.'

மாரடோனாவின் முடிவு 1994 உலகக் கோப்பையின்போது நிகழ்ந்தது. இரண்டே இரண்டு போட்டிகளின் பின்பு போதைப் பரிசோதனையில் தோல்வியடைந்த அவர் போட்டிகளிலிருந்து நீக்கப்பட்டார். 'என் கால்களை வெட்டிவிட்டார்கள்' என்று மாரடோனா அரற்றினார். அவருடைய பைசிக்கிள் அடியைப் (தலைகீழாக அந்தரத்தில் நின்று காலால் அடிப்பது) பார்ப்பதற்கு காத்திருந்த கோடிக்கணக்கான சனங்கள் துக்கம் கொண்டாடினர்.

நான் சிறுவனாய் வளர்ந்த கிராமமும் இப்படித்தான், உதை பந்தாட்டம் என்றால் அத்தனை ஆர்வம். மாலை ஐந்துமணிப் போட்டிக்குக் காலையில் இருந்தே தயாராகிவிடுவார்கள். அது விவசாயக் கிராமம் என்பதால் சனங்கள் மாட்டுக்குத் தண்ணி வைத்து, ஆட்டுக்குக் குழையொடித்துக் கிளம்பி, பல மைல்கள் தூரமுள்ள முற்றவெளிக்கு ஏதோ விழாவுக்குப் போவதுபோலக் கூட்டம் கூட்டமாக நடந்துபோவார்கள்.

எனக்கு ஞாபகமிருக்கும் ஒரு பெயர் ராவணேஸ்வரன். அது எப்படி, குழந்தை பிறக்கும்போதே பெற்றோருக்கு அவன் எப்படி வருவான் என்று தெரிந்திருந்தது. ஆறடிக்கு மேலாக உயரம்; உருண்டு, திரண்ட மேனி. பத்துத் தலைகளில் இருக்கவேண்டிய தலை முடி ஒரே தலையில் இருந்தது. அவர் தலையைச் சிலுப்பினால் அது சூரியனை மறைத்துவிடும். அவரைத் தாண்டிக் கோல் போடுவது அருமையிலும் அருமை. காலிலே பந்து பட்டால் அது உயரே எழும்பி, எல்லோரையும் கழுத்தை வளைத்து ஆகாயத்தைப் பார்க்க வைக்கும். யார் தோற்றாலும், யார் வென்றாலும் அடுத்த நாள் பள்ளிக்கூடத்தில் ராவணேஸ்வரன் அடித்த பந்தின் உயரம் பற்றித்தான் பேச்சு நடக்கும்.

இன்னொருவருடைய பெயர் 'பொந்தன்.' அப்பொழுதுதான் பொந்துக்குள் இருந்து புறப்பட்ட பிராணிபோல இருப்பார். குள்ளமான தேகம், உருண்டையான வடிவம். ஒரு பெருச்சாளியைப் போலப் பந்தை உருட்டிக்கொண்டு ஓடுவார். இவர் பந்தைப் பறிப்பதில் மன்னர். எதிராளிகளிடம் இருந்து மட்டுமல்ல தன் சைட்டில் இருந்தும் பறித்துவிடுவார். பறித்தால் ஓட்டம்தான். இவர் ஓடினால் பிடிக்க முடியாது, அவ்வளவு வேகம். பக்கத்திலேயே மூச்சு இரைக்க ஓடிவரும் தன் டீமின் கால்களுக்குப் பந்தை பாஸ் பண்ணவே மாட்டார். நேராக கோல் கம்பங்களுக்கிடையே மட்டும் அடித்து கோலாக்குவார்.

இன்னொருத்தருடைய பெயர் ஞாபகம் வரவில்லை. அந்தக் காலத்தில் கால்பந்து விளையாடுபவர்கள் காலணி அணியவில்லை. பெருவிரலாலேயே அடிப்பார்கள். இவர் எதிராளியின் எந்த அரணையும் உடைத்துவிடுவார். இறுதிப் போட்டியின்போது இவருக்குப் பெருவிரலிலே காயம், எப்படி விளையாடுவார். அவரைக் காவிக்கொண்டு மைதானத்துக்கு வந்தார்கள். அவர் காலிலே கரண்ட் ஏற்றிப் பெருவிரலை விறைக்கப் பண்ணினார்கள். அவர் விளையாடி கோல் போட்டார்; போட்டியிலும் வெற்றி. கரண்ட் கொடுத்து எப்படி விறைக்க வைக்கலாம் என்பது எனக்கு அப்போது புரியவில்லை; இப்போதும் புரியவில்லை.

அன்று அவருக்கு நடந்த மரியாதையைப்போல முன்னும் நடந்ததில்லை; பின்னும் நடந்ததில்லை. அவரை ஒரு ரிக்சாவில் ஏற்றி, பெரியகடை வீதிகளில் இழுத்துவந்தார்கள். ஒவ்வொரு கடைவாசலிலும் நிறுத்தி நிறுத்தி உபசாரம்; உத்தரியம் போட்டார்கள்; மாலை அணிவித்தார்கள்; ஆலாத்தி எடுத்தார்கள். ராச மரியாதைதான்.

மறக்க முடியாத போட்டி என்றால் அது யாழ் இந்துக் கல்லூரிக்கும் சம்பத்திரிசியார் கல்லூரிக்கும் இடையில் நடந்த

போட்டிதான். கடைசி நேரத்தில் நடுவர் சம்பத்திரிசியார் கல்லூரிக்கு சாதகமாக ஒரு பெனால்டி கொடுத்துவிட்டார். அவர்களும் கோல் அடித்து போட்டியில் வெற்றி பெற்று விட்டார்கள். சனங்கள் மைதானத்துக்குள் நுழைந்து நடுவரை அடிக்க முற்பட, அவர் பொந்தனே வியக்கும் வண்ணம், குதி பிடரியில் பட ஓடி மறைந்தார். போட்டி குழம்பினாலும் முடிவு இறுதிதான், அதில் மாற்றமில்லை. அன்று ஊர் முழுக்க அழுதது.

உடனுக்குடனேயே ஒரு நோட்டீஸ் அடித்து விநியோகித் தார்கள். தலைப்பு 'அம்பயரின் அநியாயம்.' அப்பொழுதெல்லாம் நடுவரை அம்பயர் என்றே அழைத்தார்கள். ஆயிரக்கணக்கானோர் அந்த நோட்டீஸை வாசித்து, தங்கள் மனக்குறையை ஆற்றிக் கொண்டார்கள். எங்கள் வீட்டில் கை விளக்கம் ஒளியில் பெரியண்ணர் வாசிக்க நாங்கள் எல்லோரும் கேட்டோம். ஐயா கட்டிலின் மேலே இருந்தார். அம்மா நிலத்திலே இருந்தார். நாங்கள் சுற்றிவர நின்றோம். அதிலே ஓர் இடத்தில் 'கோறணை மாடும் போச்சு; உழுத கலப்பையும் போச்சு' என்ற வரிகள் வரும் அப்பொழுது அம்மாவின் கண்களில் கண்ணீர் உருண்டது.

உலகக் கோப்பை போட்டிகள் ஆரம்பமாகச் சில நாட்கள் இருக்கும்போதே இந்தத் தடவை எத்தனை போட்டி பார்க்க முடியுமோ அத்தனையும் பார்த்துவிடுவது என்று தீர்மானித்தேன். நான் தொடர்ந்து கால்பந்து விளையாட்டுகள் பார்ப்பவனல்லன். இப்போ அதன் விதிகளை எல்லாம் மாற்றிவிட்டார்கள். மஞ்சள் அட்டை, சிவப்பு அட்டை என்று கொடுக்கிறார்கள். ஒரு சப்பாத்து நீளம் முன்னுக்கு நின்றால்கூட நடுவர் *offside* என்கிறார். ஒரு நாட்டு விளையாட்டுக் குழு சேர்த்த மஞ்சள், சிவப்பு அட்டைகளைத் திருப்பி எடுத்துப்போகத் தனியாக ஒரு பை தேவை என்று கூறுகிறார்கள். என் நண்பன் சொல்கிறான் சில நடுவர்களுக்கும் மஞ்சள் அட்டை கொடுக்கவேண்டும் என்று. இப்படி பல சிக்கல்கள் இருந்தாலும் பழைய அனுபவங்களையும் புதிய அறிவுகளையும் வைத்து ஒருமாதிரி போட்டிகளைப் புரிந்துகொள்ளலாம் என்று நான் எண்ணியிருக்கிறேன்.

ஆறு கண்டங்களில் இருந்து நாலு வருடங்களாக அரித்து, அரித்து எடுத்த 32 நாடுகள் இறுதிப் போட்டிகளில் ஜேர்மனியில் கலந்துகொள்ளும். இந்த நாலு வருடங்களில் நடந்த போட்டிகளை 200 லட்சம் பேர் மைதானங்களில் நேரடியாகப் பார்த்திருக்கிறார்கள். டிவிக்களில் பார்த்தவர்கள் கணக்கில் சேரவில்லை. யூன் 9ஆம் தேதி போட்டி தொடங்கி, யூலை 9ஆம் தேதி முடிவுக்கு வரும். இது 18ஆவது உலகக் கோப்பை . இதுவரை 17 உலகக் கோப்பைகள் நடந்து முடிந்திருக்கின்றன; பிரேஸில் 5, ஜேர்மனி 3, இத்தாலி 3, ஆர்ஜெண்டினா 2,

உருகே 2, இங்கிலாந்து 1, பிரான்ஸ் 1 என்று இதுவரை வெற்றி பெற்றிருக்கின்றன. இம்முறை ஜேர்மனி வெற்றிபெறும் என்றும் சிலர் பிரேஸிலை விழுத்த முடியாது என்றும் கூறுகிறார்கள்.

இந்தப் போட்டிகளில் எனக்கு விளங்காத பல அம்சங்கள் இருந்தன. எப்பொழுது ஒருவர் எதிர் டீம் ஆளை இடித்து விழுத்தினாலும் அவர் உடனே நடுவரிடம் போய்க் கெஞ்சத் தொடங்குவார். தனக்கு மஞ்சள் அட்டை கிடைக்கக் கூடாதென்று பிரார்த்திப்பார். அவர் எவ்வளவுதான் கெஞ்சினாலும் நடுவர் மனம் மாறுவதில்லை. அவருடைய தீர்ப்பு தீர்ப்புதான். இருந்தாலும் இவர் கெஞ்சுவதை நிறுத்துவதில்லை. நடுவரும் கெடுபிடியை நிறுத்துவதில்லை.

ஒருவர் தலை குப்புற விழுந்தவுடன் உயிர் போய்விட்டது போல வயிற்றைப் பிடித்துக்கொண்டு சுழலுவார். உருளுவார். ஓவென்று சத்தமிட்டு அலறுவார். எல்லோரும் அவரைச் சுற்றிக் கூடிவிடுவார்கள். நடுவர் எதிராளிக்குத் தண்டனை கொடுத்ததும் வேதனையில் துடித்துக் கிடந்த வீரர் துள்ளி எழுந்து விளையாட்டில் கலந்துகொள்வார். விளையாட்டில் இப்படி அப்படி இருந்தாலும் நடிப்புக் கலையில் வீரர்கள் எல்லோரும் ஜொலித்தார்கள்.

இன்னும் பெரிய குழப்பம் என்னவென்றால் இந்த வீரர்கள் அணியும் ஜேர்ஸி. இவர்களுடைய நாட்டின் கொடிக்கும், இவர்கள் போடும் ஜேர்ஸி கலருக்கும் சம்பந்தமே இல்லை. விளையாடும் நாட்டின் பெயரையும் அதன் கொடி வர்ணத்தையும் அவர்கள் போட்ட கோலின் தொகையையும் டிவி மூலையில் காட்டிக் கொண்டே இருப்பார்கள். நீங்கள் ஆரம்பத்தில் இருந்து பார்த்தால் ஒழிய இடையிலிருந்து தொடங்கினால் எந்த டீம் எது என்று கண்டுபிடிப்பதற்கிடையில் இடைவேளை வந்துவிடும். இவர்கள் சும்மா உட்கார்ந்து பார்த்துக்கொண்டிருக்கிறார்கள்தானே, இவர்களுடைய மூளைக்குக் கொஞ்சம் வேலை கொடுப்போம் என்று தொலைக்காட்சிக்காரர்கள் தீர்மானித்ததுபோலவே இது இருக்கிறது.

உதாரணம் ஜெர்மனி, போலந்து போட்டி. ஜெர்மன் கொடியின் வர்ணம் கறுப்பு, சிவப்பு, மஞ்சள். போலந்தின் வர்ணம் சிவப்பு, வெள்ளை. இந்த இரண்டு அணியில் வெள்ளை ஜேர்ஸி போட்டு ஆடுபவர்கள் போலந்து அணியாகத்தானே இருக்க வேண்டும், இல்லை. அது ஜேர்மனி. ஆகவே ஆட்டம் தொடங்கி பதினைந்து நிமிடங்களுக்குப் பிறகுதான் பலர் எந்த டீம் என்ன உடை மாட்டியிருந்தார்கள் என்பதைக் கண்டுபிடிக்க முடிந்தது.

ஒருமுறை நானும் மனைவியும் ஸ்பானிஷ் மொழி வர்ணனையில் ஒரு போட்டியைப் பார்த்து முடித்தோம்.

போட்டி முடியும் வரைக்கும் எது எந்த நாடு என்பது மர்மமாகவே மறைக்கப்பட்டது. இறுதியில் அவ்வளவு நேரமும் நாங்கள் இருவருமே எதிர் அணிக்கு ஆதரவாகக் கைத்தட்டிச் சத்தம் போட்டிருக்கிறோம் என்பது தெரியவந்தது.

இவர்கள் பயிற்சியில் முக்கியமானது காலில் பந்து கிடைத்தால் அதை எதிராளியிடம் விட்டுக்கொடுக்கக் கூடாது என்பதுதான். உயிரைக் கொடுத்தாலும் பந்தைத் தங்கள் பிடிக்குள் வைத்திருப்பார்கள். பந்து கால்களுக்குள் இருந்த நேரத்தைக் கணித்து அடிக்கடி டிவியில் புள்ளிவிவரமாகத் தருகிறார்கள். அதில் என்ன பிரயோசனம், வெற்றி தோல்வி அவர்கள் போட்ட கோல்களை வைத்தே தீர்மானிக்கப்படுகிறது. அதிக நேரம் பந்து வைத்திருந்தவர்களுக்குப் பந்தை கோலாக மாற்றத் தெரிய வில்லை; குறைந்த நேரக்காரர்கள் கோல் போட்டு வெற்றியைக் கைப்பற்றியிருக்கிறார்கள்.

ராவணேஸ்வரன்போல உயர அடிப்பவர்களுக்கு உலகக்கோப்பையில் மவுசே இல்லை; அவரை டீமிலேயே சேர்க்கமாட்டார்கள். அவர் அடிக்கும் பந்து பூமிக்கு வந்து சேர்வதற்கிடையில் எதிர்க்கட்சி எல்லாம் திரண்டு வந்துவிடும். ஆகவே வேகம் முக்கியமான அம்சம், உயரம் அல்ல.

தன்படை வெட்டிக் கொல்லுதல், *friendly fire* என்பது போலக் கால்பந்தாட்டத்திலும் இருக்கிறது. இங்கிலாந்து அணியும் பராகுவே அணியும் இரண்டாம் நாளே போட்டியில் மோதிக்கொண்டார்கள். இங்கிலாந்து அணி 1–0 என்று வென்றது. அந்த கோலைப் போட்டது இங்கிலாந்தின் லம்பார்ட் அல்ல, ரூனி அல்ல, ஜோஜோ அல்ல, எதிர் அணியைச் சேர்ந்த கார்லோஸ் கமரா. இவர் இந்த கோலைப் போட்டிருக்கா விட்டால் இங்கிலாந்தின் கதி என்னவாகியிருக்குமோ தெரியாது. கார்லோஸ் செய்த சேவைக்கு இங்கிலாந்தின் அரசி அவருக்கு 'சேர்' பட்டம் கொடுப்பார் என்று பேசிக்கொள்கிறார்கள்.

பிரேஸில் விளையாடிய முதல் போட்டியைப் பார்த்து திடுக்கிட்டவர்களில் நானும் ஒருவன். எல்லோருடைய நாவும் உச்சரித்தது 'ரொனால்டோ, ரொனால்டோ' என்பதுதான். ஹலோவீனுக்கு வளர்த்த பூசணிக்காய்போல இவர் உருண்டு உருண்டு ஓடினார். இவர் காலில் பந்து படாதபோது சனங்கள் 'ஆ, ஆ' என்று கத்தினார்கள்; பட்டபோதும் 'ஆ, ஆ' என்று கத்தினார்கள். ஆறறிவு படைத்த இவரை ஓரறிவுகூட இல்லாத பந்து முந்தி ஓடியது. எல்லாக் காலத்துக்கும் உலகத்து உதை பந்தாட்ட மன்னர் பிரேஸில் நாட்டு வீரர் 'பெலே' என்பது அனைவரும் ஒப்புக்கொள்ளும் உண்மை. உலகக் கோப்பை

போட்டிகளில் அவர் போட்ட கோல்களிலும் அதிகமாக ரொனால்டோ போட்டுவிட்டார். இன்னும் ஒரேயொரு கோல் போட்டால் ஜேர்மன் வீரர் முல்லரின் சாதனையை முறியடித்துவிடுவார். அவர் அப்படிச் செய்வதை இந்தக் கண்களினால் பார்ப்பதற்கு நான் காத்திருக்கிறேன். பந்துக்கும் காலுக்கும் இடையேயான தூரம் குறைந்தவுடன் அவர் இந்தச் சாதனையைச் செய்துமுடிப்பார் என்றே நினைக்கிறேன்.

சு.ரா ஒரு சிறுகதை எழுதியிருக்கிறார். இரண்டு பள்ளிக்கூட விளையாட்டுக் குழுக்களுக்கிடையில் நடக்கும் கால்பந்தாட்டப் போட்டி. விளையாட்டு ஆரம்பிக்க முன் எதிர் தரப்பு காப்டன் அவர்கள் தலைமையாசிரியரிடம் வருவான். 'ஃபாதர், எவ்வளவு கோல் கொடுக்கவேணும்.' (கவனியுங்கள், 'போடவேணும்' அல்ல. 'கொடுக்கவேணும்.' அதாவது அவர்கள் கொடுக்கும் கோல்களை இவர்கள் மூட்டை கட்டி வீட்டுக்கு எடுத்துப் போவார்கள்). ஃபாதர் பதிலாக 'ஒன்பது' என்று சொல்வார். அவர்களும் சரியாக ஒன்பது கோல்கள் ஒரு கோல் குறையாமல், ஒரு கோல் கூடாமல் போட்டு வெற்றியைத் தட்டிக்கொண்டு செல்வார்கள்.

ஆனால் உலகக் கோப்பை விளையாட்டில் இப்படி எல்லாம் முதலிலேயே தீர்மானித்து கோல்போட முடியாது. ஆடம்பரமாக வந்தவர்கள் சடசடவென்று சரிந்தார்கள். எதிர்பாராதவர்கள் கோல் போட்டார்கள். இவர்தான் வெல்வார், இவர்தான் தோற்பார் என்று எவராலுமே சொல்லமுடியாது. அதுவே, நிசமான போட்டியாவும் இருக்கும்.

இந்தப் போட்டிகள் நடைபெறுவதற்கு ஜேர்மன் நாடு தெரிவானதே ஒரு கதை. தென் ஆப்பிரிக்காவுக்கும் ஜேர்மனிக்கும் இடையில் கடுமையான போட்டி. தேர்வாளர்கள் கூடி வாக்களிக்கும் சமயம் பத்திரிகையாசிரியர் ஒருவர் வம்புக்காக ஜாக் டெம்சி என்ற தேர்வாளருக்கு ஒரு கடிதம் அனுப்பிவைத்தார். 'ஐயா, நீங்கள் ஜெர்மனிக்கு உங்கள் வாக்கை அளித்தால் ஒரு குயில்கூவும் மணிக்கூட்டை உங்களுக்குப் பரிசாகத் தருவோம்.' டெம்சி பாவம் நடுங்கிவிட்டார். லஞ்சக் குற்றச்சாட்டில் எங்கே மாட்டிவிடுவோமோ என்று பயந்து அவர் வாக்களிக்கவே இல்லை. அவர் அளித்திருந்தால் தென் ஆப்பிரிக்கா வென்றிருக்கும். ஒரு பத்திரிகையின் விஷமம் ஜேர்மனிக்கு வெற்றி பெற்றுக் கொடுத்த செய்தி இப்போது தெரியவந்திருக்கிறது.

ஒலிம்பிக்கை யார் பார்ப்பார்கள், கால்பந்தை யார் பார்ப்பார்கள் என்று ஒருவரிடம் கேட்டபோது அவர் 'உலகமும் அவர்கள் மனைவியரும் பார்ப்பது ஒலிம்பிக்ஸ்; உலகமும்,

சமையல்காரனும், திருடனும், அவன் மனைவியும், அவள் காதலனும் பார்ப்பது உலகக்கோப்பை' என்று சொன்னாராம். அது முற்றிலும் உண்மையாகவே தெரிகிறது. உலகக் கோப்பையில் அமெரிக்கா பங்கெடுத்தாலும் அமெரிக்க மக்களுக்கு இதில் ஆர்வமில்லை. என் நண்பர் சொல்கிறார், அமெரிக்கர்களுக்கு விளம்பரம் முக்கியம் என்று. பேஸ்போலில் இருப்பதுபோல கால் பந்தாட்டத்திலும் ஒன்பது இடைவேளைகள் இருந்தால்தான் இது பிரபலமாகும். கால்பந்தாட்டம் மக்களை எப்படிப் பிரிக்கிறதோ அப்படியே ஒன்றுசேர்க்கிறது. 17 விதிகளுக்குக் கட்டுப்பட்டு உலக நாடுகள் விளையாடும் இந்த அற்புதமான விளையாட்டில் ஆசிய நாடுகளும் அமெரிக்காவும் தங்கள் பங்களிப்பைக் கூட்டினால் இன்னும் சிறப்பாக நடைபெறும்.

உலகக் கோப்பை விளையாட்டு வீரர்கள் பிரபலமான அளவுக்கு அவர்கள் மனைவிகள், காதலிகள், காதலிக்கக் காத்திருப்பவர்களும் பிரபலப்படுகிறார்கள். இனி இல்லையென்று உடலை முறித்து விளையாடும் இங்கிலாந்து காப்டன் பெக்கம் மீது எவ்வளவு வெளிச்சம் விழுகிறதோ அதே அளவுக்குச் சாய்ந்திருந்து, காலுக்குமேல் கால் போட்டு, கறுப்புக் கண்ணாடி அணிந்து வந்திருக்கும் பெக்கமின் மனைவி விக்டோரியா மீதும் விழுகிறது. இவர் முன்னாள் *Spice Girls* பாடகி, பிரபலமான மொடல். இவர் இங்கிலாந்திலிருந்து 60 கறுப்புக் கண்ணாடிகள் கொண்டுவந்திருக்கிறாராம். ஒருநாள் அணிந்த கண்ணாடியை இன்னொரு நாள் போட்டிக்கு அணியமாட்டார். இவருடைய கறுப்பு கண்ணாடி தீருமட்டுமாவது இங்கிலாந்து டீம் நின்றுபிடிக்க வேண்டும். அல்லது அவ்வளவு கண்ணாடியும் பாழ்.

இந்தக் கட்டுரை எப்போது வெளிவருமோ தெரியாது. இறுதி ஆட்டம் 9 யூலை அன்று நடக்கும். அதற்கு முன்னும் இந்தக் கட்டுரை வெளியாகலாம், பின்னும் வெளியாகலாம். ஆனால், அந்த ஆட்டத்தை நான் பார்ப்பேனா தெரியவில்லை. மொன்ரியோலில் உள்ள ஒரு மலைப்பாங்கான கிராமத்தில், டிவி வசதி இல்லாத ஓர் இடத்தில், அப்பொழுது நான் தங்கி இருப்பேன். இந்த இடத்தை புக் செய்யும்போது இறுதி ஆட்டத்தை நான் கணக்கில் எடுக்கவில்லை, எப்படியோ தவறிவிட்டது. ஆகவே அதைப் பார்ப்பேன் என்பது இந்தக் கணம்வரைக்கும் உறுதி இல்லை.

இறுதி ஆட்டம் நடக்கும் அன்று 100 கோடிக்கு மேலே உலகமெங்கும் சனங்கள் தொலைக்காட்சியில் உடனுக்குடன் அந்தத் தருணத்தைக் கண்டு களிப்பார்கள். பிரேஸிலோ, ஆர்ஜண்டினாவோ, ஜேர்மனியோ, குட்டி போர்ச்சுக்கல்லோ இன்னும் வேறு ஒரு நாடோ போடப்போகும் ஒரு கோலினால்

ஆட்டம் முடிவுக்கு வரும். அதைப் போடும் கால் கடவுளின் காலாக இருக்கும்.

என் நண்பர் வாக்கு தந்திருக்கிறார். எந்தப் பாடுபட்டாவது எனக்கு உலகக் கோப்பை இறுதி ஆட்டத்தைக் காட்டுவதாக. அவர் எங்கே போவாரோ, என்ன செய்வாரோ, எப்படி டிவி ஒன்றை உண்டாக்குவாரோ தெரியாது. மொழி தெரியாத ஊரில் யாரைப் பிடிப்பாரோ, விளையாட்டு வீரர்கள் நடுவரிடம் கெஞ்சுவதுபோல எவரிடம் கெஞ்சுவாரோ, அதுவும் தெரியாது. அவர் முயற்சியில் ஒரு டிவி கிடைத்தாலும் கிடைக்கலாம். அப்படிக் கிடைத்தால் அது 'கடவுளின் டிவி'.

7

தோற்றவர் வரலாறு

புது வருடம் 2013 பிறந்த பின்னர் நான் படித்த முதல் புத்தகம் ‘வன்னி யுத்தம்.’ 336 பக்கங்கள் கொண்ட இந்தப் புத்தகத்தைக் கீழே வைக்க முடியாமல் படித்து முடித்தேன். இதை எழுதியவர் பெயர் ‘அப்பு’. வன்னி யுத்தத்தின் ஆரம்பத்திலிருந்து இறுதிவரை அவர் மயிரிழையில் உயிர் தப்பிய பல சம்பவங்களையும், போரினால் நாளுக்கு நாள் மக்கள் பட்ட அவஸ்தைகளையும் ஒளிவுமறைவின்றிப் பதிவு செய்துகொண்டே போகிறார். ஒரு தினக்குறிப்பு போல அன்றன்று ஏற்பட்ட இடப்பெயர்வுகளை யும், கிடைத்த தகவல்களையும் தவறவிடாமல் முழு விவரங்களுடன் எழுதியிருக்கிறார். பல இடங்களில் இரண்டாம் உலகப்போரில் டைரி எழுதிவைத்த யூதச் சிறுமி ஆன் ஃபிராங்கின் நாட்குறிப்பு போலவே இருக்கிறது.

இந்தப் புத்தகத்தைப் படித்து முடிக்கும்போது வரலாற்றுப் பிதாமகர் ஹெரொடோரஸ் 2500 வருடங்களுக்கு முன்னர் எழுதி வைத்தது ஞாபகத் திற்கு வந்தது. அவர் எழுதிய வரலாறு ஒன்பது பெரும் பாகங்கள் கொண்டது. 9வது அத்தியாயத்தில் கடைசிக் கடைசியாக ஒரு சம்பவம் சொல்லப் பட்டது. பாரசீகத்தின் பேரரசன் சைரஸிடம் ஒரு கேள்வி கேட்டார்கள். அரசனுக்கு எப்படிப்பட்ட நாடு பிடிக்கும்? கரடுமுரடான கற்கள் நிறைந்த நாடா அல்லது பசுமையான நிலமுள்ள நாடா? அதற்கு மாமன்னர் சொன்னார். ‘கரடுமுரடான நிலமுள்ள நாடுதான். அதிலேதான் போர் வீரர்கள்

உருவாகுவார்கள். பசுமையான நிலம் விவசாயிகளை உண்டாக்கும். போர்வீரர் உள்ள நாடு மற்றவர்களை அடிமைப்படுத்தும். ஒரு போர்வீரன் சுகபோகமாக வாழ்வதற்குக் கடுமையாக உழைப்பது பக்கத்து நாட்டு விவசாயிதான்.' எத்தனை பெரிய உண்மை. பலம் வாய்ந்த ஒரு நாடு, ஒரு மக்கள், ஓர் இனம் வாழும். பலவீனமானவர் அடிமையாக்கப்படுவர்.

போர் தொடங்கியபோது அதன் திசை இப்படி இருக்கும் என மக்களால் ஊகிக்கமுடியவில்லை. நூலை எழுதிய ஆசிரியரும் அவர் மனைவியும் மக்களுடன் மக்களாக எட்டுத் தடவை இடம் பெயர்கிறார்கள். யுத்த ஆரம்ப காலத்தில் நடந்ததை ஆசிரியரே விவரிக்கிறார். 'ஒருநாள் இரவு 1 மணி அளவில், அனைவரும் ஆழ்ந்த தூக்கத்தில் இருந்தோம். திடீரென 2 கிபிர் விமானங்கள் பயங்கரமான சத்தத்துடன் எங்களது இருப்பிடத்தை வட்டமிட ஆரம்பித்தன. வழமையாகவே கிபிர் விமானங்களின் சத்தம் மிகவும் பயங்கரமானதாக இருக்கும். நள்ளிரவு நேரம் என்பதால் கிபிர் சத்தம் ரத்தத்தையே உறைய வைத்தது. எனது துணைவி அலறியடித்துக்கொண்டு என்னை எழுப்பினாள். நான் எழுந்து என் மனைவியின் முகத்தைப் பார்த்தபோது அச்சத்தால் அவளது முகம் பேயறைந்ததுபோல இருந்தது. என்னுடன் அந்தக் கிராமத்தில் எஞ்சியிருந்த இரு குடும்பத்தினரும் அலறியடித்துக்கொண்டு வெளியே ஓடினர். விமானங்களின் சத்தமோ நாங்கள் இருந்த பொது மண்டபத்தை நோக்கி வருவதுபோல மிகவும் சத்தமாகப் பதிந்து வந்தது.'

இப்படித்தான் புத்தகம் முழுவதும் சம்பவங்களின் வர்ணனைகள் இருக்கும். வீட்டில் இருந்து ஒருவர் வெளியே போனால் வீட்டில் உள்ளவர்கள் அவரை நினைத்தபடியே இருப்பார்கள். அவர் திரும்பி வருவது நிச்சயமில்லை. வெளியே போனவரும் வீட்டையே நினைத்துக்கொண்டிருப்பார். சில வேளைகளில் அவர் திரும்பும்போது அங்கே வீடு இராது. குண்டு விழுந்து எரிந்து போயிருக்கும். காயப்பட்டவர்களின் கதறல் தொடர்ந்து ஒலிக்கும். அங்கங்கே இயக்கக்காரர்கள் மக்களை வைத்தியசாலைக்கு எடுத்துச்சென்று உதவுவர். ஒருமுறை புலிகள், ஆழ ஊடுருவும் படையைச் சேர்ந்த இரண்டு சிங்கள ராணுவ வீரர்களைக் கைதுசெய்து வைத்தியசாலையில் அனுமதித்திருந்தார்கள். அவர்களைப் பராமரிக்கச் சிங்களம் தெரிந்த ஓர் ஐயாவையும் ஏற்பாடு செய்தனர். ஒருநாள் அந்த ஐயா தான் அன்புடன் பார்த்த ராணுவ வீரனிடம் 'ஒருவேளை நான் உன் ஊருக்கு வந்தால் நீ எனக்கு என்ன தருவாய்?' என்று கேட்டிருக்கிறார். அதற்கு அவன் 'நீ ஒரு தமிழன். நீ என் ஊருக்கு வந்தால் உன்னை நான் சுடுவேன்' என்று வன்மத்துடன் பதில் சொன்னான்.

இப்படி பல சம்பவங்கள். கணவன், மனைவி ஆகிய இவர்களுடன் வெளிநாட்டிலிருந்து வந்து இவர்களோடு சேவை செய்த ஐயா ஒருவரும் இருந்தார். அவருக்குச் சாதாரணமாகத் தொடங்கிய காய்ச்சல் தீவிரமாகியது. இவர்களையே நம்பியிருந்த ஐயாவின் காய்ச்சலைக் குணப்படுத்த வைத்தியசாலைக்கு எடுத்துச் செல்ல எவ்வளவு முயன்றும் அம்புலன்ஸ் வண்டியில் இடம் கிடைக்கவில்லை. அன்றிரவு முழுக்க ஐயா தன் மனைவி பற்றியே ஆசிரியரிடம் பேசினார். உறங்கவில்லை. காலை நாலரை மணியளவில் ஆசிரியரின் மனைவி எழுந்து தேநீர் போட்டுக்கொண்டு வந்தார். ஆசிரியர் தூக்கக் கலக்கத்தில் கட்டிலின் கீழ் படுத்துவிட்டார். ஐயா தேநீர் வேண்டாம், தனக்கு சோடா தரும்படி கேட்டு அதைப் பருகும்போது 'யேசுவே' என்று அரற்றினார். சைவசமயத்தைச் சேர்ந்த ஐயா ஏன் 'யேசுவே' என்று சொன்னார் என்பது ஆசிரியருக்கும் தெரியவில்லை அவர் மனைவிக்கும் புரியவில்லை. முதல் நாள் இரவு ஐயா சொன்ன கதை ஆசிரியருக்கு நினைவுக்கு வந்தது. மணமுடித்த புதிதில் மனைவியைப் பாடச் சொன்னபோது அவர் பாடிய பாட்டு 'எல்லாம் யேசுவே. எமக்கெல்லாம் யேசுவே.' ஒரு வேளை அந்த நினைவாக இருக்கலாம் என ஆசிரியர் எண்ணிக்கொண்டு ஐயாவை எழுப்பினார். அவர் 'யேசுவே' என்று சொன்னதே கடைசி வார்த்தை. சிகிச்சை கிடைக்காமல் ஒரு சாதாரணக் காய்ச்சலில் அவர் இறந்துபோனார்.

ஒருநாள் ஆசிரியர் ஒரு முக்கியமான விசயமாக அரசியல் பொறுப்பாளர் பா. நடேசனைச் சந்திக்கப் போனார். அவருடன் பேசிக்கொண்டு இருந்தபோது அவருக்கான காலை உணவு வந்தது. தனது காலை ஆகாரத்தில் ஆசிரியரையும் பங்குகொள்ளச் சொல்லி நடேசன் பாத்திரத்தைத் திறந்தார். அதில் கஞ்சி இருந்தது. கஞ்சியா என்று ஆசிரியர் ஆச்சரியப்பட்டார். ஏனென்றால் அவர் வீட்டில் அன்று காலை ரொட்டியும் பருப்பும் சாப்பிட்டிருந்தார். அது வசதியானவர்களின் உணவு. ஆசிரியர் தான் காலைச் சாப்பாடு முடித்ததைச் சொல்லாமல் நடேசனின் மனம் கோணாமல் உப்பில்லாத அந்தக் கஞ்சியை அவருடன் பகிர்ந்துகொண்டார்.

வட்டுவாகல் என்ற இடத்தில் ஆசிரியரும் மனைவியும் வாகனம் ஒன்றில் இடம்பெயர்ந்துகொண்டிருந்தார்கள். வரிசையாக வாகனங்கள் ஊர்ந்தபோது எறிகணை வந்து வீழ்ந்து வெடித்து வாகனம் ஒன்று எரியத் தொடங்கியது. காயப்பட்டவர்களைத் தூக்கிக்கொண்டு உறவினர் ஓடினர். வாகனங்கள் முன்னுக்கோ பின்னுக்கோ நகர முடியாத நிலை. அப்பொழுது ஆசிரியர் கண்ட காட்சி ஒன்று அவரைத் திடுக்கிட வைத்தது. ஒரு தேநீர்க் கடைக்குப் பின்னால் இருந்த கொட்டிலின்

வாசலில் ஓர் அம்மாவும் 15 வயது மதிக்கத்தக்க சிறுமியும் உரலில் ஏதோ இடித்துக்கொண்டிருந்தார்கள். பக்கத்தில் ஒரு பெண் சுளகில் புடைத்தபடி இருந்தார். அந்த மூவரையும் சுற்றி இரண்டு ஆண்கள், ஒரு பெண் கதைத்துக்கொண்டு நின்றார்கள். இங்கே வாகனத்தில் குண்டு விழுந்து வெடித்ததும், எரிந்ததும் அவர்களில் ஒரு மாற்றத்தையும் கொண்டுவரவில்லை. தொடர்ந்து இடித்துக்கொண்டும் கதைத்துக்கொண்டும் இருந்தார்கள். போரின் கடைசிக் கட்டத்தில் சனங்களுக்கு எல்லாமே பழகி விட்டது. குண்டு விழுவதோ ஆட்கள் சாவதோ ஒன்றும் பெரிய விசயமே இல்லை. அவர்கள் தங்கள் வேலையில் கவனமாக இருந்தார்கள். திரும்பிக்கூடப் பார்க்கவில்லை.

அடுத்த கணம் என்ன நடந்ததென்று ஆசிரியர் தன் வார்த்தையில் கூறுகிறார். 'திடீரென எங்கிருந்தோ ஓர் எறிகணை சீறிக்கொண்டு வந்து உரலில் இடித்துக்கொண்டு இருந்தவர்கள் மத்தியில் வீழ்ந்து வெடித்தது. என் கண்ணுக்கு முன்னால் இருந்த 6 பேரும் அப்படியே வீழ்ந்தார்கள். அவர்களது தறப்பாள் கொட்டிலுக்கு முன்னால் இருந்த தேநீர்க் கடை வாசலில் நின்றவர்கள் அப்படியே பின்வளமாக வீழ்ந்தார்கள்.' போரின் போது நடக்கும் சம்பவங்கள் மற்ற நேரத்தில் நினைத்துக்கூடப் பார்க்க முடியாதவை. ஒரு குடும்பத்தில் மூன்று பிள்ளைகள் இருப்பார்கள். ஒரு பிள்ளைக்கு மோசமான காயம் பட்டு அவன் சாவை எதிர்நோக்கியிருப்பான். அந்தச் சிறுவனைக் காப்பாற்றினால் மற்ற இரண்டு குழந்தைகளையும் காப்பாற்ற முடியாமல் போய்விடும். காயம்பட்ட அந்தச் சிறுவன் 'அம்மா அம்மா' என்று கதறி அழ அவனை அந்த இடத்திலேயே விட்டுவிட்டு மற்ற குழந்தைகளைத் தூக்கிக்கொண்டு பெற்றோர் ஓடிப்போன சம்பவங்களும் நடந்தன.

போர் இறுதிக் கட்டத்தை எட்டிவிட்டது. ஆசிரியரும் மனைவியும் தங்குவதற்கு இடம்தேடி அலைகிறார்கள். ஒரு பதுங்கு குழி, யாரோ வெட்டியது வசதியாக அமைந்தது. அதை நெருங்குகிறார்கள். அந்தப் பதுங்கு குழிக்கு முன்னால் நடுத்தர வயது மதிக்கத்தக்க உயிரற்ற உடல் ஒன்று நீட்டி நிமிர்ந்து கிடந்தது. பிணங்களோடு படுத்துறங்கி, பிணங்களுக்கு மத்தியில் வாழ்ந்துகொண்டு இருந்த அவர்களுக்கு அந்தப் பிணம் ஒரு பிரச்சினையாகவே தெரியவில்லை. அந்தப் பதுங்கு குழியைத் தமதாக்கிக்கொள்கிறார்கள். ஒரு பெரிய பங்களா தங்குவதற்குக் கிடைத்ததுபோல மகிழ்ச்சி.

17.05.2009 காலை 8.30 மணி அளவில் ஆரம்பமான சண்டை 18.05.2009 காலை 7.00 மணிக்கு முடிவுக்கு வந்தது. அன்றுதான் கணவனும் மனைவியும் ராணுவக் கட்டுப்பாட்டிற்குள்

நுழைந்தார்கள். ஆசிரியருக்குத் தொடையிலே குண்டு பட்டு நடக்கமுடியாத நிலைமை. அவர்களுடன் மூன்று இளம் பெண் களும் தோள்மூட்டில் பலமான காயம்பட்ட இளைஞனும் சேர்ந்துகொண்டார்கள். பார்த்தவுடன் அவர்கள் போராளிகள் என்பது தெரிந்தது. இந்த இடத்தில் ஆசிரியர் இப்படிக் கூறுகிறார்.

'மதியம் 1.30 மணி இருக்கும். திடீரென எங்களை நோக்கி அப்படியே படுத்துக் கிடக்குமாறு சிவில் உடையில் இருந்த ராணுவ வீரன் கட்டளையிட்டான். கிடந்தோம். எல்லோரும் வரிசையாக நின்று மேல் நோக்கித் துப்பாக்கியால் சுடத் தொடங்கினர். இரண்டு நிமிடங்கள் வரை தொடர்ந்து சுட்டுக்கொண்டு இருந்தவர்கள் என் அருகே வந்து 'உங்கட சாமி பிரபாகரன் மரணுவ' என மகிழ்ச்சியுடன் கூறினார்கள். 'அண்ணையை உவங்கள் மயிரைத்தான் சுடுவான்கள்' என்று எனக்குப் பக்கத்தில் படுத்துக் கிடந்த இளைஞன் எனக்கு மட்டும் கேட்கும்படி மிக ரகசியமாக கூறினான். நான் எதுவும் பேசாமல் படுத்துக் கிடந்தேன்.'

ராணுவக் கட்டுப்பாட்டுக்குள் வந்த பின்னர் ஆசிரியர் பல இடங்களில் அவமானப்படுகிறார். அடிமைப் படுத்தப்பட்டவர்கள் அவமதிப்புகளைத் தாங்கித்தானே ஆக வேண்டும். ஒரு வாய் சோற்றுக்கும், மிடறு தண்ணீருக்கும் வென்றவர்களிடம் கையேந்தி நிற்கும் அவலமான நிலையை எண்ணுகிறார். சேரமான் கணைக்கால் இரும்பொறை என்ற மன்னன் போரிலே சோழனிடம் தோற்றுவிடுகிறான். அவனைச் சிறையிலே அடைத்துவிடுகிறான் சோழன். கணைக்கால் இரும்பொறை தன் அவலத்தைப் பாடலாக (புறநானூறு 74) எழுதிவிட்டிருக்கிறான். 'சங்கிலியில் கட்டிவைத்த நாய்போல, வயிற்றுத்தீ தணிய ஒரு வாய் தண்ணீருக்காக இரந்து நிற்கும் இழிநிலையை அடைந்தேன், உலகத்தீரே' என்று தன் கேவலமான நிலையைப் பதிவுசெய்கிறான் தோற்றுப்போன அரசன்.

வென்றவர்களின் வரலாறுதான் பேசப்படும். தோற்றவர்கள் ஒன்றையும் எழுதி வைப்பதில்லை. இந்தப் புத்தகம் தோற்றவர் களின் வரலாறு. இதுபோல இன்னும் 100 புத்தகம் வர வேண்டும். சேரமானின் வயிற்றுத்தீ 2000 வருடங்களாகக் கனன்று எழுவது போல இந்த வரலாறும் மக்களின் மனதில் எரிந்துகொண்டே நிற்கும்.

8

அபாயத்தைத் தேடுவோர்

நான் சிறுவனாயிருந்தபோது எங்கள் கிராமத்தில் ஒருவர் தட்டச்சு மெசினில் வேலை செய்வதைப் பார்த்திருக்கிறேன். அவருடைய விரல்கள் பரபரப்பாக இயங்கும். ஓங்கி உயர்ந்து விசைகளைத் தட்டும். அதிலே செருகியிருக்கும் பேப்பர் ஒவ்வொரு வரியாக உயரும். உருளை இடது பக்க எல்லையை அடைந்ததும் மறுபடியும் வலது பக்கம் தள்ளிவிட்டு வேகமாக அடிப்பார். ஒவ்வொரு எழுத்தும் பேப்பரில் விழுந்து வார்த்தையாக மாறும். சிலசமயம் எழுத்துகள் தப்பாக விழுந்து வேறு வார்த்தையாகிவிடும். அப்பொழுது அந்த எழுத்துகளுக்கு மேலே XXXXX என்று அடித்து அந்த வார்த்தையை இல்லாமலாக்கிவிடுவார். எந்தக் காரியமானாலும் ஏதாவது தப்பு ஏற்பட்டால் அதைத் திருத்துவதற்கு ஒரு வழி இருக்கும்.

ஆனால் சில ஆபத்தான பொழுதுபோக்கு விளையாட்டுகள் இருக்கின்றன. அவற்றிலே ஏதாவது தப்பு ஏற்பட்டால் அவற்றைத் திருத்துவதற்கு வாய்ப்பே கிடைக்காது. பாரசூட்டில் இருந்து குதிப்பவர் ஒரேயொரு சின்னப் பிழைவிட்டாலும் அவர் உயிர் போய்விடும். மலை ஏறுபவர் ஒரு கல்லிலே கையைப் பிடித்துத் தொங்கிக்கொண்டு அடுத்த கல்லுக்குத் தாவுவார். அதிலே ஏற்படும் ஒரு சின்னத் தவறு அவர் உயிருக்கு ஆபத்தானதாக முடிந்துவிடும். பனிச்சறுக்கு விளையாட்டில் எட்டும் வேகம் நம்பமுடியாதது. உலக சாதனை மணிக்கு 151 மைல் வேகம். கனடாவில் இந்த வேகத்தில் கார்கூட

ஓட்ட முடியாது. சட்டவிரோதம். இந்த வேகத்தில் சறுக்கும் ஒருவர் சிறு தவறிழைத்தால் அதை அடுத்த சறுக்கலில் திருத்துவதற்கு வாய்ப்பே இல்லை. அவர் உயிரோடு இருக்கமாட்டார். இப்படியான பொழுதுபோக்கு விளையாட்டுகளில் மிகவும் ஆபத்தானது என்று கருதப்படுவது கயாக் படகு ஓட்டம்.

உலகத்தில் வெவ்வேறு துறைகளில் மிக ஆபத்தான சாதனைகள் செய்த உச்சமான பத்துப் பேரின் பெயர்களைச் சமீபத்தில் ஓர் அமெரிக்கப் பத்திரிகை வெளியிட்டிருந்தது. அந்தப் பட்டியலில் காணப்பட்ட சில பெயர்கள்:

பாரசூட்டிலிருந்து குதிப்பது – லோயிக் ஜீன் அல்பெர்ட் இவர் 11,000 தடவை குதித்திருக்கிறார்.

பாறைகளில் ஏறுவது – லின் ஹில் என்ற பெண். இவர் பாறை ஏறுவதில் ஆண்களையும் தோற்கடித்தவர். முப்பதுக்கு மேற்பட்ட சர்வதேச விருதுகள் பெற்றவர். கயிற்றிலே தொங்கியபடி திருமணம் செய்து சாதனை படைத்தவர்.

மலை ஏறுவது – ரெயின்ஹோல்ட் மெஸ்னர். இவர் உலகத்தில் உள்ள 26,000 அடி உயரத்துக்கும் மேலான 14 மலைகளையும் ஏறி வெற்றி கண்டவர்.

தென்துருவத்தை அடைவது – ரொனால்ட் அமண்ட்ஸன் நாய்கள் இழுக்கும் பனிச்சறுக்கு வண்டிகளைப் பயன்படுத்தித் தென்துருவத்தை முதலில் கைப்பற்றியவர்.

கயாக் படகு ஓட்டம் – டக் அம்மன்ஸ்:

உலகத்திலே கயாக் படகு ஓட்டுவதில் அதி திறமை பெற்று முதலாம் இடத்தில் இருக்கும் (Doug Ammons) டக் அம்மன்ஸ் என்பவரைச் சில மாதங்களுக்கு முன்பு எனக்கு அறிமுகப்படுத்தினார்கள். நான் கைகொடுத்தேன். நோபல் பரிசு பெற்றவர், ஒஸ்கார் பரிசு பெற்றவர், ஒலிம்பிக் தங்கம் வென்றவர் இவர்களோடு கைகுலுக்குவதற்கு எனக்குள்ள விருப்பம் சொல்ல முடியாதது. சிலருடன் கைகுலுக்கியிருக்கிறேன். சிலருடன் பேசியிருக்கிறேன். ஏழு பில்லியன் மக்கள் வாழும் இந்தப் பூமியில் ஒருவர் ஒரு துறையில் முதல் இடத்தில் இருக்கிறார் என்றால் அது எத்தனை பெரிய சாதனை.

டக் அம்மன்ஸ் பார்ப்பதற்கு 50 வயதுக்காரர்போலத் தோற்றமளித்தார். ஆனால் அவருடைய வயது அதற்கும் மேலே இருக்கலாம். அகலமான நெஞ்சுதான் முதலில் கண்ணில்படும். கைகளும் கால்களும் உறுதியாகச் சதை உருண்டு வலிமை மிக்கவையாகத் தெரிந்தன. கயாக் படகு ஓட்டக்காரருக்குப்

படகு ஓட்டத் தெரிந்தால் மட்டும் போதாது. மலை ஏறவும், நீந்தவும் தெரிய வேண்டும். இரண்டு பக்கமும் செங்குத்தான மலைகளுக்கு நடுவில் ஓடும் ஆற்றில் படகில்போய் விபத்தில் மாட்டிவிட்டால் நீந்தி அல்லது மலை ஏறித்தான் தப்பமுடியும். 25 வருடங்களாக கயாக் படகு ஓட்டுகிறார். எண்ணற்ற விபத்து களில் உடம்பில் பல எலும்புகள் முறிந்திருக்கின்றன. ஆனாலும் அவருக்கு ஆர்வம் குறைவதாயில்லை. கராத்தேயில் கறுப்பு பெல்ட் வென்றவர். கித்தார் வாசிப்பார். முனைவர் பட்டம் பெற்ற இவர் ஒரு பத்திரிகை நடத்தி நிறைய எழுதவும் செய்கிறார். இவருடைய சாதனைகளைக் கேட்கக் கேட்க ஆச்சரியம்தான் அதிகமாகும்.

'உங்களுக்கு என்னுடன் கயாக் படகுச் சவாரி செய்ய விருப்பமா? நான் கூட்டிப்போகிறேன்' என்றார் டக் அம்மன்ஸ். இப்படித்தான் என் வாழ்க்கையில் ஆக அதிர்ச்சி தந்த அந்த மாலை ஆரம்பமானது. நான் என் மனைவியின் முகத்தைப் பார்த்தேன். பின்னர் மகளின் முகம். மகனின் முகம். அப்ஸராவின் முகம். ஒன்றிலும் பதில் எழுதியிருக்கவில்லை . நானாகத்தான் எதையாவது கண்டுபிடித்துச் சொல்ல வேண்டும். 'எந்த ஆறு?' என்று கேட்டேன். இதைவிட மொக்குத்தனமான ஒரு பதில் கேள்வியை ஒருவர் உருவாக்க முடியாது. ஆற்றின் பெயரை வைத்து நான் என்ன செய்யப்போகிறேன். அதில் எத்தனை எழுத்துகள் என்று எண்ணிக் கூட்டிப்பார்த்து எண்கணித சோதிடப் பிரகாரம் முடிவு எடுக்கப் போகிறேனா?

நல்ல காலமாக அவர் Clark Fork river என்றார். அந்த ஆற்றைக் கண்ணால் கண்டது கிடையாது. ஆனால் கேள்விப்பட்டிருக்கி றேன். அமெரிக்காவின் மூன்றாவது ஜனாதிபதி தோமஸ் ஜெஃபர்ஸன் 200 வருடங்களுக்கு முன்னர் அட்லாண்டிக் சமுத்திரத்திலிருந்து பசுபிக் சமுத்திரம் வரைக்கும் தரைவழிப் பாதை உண்டாக்குவதற்காக இரண்டு அனுபவப்பட்ட ஆராய்ச்சியாளர்களிடம் அந்தப் பொறுப்பை ஒப்படைத்தார். அவர்களுடைய பெயர்கள் லூயிஸ் மற்றும் கிளார்க். அவர் ஞாபகமாகத்தான் ஆற்றுக்கு இந்தப் பெயர். அதில் கொஞ்சம் உற்சாகமாகி 'ஆபத்தானதா?' என்று கேட்டேன்.

ஆறுகளின் ஆபத்து நிலையை 5 பிரிவுகளாகப் பிரித்து வைத்திருக்கிறார்கள். 5ஆம் நிலை மிகமிக ஆபத்தானது. திடீரென்று செங்குத்தாகத் தண்ணீர் விழும். நுரை எழும்பி மூடும். போகும் திசை தெரியாமல் அடுக்கடுக்காக ஆபத்துகள் வந்தபடி இருக்கும். அதற்கு அடுத்த கீழ் நிலை 4; பின்னர் 3. அப்படிக் கடைசி நிலைதான் ஒன்று. கிளார்க்ஃபோர்க் ஆற்றின் நிலை ஒன்று. அதாவது ஆபத்து மிகமிகக் குறைவானது.

'அப்படியா? நிலை ஒன்றுக்குக் கீழே வேறு ஆறு ஏதாவது உண்டா?' என்றேன்.

'இருக்கிறதே. உங்கள் வீட்டுக் குளியல் தொட்டியில் தண்ணீரை நிறைத்து அதற்குள் ஏறி உட்கார்ந்தால் அது முதல் நிலைக்குக் கீழாக இருக்கும்.'

சனிக்கிழமை மதியம் இரண்டு மணிக்கு அவர் வருவதாகச் சொல்லியிருந்தார். என்னை மூன்று பேர் தயார் செய்தார்கள். தண்ணீரில் நனையாத சப்பாத்துகள், உடைகள், கையுறை, தொப்பி எல்லாம் அணிந்து பார்க்க நான் ஆரோ மாதிரி தோற்றமளித்தேன்.

படகிலே உட்காருவதற்கு இரண்டு பள்ளங்கள் முன் பின்னாக இருந்தன. சவாரிக்கு நான் அணிந்திருந்த உடை போதுமானது என்று நினைத்தேன். போதவில்லை. ஆற்றின் கரையிலே என்னை நிற்கவைத்து மாப்பிள்ளையைச் சோடிப்பதுபோல டக் என்னை அலங்கரித்தார். மஞ்சள் நிற மிதவைகளை என் நெஞ்சிலே கட்டினார். பின்னர் ரப்பரினால் செய்த அரைப்பாவாடை போன்ற ஒன்றை என் இடையிலே கட்டி என்னை கயாக்கின் பள்ளத்திலே உட்காரவைத்தார். நான் படகுக்குள் கால்களை நீட்டி அமர்ந்ததும் என்னுடைய பாவாடை விளிம்புகளைப் பள்ளத்தின் ஓரங்களில் சுற்றிவர இணைத்துவிட்டார். அலை அடித்தாலும் மழை பெய்தாலும் எவ்வளவுதான் நாங்கள் நனைந்தாலும் படகுக்குள் ஒரு சொட்டு நீரும் புகாது. நான் படகின் ஓர் அங்கமாக மாறியிருந்தேன். எனக்குப் பின்னால் டக் அமர்ந்து தன்னுடைய ரப்பர்ப் பாவாடையைப் பள்ளத்தின் விளிம்புகளில் பொருத்திக் கொண்டார். இப்பொழுது எங்கள் உடல்கள் படகுடன் பொருத்தப்பட்டுவிட்டதால் ஓர் ஆபத்து இருந்தது. விபத்தில் படகு கவிழ்ந்தால் நாங்கள் தலைகீழாகத் தண்ணீருக்குள் அமிழ்ந்து மூச்சுவிட முடியாமல் போகும். அப்படியான சமயம் ஒரு கைப்பிடியைப் பிடித்து இழுத்தால் பாவாடை கழன்று விடுதலை யாகி மேலே வந்து மிதப்போம். நான் கைப்பிடி இருக்கும் இடத்தை மனனம்செய்து மனதில் நிறுத்திக்கொண்டேன்.

இரண்டு துடுப்புகளில் ஒன்றை என்னிடம் தந்தார். டக் பின்னுக்கு இருந்ததால் நான் அவரைத் திரும்பிப் பார்க்க முடியாது. ஆனால் அவர் சொல்வதைக் காதால் கேட்டு நிறைவேற்றலாம். ஆறு என்னை நோக்கி வரத்தொடங்கியது. அவர் இடது பக்கம் என்றால் நான் இடது பக்கம் வலிப்பேன்; வலது பக்கம் என்றால் நானும் வலது பக்கம் வலிப்பேன். இரண்டு மணிநேரப் பயணம் என்று முன்பே சொல்லியிருந்தார். பாறைகள் வரும் இடங்களில் தண்ணீர் நுரைத்துப் பொங்கி எழும். சில இடங்களில் தண்ணீர்

வேகமாகக் கீழே இறங்கும். வேறு இடங்களில் பழுதுபட்ட திசைகாட்டி முள்போலச் சுழலும். டக் முன்கூட்டியே எச்சரிக்கை செய்வார். ஆனால் நான் துடுப்புப் போட்டது முதல் ஐந்து நிமிடம் மட்டுமே. ஆறாவது நிமிடம் ஆறு துடுப்பைப் பறித்துக் கொண்டு போனது. நாங்கள் அதைத் தேடிப் போகவில்லை. மீட்கவும் முயற்சி செய்யவில்லை. என் ஞாபகமாக இன்றைக்கும் அது எங்கேயோ சுற்றிக்கொண்டிருக்கும் அல்லது ஆற்றின் அடியில் கிடக்கும். மீதி நேரம் நான் ஒரு பயணிதான்.

டக் ஒரு திறமையான பயிற்சியாளர் என்று சொல்லலாம். கயாக் ஓட்டும் நுட்பங்களை ஒவ்வொன்றாகச் சொல்லிக் கொண்டு வந்தார். எல்லா தகவல்களையும் ஒரே மூச்சில் சொல்லி என்னைத் திணறடிக்கவில்லை. நியூசிலாந்தில் ஒரு பறவை இருக்கிறது. அதன் பெயர் ரூயி. அது 'கீக் ஆ இக்' என்று கத்தும். தன்குஞ்சுக்கு எப்படிக் கத்துவது என்பதைக் கற்றுக்கொடுக்கும். முதலில் 'கீக் கீக்' என்று கத்தும். குஞ்சு அதைக் கற்றதும் அடுத்ததாக 'ஆ ஆ' என்பதைக் கற்றுக்கொடுக்கும். இறுதியாக 'இக் இக்' என்பதைச் சொல்லிக் கொடுக்கும். அதுபோலத்தான் டக்கும். படிப்படியாகக் கற்றுத் தந்தார். சில இடங்களில் பாறைகள் தண்ணீருக்கு மேலாகத் தெரியும். அவற்றை லாகவமாகத் தவிர்த்து ஓட்டுவார். சில தண்ணீருக்கு அடியில் கண்ணுக்குத் தெரியாமல் இருக்கும். அவற்றுடன் படகு மோதினால் கவிழ்ந்து போகும் அபாயம். எனவே கண நேரமும் கவனம் குறையாமல் ஓட்டினார்.

இவருடைய உச்சபட்சச் சாதனை என்றால் அது கனடாவில் பிரிட்டிஷ் கொலம்பியாவில் ஓடும் 5ஆம் நிலை ஸ்டிக்கீன் ஆற்றை கயாக்கில் கடந்ததுதான். இந்த ஓட்டம் எவரெஸ்ட் சாதனைக்குச் சமன் என்று கூறுவார்கள். ஆற்றின் அகலம் 600 அடியாக இருப்பது சில இடங்களில் ஏழு அடியாகச் சுருங்கிவிடும். இரு பக்கமும் செங்குத்தான மலைகள் 900 அடி உயரத்துக்கு எழும்பி நிற்கும். இந்த ஆற்றில் மிகக்கடினமான 60 மைல் தூரப் பகுதியைக் கடக்க முயன்று தோற்றவர்கள் பலர். இறந்தவர்கள் அதிகம். 1990ஆம் ஆண்டு டக் இந்தச் சாதனையைச் செய்கிறார். இரண்டு வருடம் கழித்து இன்னொருமுறை தனியாளாகக் கடக்கிறார். 'மனித மனம் கற்பனை செய்யமுடியாத வேகத்தில் தண்ணீர் நுரைத்து எழும்பி மூடும். இந்தப் பூமியில் மனிதனுடைய திறமைக்குச் சவாலாகப் படைக்கப்பட்டது இந்த ஆறு' என்கிறார் டக் அம்மன்ஸ். இன்றுவரை அந்த ஆற்றில் கயாக் ஓட்டி வெற்றி பெற்றவர்கள் 15 பேர்தான்.

தண்ணீர் சுழிப்பதும் சுழலுவதும் திடீரென்று கீழே விழுவதுமாக ஆறு ஓடியது. அவருடைய திறன் உச்சத்துக்கு இந்தப்

பயணத்தில் வேலையே இல்லை. ஆனாலும் பொறுமையாக ஓட்டினார். ஒவ்வொரு தடையையும் கடக்கும்போது ஆரம்பத்தில் பயமாகவிருந்தது. பின்னர் பழகிவிட்டது. ஒரு கட்டத்தில் ஆனந்தமாகக்கூட இருந்தது. இவர் கயாக் படகை ஓட்டுவதைப் பார்க்க அழகாக இருக்கும். ஒரு மூன்று வயதுக் குழந்தையை அணைத்துப் போவதுபோல. அந்தப் படகுக்கு அவர் ஒரு பெயர் வைத்திருந்தார். யாராவது இழிவாகப் பேசினால் அவருக்குக் கோபம் வந்துவிடும். அர்ச்சுனனுக்குக் காண்டீபத்தைப் பழி சொன்னால் அடக்க முடியாத சினம் பொங்கிவிடும் என்று படித்திருக்கிறேன். அது போலத்தான் இதுவும்.

நாங்கள் எங்கே திரும்பவும் கரை சேருவோம் என்பதை ஏற்கெனவே சொல்லிவைத்துவிட்டுத்தான் புறப்பட்டிருந்தோம். என் மனைவி காத்துக்கொண்டு நின்றார். மூன்று மாதம் பிரிந்து போனதுபோல என்னை முற்றிலும் சோதித்து மறுபடியும் ஏற்றுக்கொண்டார். முகத்திலும் பெரிய சிரிப்புடன் அவர் நின்றபோது எனக்குத் தோன்றிய முதல் எண்ணம் ‘இந்தப் பெரிய சிரிப்பைத் தாங்கிக்கொள்ள இந்த முகம் காணாது. இன்னும் பெரிய முகம் ஒன்றுக்கு ஓடர் பண்ணவேணும்’ என்பதுதான். நான் நெஞ்சிலே அணிந்திருந்த மிதவைகளையும், ரப்பர் பாவாடையையும் கழற்றி டக்கிடம் ஒப்படைத்தேன். ஒற்றைக் கையால் படகைத் தூக்கித் தோளிலே சுமந்துகொண்டு யேசு சிலுவை காவியம் போல, தரையைப் பார்த்தவாறு தன் வாகனத்தை நோக்கி அவர் நடந்துபோனார். எனக்கு என்னவோ செய்தது. ஒரு பிரயோசனமும் இல்லாத என்னுடன் நாலுமணி நேரம் செலவழித்திருந்தார். ‘இந்த அன்பை எப்படி அவருக்குத் திருப்பிக் கொடுப்பேன்’ என்று நினைத்தேன்.

டக் அம்மன்ஸ் அபூர்வமான மனிதர் என்பதில் சந்தேகமே இல்லை. கடவுள் இத்தனை அற்புதங்களைப் படைத்திருப்பது மனிதன் அனுபவிக்க வேண்டும் என்பதற்காகத்தான் என்று சொல்கிறார். ‘ஒவ்வொரு கணமும் உயிர்போய்விடும் என்ற நிலையில் மனதின் குவிப்பு சக்தி அபாரமானது. நாள் முடியும்போது என்னை அது ஒருபடி மேலே நல்ல மனிதனாக மாற்றுகிறது. வாழ்க்கையின் பொருள் பற்றி நீண்ட நேரம் சிந்திக்கவைக்கிறது. வெளியே பயணம் செய்யும் அதே சமயம் ஆத்மாவுக்குள்ளும் ஒரு பயணம் நிகழ்கிறது. உங்கள் சிந்தனை கூராகிறது. அதற்காகத்தான் என் மனம் மறுபடி மறுபடி கயாக் பயணத்துக்காக ஏங்குகிறது’ என்றார்.

ஒரு பத்திரிகையாளர் அவரிடம் கேட்டார். ‘ஐயா, உங்கள் சாதனை பிரமிக்கவைக்கிறது. உலகத்தில் முன்பு ஒருவரும் செய்ய முடியாத சாதனையைச் செய்திருக்கிறீர்கள். உங்கள் உணர்வு

அப்போ எப்படியிருந்தது? இதுதான் கேள்வி. டக் அம்மன்ஸ் கூறிய பதிலில் அவருடைய தன்னடக்கமும் எளிமையும் வாழ்க்கைத் தத்துவமும் அடங்கியிருக்கின்றன. 'என்னிலும் சாதனை படைத்தவர்கள் உலகில் எத்தனையோ பேர் உள்ளனர். என்னுடைய சாதனை உலகத்து வறுமையை நீக்காது. கான்சர் நோயைக் குணப்படுத்தாது. உலக மக்களுக்கு நல்ல குடிநீர் கிடைக்க வழி செய்யுமோ என்றால் அதுவும் இல்லை.'

நான் ரொறொன்ரோ வந்துசேர்ந்ததும் முதலில் ஒரு நண்பர் விசயத்தை எப்படியோ கேள்விப்பட்டு கயாக் படகு ஓட்டம் பற்றி விசாரித்தார். அதன் பின்னர்தான் மற்றவர்களிடமிருந்து தொலைபேசி அழைப்புகள் வரத்தொடங்கின.

'நண்பர் சொன்னார், நான் நம்பவில்லை. நீங்கள் கயாக் படகில் போனீர்களாமே?'

'எந்த ஆற்றில் போனீர்கள்? உண்மையாகவே கயாக் சவாரி ஆபத்தானதா?'

'*Doug Ammons* ஆ? கயாக் ஓட்டத்தில் அவர் உலகின் *number one* அல்லவா? அவருடனா போனீர்கள்?'

இவர்கள் எல்லோருக்கும் என்னிடம் பதில் இருந்தது. ஒரே பதில்.

'ஆமாம், டக் அம்மன்ஸ் என்னுடன்தான் வந்தார்.'

9

ஆறு கோப்பைகள்

நண்பர் ஒருவரிடமிருந்து புத்தகம் பரிசாகக் கிடைத்தது. நான் அச்சுப் புத்தகம் இப்போது படிப்பதில்லை. கிண்டில் அல்லது ஐபாட் மூலம் தரவிறக்கம் செய்துகொள்கிறேன். அது உடனுக்குடன் வாங்கவும் படிக்கவும் பாதுகாக்கவும் வசதியாக இருக்கிறது. புத்தகத்தை எழுதிய ஆசிரியரின் பெயர் ரொம் ஸ்டாண்டேஜ். புத்தகத்தின் தலைப்பு இன்னும் விநோதமானது. 'ஆறு கோப்பைகளில் உலக சரித்திரம்.' மனித வரலாற்றில் ஆறுவிதக் குடிபானங்கள் அவன் வளர்ச்சியில் எப்படி பின்னிப்பிணைந்திருக்கின்றன என்பதைச் சொல்லும் புத்தகம். அதைக் கையிலே எடுத்துப் படித்து முடித்த பின்னர்தான் கீழே வைக்கமுடிந்தது. எத்தனை ஆராய்ச்சி. எத்தனை தகவல்கள். எத்தனை சம்பவங்கள் என ஆச்சரியப்பட வைத்தது.

'நாகரிகமும் புளிக்கவைப்பதும் ஒன்றோடொன்று பிரிக்க முடியாதது' என்றார் ஓர் அறிஞர். கற்காலத்தில், ஏறக்குறைய 12,000 ஆண்டுகளுக்கு முன்னர் வேட்டையாடி அலைந்த ஆதிமனிதன் முதன்முதலாக நிலையாக ஓர் இடத்தில் தங்கி விவசாய வாழ்க்கையை மேற்கொண்டான். காட்டிலே இயற்கையாகக் கிடைத்த தானியங்களை அறுவடை செய்தான். நாளடைவில் அவன் அவற்றைத் தானாகப் பயிரிடவும் கற்றுக்கொண்டான். தண்ணீரிலே தானியத்தை ஊறவிட்டபோது அது புளித்தது தற்செயலாக நடந்த ஒன்று. அதுதான் வெறித்தன்மையைக் கொடுத்த முதல் பானம். பீர். முளைவிட்ட தானியத்தில் தண்ணீரை ஊற்றி,

சுடவைத்துப் புளிக்கவைத்தபோது பீரின் சுவை இன்னும் கூடி வெறித்தன்மையும் அதிகமாகியது.

மொசபட்டோமியாவில் (தற்போதைய ஈராக்) கண்டு பிடித்த 6000 வருடம் பழமையான சித்திரத்திலே ஒரு பெரிய மண் ஜாடியில் இருவர் நீண்ட வைக்கோலை நுழைத்து பீரை உறிஞ்சிக் குடிக்கிறார்கள். பீரிலே மிதக்கும் கழிவுப் பொருள்களை உறிஞ்சிக் குடிப்பதன் மூலம் தவிர்க்கலாம். பீர் செய்யவும், பாத்திரப்படுத்தி வைக்கவும் பத்திரங்கள் தேவைப்பட்டன. ஆரம்பத்தில் தோல்பைகள், புல்லிலே செய்த கூடைகள், குடைந்த மரக்குத்திகள் போன்றவை பயன்பட்டன. மரக்குத்திகளைக் கழுவுவதே இல்லை. திருப்பித்திருப்பிப் பாவிக்கும்போது அவை புளிப்புத்தன்மையை அதிகப்படுத்தின. இன்றைக்கும் பீர் தயாரிப்பவர்கள் பின்லாந்தில் மரப் பீப்பாக்களையே பயன்படுத்துகிறார்கள்

பீர் ஒருகாலத்தில் நாகரிகத்தின் அடையாளம். எகிப்தில் கிடைத்த பழைய குறிப்புகளின்படி அங்கே 17 விதமான பீர்கள் தயாரிக்கப்பட்டன. உலகத்தின் ஆதி காவியமான கில்காமேஷில் இதைப்பற்றிய குறிப்பு வருகிறது. இந்தக் காவியம் 4700 வருடங்களுக்கு முன்னர் வாழ்ந்த சுமேரிய மன்னன் கில்காமேஷைப் பற்றியது. அவனுடைய நண்பன் எங்கிடு ஒரு காட்டு மனிதன். அவனை ஒரு பெண் நாகரிக மனிதனாக மாற்றுகிறாள்.

'உணவை உட்கொள் எங்கிடு
அப்படித்தான் உயிர் வாழலாம்.
பீரைப் பருகு எங்கிடு
இதுவே நாட்டு வழமை.'

பீர் கண்டுபிடித்தது எழுத்து தோன்றுவதற்கு முன்னர். எழுத்து பிறப்பதற்கும், கணிதம் கண்டுபிடிப்பதற்கும் பீர் காரணமாக இருந்தது. ஒரு ஜாடி வரைந்து அதன்மேல் கோடு கீறினால் அதன் பொருள் பீர். அது பணமாகவும் பயன்பட்டது. அரசன் சேவகர்களுக்கும் கூலிகளுக்கும் இத்தனை ரொட்டி, இத்தனை ஜாடி பீர் என்று சம்பளம் வழங்கினான். பெண்ணெடுக்கும்போது பெண்ணின் விலையாக பீர் கொடுக்கப்பட்டது. பீர் பானம் என்றபடியால் அதை இலகுவாகப் பங்கு போடலாம். கணக்கர்கள் பீர் கணக்குவழக்குகளை எழுதிவைத்தார்கள். இன்று குடித்து வெறித்துக் கொண்டாடப்படும் பீர் ஒரு காலத்தில் எழுத்தும் எண்ணும் பிறக்கக் காரணமாக இருந்தது என்பது ஆச்சரியமான தகவல்.

பீருக்கு அடுத்தபடியாக மனிதனை உய்விக்க வந்தது வைன். இதைப்பற்றிய முதல் செய்தி கி.மு. 870இல் வருகிறது. வடக்கு

மெசபட்டோமியாவின் புதிய தலைநகரத்தை நிர்மாணித்த அரசனான இரண்டாவது அசுர்னசிர்பால் பத்து நாள் விருந்து கொடுத்தான். அதில் 69,574 விருந்தினர் கலந்துகொண்டனர். அத்தனை பிரமாண்டமானது. ஆயிரக்கணக்கான ஆடுகள் மாடுகள் விருந்துக்குக் கொல்லப்பட்டன. பீருடைய செல்வாக்கு குறைந்துவிட்டதால் மன்னன் 10,000 ஜாடி வைன் பரிமாறினான் என்ற தகவல் கிடைக்கிறது. அரசன் வலது கையில் ஏந்தி வைன் குடிக்கும் சித்திரம் ஒன்று கல்லிலே பதிக்கப்பட்டு இன்றுவரை பாதுகாக்கப்படுகிறது.

பழச்சாற்றைப் புளிக்கவைத்துக் கிடைப்பது வைன். எகிப்திய பார்வோன்களுக்கு வைனின் ருசி பிடித்துப்போனதினால் பெரிய பெரிய திராட்சைத் தோட்டங்களை உண்டாக்கி வைன் தயாரித்தார்கள். அரசசபைப் பிரபுக்கள், மேல்தட்டு மக்களின் பானமாக வைன் இருந்தது. கிரேக்கர்களும் வைன் சுவைப்பதில் பின்தங்கி இல்லை. கி.மு. 500இல் கிரேக்க எழுத்தாளர் தூசிடைட்ஸ் சொல்கிறார். 'மத்தியதரை மக்கள் காட்டுமிராண்டி வாழ்க்கையிலிருந்து விடுபடத் தொடங்கியது திராட்சை, ஒலிவ் போன்றவற்றைப் பயிரிட்டு வளர்க்கக் கற்றுக்கொண்ட பின்னர்தான்.' புகழ்பெற்ற நாடகாசிரியர் யூரிப்பிடீஸ் சொல்கிறார். 'பணக்காரர்களும் ஏழைகளும் ஒன்றாக அனுபவிப்பதற்காகப் படைக்கப்பட்டது வைன். அது மன வலியைப் போக்க வல்லது.'

தத்துவ ஞானி சாக்கிரட்டீஸ் பற்றி பிளேட்டோ எழுதுகிறார். 'ஒருநாள் இரவு வைன் பருகியபடி சாக்கிரட்டீஸ் பிரசங்கிக்க மற்றவர்கள் அவருடன் விவாதிக்கிறார்கள். இரவு நீடிக்கவே ஒவ்வொருவரும் வெறி முற்றித் தூங்கிவிட்டார்கள். சாக்கிரட்டீஸ் தூங்கவும் இல்லை, வெறிக்கவும் இல்லை. காலையானதும் வழக்கம்போலத் தன் கடமையைச் செய்யத் தொடங்கினார்.' பிளேட்டோ சொல்கிறார் 'சாக்கிரட்டீஸ் உத்தமமான குடிகாரர். உண்மையின் தேடலுக்கு வைன் அவருக்கு உதவுகிறது; ஆனால் மூளை அவர் வசத்திலிருந்து விலகுவதே இல்லை.'

கி.மு. 200 அளவில் ரோமன் ராச்சியம் கிரேக்கர்களை முந்திவிட்டது. 'உலகத்தில் உற்பத்தியாகும் அத்தனை வைனும் ரோம் நகரத்தில் முடிந்தது' என்று சொன்னார்கள். அரசர்களும் பிரபுக்களும் உயர்ரக வைன் அருந்தினார்கள். மார்க்கஸ் அன்ரோனியஸ் ரோமின் மதிப்புமிக்க அரசியல்வாதி. வசீகரமான பிரசங்கி. உள்நாட்டுப் போரில் அவர் போர்வீரர்களால் தேடப்பட்டபோது ஒரு சாதாரணக் குடியானவன் வீட்டில் ஒளிந்துகொண்டார். அன்றிரவு உணவுக்குக் குடியானவன் வைன் வாங்குவதற்காகக் கடைக்குச் சென்றான். அவன் சக்திக்கு மீறிய

உயர்தர வைனை வாங்கியபோது கடைக்காரன் சந்தேகப்பட்டுத் தகவல் கொடுத்தான். போர்வீரர்கள் மார்க்கஸ் அன்ரோனியஸைப் பிடித்துக் கொன்றார்கள்.

இன்றைக்கும் குடிவகையின் அரசன் வைன்தான். பிரான்ஸ், இத்தாலி, ஸ்பெயின் போன்ற நாடுகள் வைன் உற்பத்தியில் முன்னிடம் வகிக்கின்றன. விருந்தாளியை உபசரிக்கும்போது பரிமாறும் வைனின் தரத்தை வைத்து விருந்தாளியின் தகுதியை யூகிக்கலாம். இன்று மார்க்கஸ் அன்ரோனியஸ் திடீரென்று உயிர் பெற்று வருவாராகில் விருந்தோம்புநர் அதிசிறந்த வைனைத் தேடி விற்பனை நிலையங்களில் அலைந்துகொண்டிருப்பார்கள் என்பது நிச்சயம்.

1386ஆம் ஆண்டு. ஸ்பெயின் நாட்டில் ஒரு சிறிய ராச்சியத்தின் அரசன் இரண்டாவது சார்ல்ஸ். மிகக் கொடியவன் என்று பேரெடுத்தவன். அப்போது பிரான்ஸின் அரசராக இருந்தவர் அவனுடைய மாமனார்தான். அவரைக் கவிழ்க்கச் சதி செய்வதுதான் சார்ல்ஸின் வேலை. ஆனால் அதைச் செய்து முடிக்க முன்னரே அவன் கொடிய நோயில் வீழ்ந்தான். அவனைச் சுற்றி நின்று அரச மருத்துவர்கள் ஆலோசனை செய்தார்கள். அப்பொழுது புதிதாகக் கண்டுபிடிக்கப்பட்ட மருந்து ஒன்றைப் பிரயோகிக்கத் தீர்மானித்தார்கள்.

காய்ச்சி வடிகட்டும் நுட்பத்தை ஏற்கெனவே அரேபியர்கள் கண்டுபிடித்துவிட்டார்கள். பழச்சாற்றில் இருந்து பிறப்பது வைன். அதைக் காய்ச்சி வடிகட்டினால் கிடைப்பது பிராந்தி. ஆனால் அந்தப் பெயர் அப்போது இல்லை. வெறிக்கவைக்கும் மதுவின் கொதிநிலை 78 டிகிரி. தண்ணீரின் கொதிநிலை 100 டிகிரி. வைனைக் கொதிக்கவைக்கும்போது முதலில் ஆவியாவது மது. அதைக் குளிரவைத்துக் கிடைக்கும் திரவம் எரியும் தன்மையுடன் இருந்ததால் அதை 'எரியும் தண்ணீர்' என்று அழைத்தார்கள். அது மந்திரசக்தி வாய்ந்தது எனவும் நம்பினார்கள். மருத்துவர்கள் மெழுகுவர்த்தி வெளிச்சத்தில் அரசனை எரியும் தண்ணீரில் நனைத்த போர்வையினால் சுற்றிக் கிடத்தினார்கள். போர்வை தற்செயலாகத் தீப்பிடிக்க அரசன் எரிந்து சாம்பலானான். நாளடைவில் 'எரியும் தண்ணீரின்' பெயர் பிராந்தியானது. அளவோடு குடிக்கும்போது அதன் வெறித்தன்மை மனிதனை மகிழ்ச்சியின் உச்சத்துக்குக் கொண்டுபோனது.

இதேபோல பீரைக் காய்ச்சி வடிகட்டும்போது கிடைப்பது விஸ்கி. குடிக்கும்போது ஆக விரைவில் வெறிப்பதென்பதால் மக்களுக்கு அது பிடித்துப் பிரபலமானது. அயர்லாந்தில் இது மக்களின் அன்றாடத் தேவையானது. அதிகமாகக் குடித்து மரணிக்கவும் செய்தார்கள்.

கடவுளுக்கு வேலை செய்பவர்

கொலம்பஸ் 1492இல் கரிபியன் தீவுகளைக் கண்டுபிடித்த போது அங்கே கரும்புப் பயிர்ச் செய்கை தொடங்கியது. கரும்புத் தோட்டத்தில் வேலை செய்வதற்கு அடிமைகள் தேவைப்பட்டதால் அடிமை வியாபாரமும் பெருகியது. நாலு நூற்றாண்டுகளுக்குள் 11 மில்லியன் அடிமைகள் கடத்தப்பட்டார்கள் என்றால் அது இன்றும் நம்புவதற்குக் கடினமாக உள்ளது. அடிமைகளைப் பிடித்துவருபவர்களுக்குப் பிராந்தி, விஸ்கி அதன் விலையாகக் கொடுக்கப்பட்டது. கரும்புச் சக்கையிலிருந்து வீரியமிக்க மது செய்யலாம் என்பதை 1657இல் ரம்புல்லியன் என்பவன் கண்டுபிடித்தான். குடித்தவுடன் வெறிக்கச்செய்யும் அந்த மதுவின் பெயர் ரம் ஆனது. அடிமைகளைப் பிடிப்பவர்களுக்கு ரம் விலையாகத் தரப்பட்டது. கூடிய அடிமைகள் வந்துசேர்ந்த போது இன்னும் அதிகமாக ரம் தயாரித்தார்கள். அந்த ரம்மைக் கொடுத்து மேலும் அடிமைகளை இறக்கினார்கள். ரம்மை உற்பத்தி செய்யும் அடிமைகளுக்குச் சம்பளமும் ரம். இப்படி மது உலகம் முழுக்க ஆளத் தொடங்கியது.

அரேபியர்கள் மது அருந்துவதில்லையாதலால் அவர்களிடம் அது பிரபலமாகவில்லை. ஆனால் கோப்பி ராச்சியம் அவர்கள் கையில் இருந்தது. எத்தியோப்பியாவில் ஆட்டிடையன் ஒருவன் ஆடுகளை மேய்த்துக்கொண்டிருந்தபோது சில ஆடுகள் ஒரு செடியின் காய்களைத் தின்றுவிட்டுத் துள்ளிக் குதிப்பதை அவதானித்தான். அவனும் அந்த விதைகளைத் தின்று பார்த்த போது புத்துணர்ச்சி உண்டானது. மனிதனைச் சுறுசுறுப்பாகவும் உற்சாகமாகவும் இயங்கவைக்கும் கோப்பி பிறந்த கதை இது.

17ஆம் நூற்றாண்டில் கோப்பியகங்கள் லண்டனில் பிரபல மாகின. உயர்குடி மக்கள் சந்திப்பதற்கும் விவாதிப்பதற்கும் ஏற்ற இடமாக இவை அமைந்தன. ஆனால் கோப்பி வணிகம் அரேபியர்கள் கைகளில் இருந்தது. அதை அவர்கள் பாதுகாத்தார்கள். கோப்பி விதைகளை வீரியமிழக்கச் செய்து விட்டு விற்பனை செய்தார்கள். அரேபியர்களின் ஏகபோக உரிமையை முதலில் உடைத்தது டச்சுக்காரர்கள். அவர்கள் கோப்பிச் செடிகளை ஜவாவில் (இப்போதைய இந்தோனேசியா) வளர்க்க ஆரம்பித்த சில வருடங்களில் உலகச் சந்தையில் கோப்பி விற்பனையானது. அப்படியும் அரேபியக் கோப்பியின் சுவையை அவர்களால் எட்ட முடியவில்லை.

பிரெஞ்சுக்காரர்கள் சும்மா இருக்கவில்லை. டச்சுக் காரர்கள் கிழக்கைப் பிடித்ததுபோல தாம் மேற்கைப் பிடிக்கத் திட்டமிட்டார்கள். பிரெஞ்சுக் கடற்படை வீரன் ஒருவன் ஒரு கோப்பிச் செடியைத் திருடி அதை மேற்கிந்தியத் தீவுக்குக்

கடத்தத் திட்டமிட்டான். அந்தச் செடியை ஏற்றிவந்த கப்பல் புயலில் சிக்கியது. கடற் கொள்ளைக்காரர்கள் தாக்கினார்கள். தண்ணீர்ப் பற்றாக்குறை ஏற்பட்டபோது தன்னுடைய பங்குத் தண்ணீரைக் கோப்பிச்செடிக்கு ஊற்றி அதைச் சாகடிக்காமல் கொண்டுவந்து மேற்கிந்தியத் தீவில் நட்டு வளர்க்க ஆரம்பித்தான். செடியும் அமோகமாக வளர்ந்து பல தீவுகளுக்கும் பரவி இறுதியில் பிரேசில் நாட்டை அடைந்தது. இன்று பிரேசில் நாட்டுக் கோப்பி உலகத்தில் முதல் இடத்தைப் பிடித்து வைத்திருக்கிறது.

கோப்பிக்கும் விஞ்ஞானத்துக்கும்கூட சம்பந்தம் உண்டு. லண்டனில் கோப்பியகங்களில் விஞ்ஞானிகள் சந்தித்து விவாதிப்பார்கள். ஒருமுறை கட்டடக்கலை விற்பன்னர் கிறிஸ்டஃப்ர் ரென், விஞ்ஞானி ஹூக், வானியல் வல்லுநர் ஹேலி (இவர்தான் ஹேலி வால்நட்சத்திரத்தைக் கண்டுபிடித்தவர்) ஆகியவர்கள் சந்தித்துக் கிரகங்களின் இயக்கத்தைப்பற்றி விவாதித்தார்கள். அந்த விவாதத்தைத் தொடர்ந்து தங்கள் யூகத்தை ஐஸக் நியூட்டனிடம் தெரிவிக்க, அவர் தான் அதை ஏற்கெனவே கண்டுபிடித்துவிட்டதாகக் கூறி அதற்கான நிரூபணத்தையும் வெளியிட்டார். நியூட்டனின் மாபெரும் கண்டுபிடிப்பான *Law of Universal Gravitation*க்கு கோப்பியகமும் ஒரு காரணம் என்று சொல்லலாம்.

சேர் ஜோர்ஜ் மக்கார்ட்னி என்பவர் 1773இல் 'பிரிட்டிஷ் ராச்சியத்தில் சூரியன் மறைவதில்லை' என்றார். முற்றிலும் உண்மையான வாசகம். உலகத்தில் ஐந்தில் ஒரு நிலப்பரப்பு அவர்கள் வசம் இருந்தது. உலக சனத்தொகையில் நாலில் ஒன்று பிரிட்டிஷ் ராச்சியத்தில் அடங்கியது. இது ஆச்சரியம் என்றால், உலகை வியாபித்த பிரிட்டிஷ் தேச மக்களைத் தேயிலை வென்றெடுத்ததுதான் இன்னும் கூடிய ஆச்சரியம்.

4700 ஆண்டுகளுக்கு முன்னர் சீனப் பேரரசர் ஷென் நுங் காட்டிலே தண்ணீர் கொதிக்கவைத்துக் கொண்டிருந்தபோது சில இலைகள் காற்றில் அடிபட்டு நீரில் விழுந்தன. அந்த நீரை அரசர் பருகியபோது புத்துணர்வு பெற்றதுபோல உணர்ந்தார். அப்படிப் பிறந்ததுதான் தேநீர். 4000 ஆண்டுகள் சீனாவில் தேநீர்ப் பழக்கம் இருந்தாலும் அது ஐரோப்பாவை 6ஆம் நூற்றாண்டில்தான் வந்தடைந்தது. சீனாவுடன் வணிகம் செய்வது கடினமானது. அவர்களிடம் எல்லாம் இருந்ததால் தேயிலையை விற்பதற்கு அவர்கள் ஆர்வம் காட்டவில்லை. தேயிலை, கோப்பிக்கு முன்னர் ஐரோப்பாவைச் சென்றடைந்திருந்தாலும் பிரபலமாகவில்லை. தேயிலைக்கு அதிக விலை கொடுக்க வேண்டியிருந்ததுதான் காரணம்.

ஆரம்பத்தில் பிரிட்டனில் தேநீர் குடிப்பவர்கள் அரிது. 1662இல் போர்ச்சுக்கல் அரசனின் மகள் கதரீனை இங்கிலாந்து அரசன் இரண்டாம் சார்ல்ஸ் மணமுடித்தான். கதரீன் தேநீர்ப்பிரியை. அத்துடன் சீதனமாக போர்ச்சுக்கல் வணிக நிலையங்கள் அவளுடன் வந்திருந்தன. தேநீர் குடிப்பது இங்கிலாந்தில் மேட்டுக்குடி வழக்கமானது. கிழக்கிந்திய கம்பனி தேயிலை இறக்குமதி செய்ய ஆரம்பித்தபோது தேநீர் குடிப்பது மேலும் பரவலானது. தேநீர் இல்லாத விருந்து பிரிட்டனில் காணமுடியாது என்று ஆனது. ஆனால் அதை இறக்குமதி செய்யும் கிழக்கிந்திய கம்பனியின் பிரச்சினை என்னவென்றால் சீனா பண்டமாற்றில் பெரிதாக விருப்பம் காட்டாதது. சீனர்களுக்கு அபின் மோகம் இருந்தது. கல்கத்தாவில் அபின் தயாரித்து இடைத்தரகர்கள் மூலம் சீனாவுக்கு விற்று அந்தப் பணத்தில் கம்பனி தேயிலையை இறக்குமதி செய்தது. லாபம் இரண்டு மடங்கானது. இது சம்பந்தமாகச் சீனாவுக்கும் பிரிட்டனுக்கும் இடையில் 1842இல் போர்கூட மூண்டது. போரில் பிரிட்டன் வெற்றியீட்டி ஹாங்காங்கைக் கைப்பற்றியது.

சீனாவின் தேயிலை ஆட்சியை முறியடிக்க பிரிட்டன் முடிவு செய்தது. இந்தியாவில் அதை எங்கே வளர்க்கலாம் என ஆராய்ச்சி செய்தபோது அஸ்ஸாமில் ஏற்கெனவே தேயிலை காட்டுச்செடியாக வளர்ந்தது தெரியவந்தது. தேயிலை உற்பத்தி ஆரம்பமானது. 1838இல் முதல் இந்தியத் தேயிலைக் கப்பல் லண்டனை நோக்கிப் புறப்பட்டது. அதன் தரத்தை ஆராய்ந்த வியாபாரிகள் அதிசயித்தார்கள். சில வருடங்களிலேயே தலைமை இடத்தை இந்தியா கைப்பற்றிவிட்டது. உலகச் சந்தையில் இந்தியா 23 வீதம் பங்கை இன்று ஆள்கிறது. சீனாவுக்கு இரண்டாவது இடம். அஸ்ஸாமில் ஒருவர் கண்ணிலும் படாமல் ஆதியாக வளர்ந்த தேயிலைச் செடி வாலிச் என்ற பிரிட்டிஷ் தாவரவியலாளர் கண்ணில் பட்டது எத்தனை பெரிய அதிர்ஷ்டம்.

1886ஆம் ஆண்டு ஜோன் பெம்பர்டன் என்ற அமெரிக்கர் தலையிடிக்கு மருந்து கண்டுபிடிக்கும் முயற்சியில் ஈடுபட்டார். அவருடைய முயற்சிகள் எல்லாமே தோல்வியில் முடிந்தாலும் அவர் தளராது பல்வேறு விதமான ஆராய்ச்சிகளைத் தொடர்ந்தார். ஒருநாள் பின்மதியம் பலவிதமான கூட்டுப்பொருள்களை மூன்று கால் பானையில் இட்டு ஒருவிதப் பழுப்பு நிறத் திரவத்தைத் தயாரித்தார். அதுதான் பிற்காலத்தில் உலகம் வியக்கும் ஒரு பானமாகப் பிரபலமடையும் என்பது அவர் அறியாத ஒன்று.

தென் அமெரிக்காவில் கிடைக்கும் கொக்கோ இலை உண்ணும்போது மயக்கம் தருவது. அதே மாதிரி மேற்கு ஆப்பிரிக்காவின் கோலாநட்டும் ஒருவித போதைப் பொருள்தான்.

இவை இரண்டையும் கலந்து வந்த பானத்துக்கு 'கொக்கோ கோலா என்று மிகவும் பொருத்தமாகப் பெயர் சூட்டினார் பெம்பர்டன். அவர் இறந்த பின்னர் காண்டிலர் பொறுப்பாளர் ஆனார். இவர் நிறைய பணத்தை விளம்பரத்தில் செலவழித்ததால் அதற்குப் பயன் கிடைத்தது. 1895ஆம் ஆண்டு 76,000 கலன் பானம் விற்பனையானது. கம்பனியின் வளர்ச்சியில் பொறாமைப்பட்டு வழக்குத் தொடர்ந்தார்கள். அதுவும் தள்ளுபடியாக மேலும் விற்பனை அதிகரித்தது.

1941இல் இரண்டாம் உலகப்போரில் அமெரிக்கா இறங்கிய போது அமெரிக்க ராணுவ வீரர்கள் 16 மில்லியன் பேர் உலகம் முழுக்கப் போரில் ஈடுபட்டிருந்தார்கள். அவர்கள் பல்வேறு நாடுகளில் கடமையாற்றினார்கள். அந்தச் சமயம் கொக்கோ கோலா கம்பனி தலைவர் ஒரு பிரகடனம் செய்தார். அமெரிக்கப் போர்வீரன், அவன் எங்கே இருந்தாலும், அவனுக்கு கொக்கோ கோலா போத்தல் விலை 5 சதம் மட்டுமே. சொன்னது மட்டுமல்லாமல் அந்த வாக்கைக் காப்பாற்ற மில்லியன் கணக்கில் போத்தல்களைத் தயாரித்து ஏற்றுமதி செய்தார். ஆனால் அது சுலபமாக இல்லை, ஆகையால், உலகம் முழுக்க கம்பனிகளை ஆரம்பித்தார். 10,000 மில்லியன் போத்தல்கள் உலகில் விற்பனையாகின. அமெரிக்கா என்றால் கொக்கோ கோலா, கொக்கோ கோலா என்றால் அமெரிக்கா என்று ஆகிவிட்டது. இன்றும் உலகத்தில் விற்பனையாகும் அதிபிரமாண்டமான குடிபானம் கொக்கோ கோலாதான்.

மேலே சொன்ன பானம் எல்லாவற்றையும் நான் அவ்வப் போது பருகி ஆனந்தித்திருக்கிறேன். அதிலே இத்தனை வரலாறு இருப்பதைச் சிந்தித்துப் பார்த்ததில்லை. இலக்கியத்தில் கணக்கு வராது என்பார்கள். ஆனால் கணக்கில் நிச்சயம் இலக்கியம் வரும். இன்று உலகத்தில் நாளொன்றுக்கு ஒரு பில்லியன் கோக் போத்தல்கள் விற்பனையாகின்றன. அதை சுவையாக இந்தப் பாடல் சொல்கிறது.

ஒரு பில்லியன் மணித்தியாலங்கள் முன்னர்
மனிதன் உலகில் தோன்றினான்.
ஒரு பில்லியன் நிமிடங்கள் முன்னர்
யேசு எருசலத்தில் நடந்தார்
ஒரு பில்லியன் செக்கண்டுகள் முன்னர்
பீட்டில்ஸ் இசையை மாற்றினர்
ஒரு பில்லியன் கோக் போத்தல் முன்னர்
நேற்றைய காலை விடிந்தது.

10

நானும் மகளும்

என் மகள் பிறந்து மூன்று மாதத்திலேயே அவளுக்கு என் முகம் பரிச்சயமாகிவிட்டது. என் முகத்தைத் தொட்டிலுக்கு மேலே கண்டதும் உடம்பைத் தூக்கித்தூக்கி அடிப்பாள். தன்னைத் தூக்க வேண்டும் என்ற செய்தியை அப்படித்தான் முழு உடம்பாலும் சொல்வாள். வெகு சீக்கிரத்திலேயே நான் வீட்டை விட்டு வெளியே போக முடியாமல் போனது. கதவு திறக்கும் சத்தம் கேட்டதும் அந்தத் திசையில் திரும்பிப் பார்த்து அழத் தொடங்குவாள். நான் வெளியே போகிறேன் என்பது அவளுக்கு எப்படியோ தெரிந்துவிடும். அதன் பின்னர் அவள் தூங்கும் சமயமாக நான் வெளியே புறப்படும் பழக்கத்தை ஏற்படுத்திக்கொண்டேன்.

மகளுக்கு இரண்டு வயது நடந்தபோது என்னை ஆச்சரியப்படுத்த ஆரம்பித்தாள். நான் எப்போவாவது பயணம் புறப்பட ஆரம்பித்தால் உடனேயே அழத் தொடங்கித் திரும்பி வரும்வரை நிறுத்தமாட்டாள். இதனால் என் பயணங்கள் தடைப்பட்டன. அவளிடம் துணியினால் செய்த ஒரு குரங்குப் பொம்மை இருந்தது. நீண்ட கால்கள், நீண்ட கைகள் கொண்ட மிருதுவான கறுப்புப் பொம்மை. பெயர் கூழாங்கல். அதைக் கட்டிப்பிடித்தபடிதான் தூங்குவாள். ஒருமுறை நான் பயணம் புறப்பட்டபோது என் பயணப் பெட்டியில் அந்தக் குரங்குப் பொம்மையை எனக்குத் தெரியாமல் ஒளித்துவைத்துவிட்டாள். தனக்குப் பதிலாகக் குரங்குப் பொம்மை எனக்குத்

துணையாக இருக்கும் என்ற நம்பிக்கைதான் காரணம். ஆனால் என்னாலோ போன வேலையைத் திருப்தியாகப் பார்க்க முடியவில்லை. பாதியிலேயே திரும்பி வீட்டுக்கு வந்துவிட்டேன்.

மகளிடம் இன்னொரு திறமை இருந்தது. நான் பயணம் புறப்படப்போவது தெரிந்ததும் அவள் உடம்பு சுடத் தொடங்கும். அவளாகவே வந்து என்னிடம் நெற்றியைத் தொட்டுப் பார்க்கச் சொல்வாள். பின்பு சுருண்டு படுத்துக்கொள்வாள். நான் பயணத்தை நிறுத்தியதும் சொல்லிவைத்தாற்போலப் பழைய நிலைக்குத் திரும்பி, தன்பாட்டுக்கு விளையாட ஆரம்பிப்பாள். எப்படி உடம்பின் உஷ்ணத்தைத் தன் கட்டுப்பாட்டிற்குள் வைத்திருக்கிறாள் என்பது ஆச்சரியமாகத்தான் இருக்கும். ஒருமுறை எனக்குக் கையிலே காயம் பட்டு மருத்துவர் கட்டுப் போட்டுவிட்டார். அவளுக்கும் அப்படிப் போட வேண்டும் என அடம்பிடித்தாள். அவளுக்கும் கட்டுப் போடப்பட்டது. நான் கட்டை அவிழ்க்கும்வரை அவளும் கட்டுப்போட்ட கையுடன்தான் பெருமையாக உலாவினாள்.

விடுமுறை நாட்களில் என்னுடைய ஒரு சேர்ட்டை எடுத்து 'தோளா மாளா' என மாட்டிக்கொள்வாள். அது அவளுடைய கணுக்காலையும் மறைத்துத் தரையைக் கூட்டும். அன்று முழுக்க அதை அணிந்தபடியே விளையாடுவாள். அதைப் போட்டுக் கொண்டே படுக்கைக்கும் போவாள். ஒருமுறை இஞ்சி பிஸ்கட் செய்தாள். அவளாகவே தலை செய்து அவளாகவே கால்களும் செய்து சூட்டடுப்பில் வேகவைத்ததில் தலை ஒரு பக்கமாகவும் கைகால்கள் வேறு பக்கமாகவும் கோணல்மாண லாக வந்திருந்தது. ஆனால் அப்படி அவளிடம் சொல்லக்கூடாது. சொன்னால் அணை உடைத்ததுபோலக் கண்ணிலிருந்து வெள்ளம் பொங்கும். 'ஆஹா, என்ன அழகு. என்ன அழகு' என்று சொல்ல வேண்டும். ஆசையாகத் தந்தாள் என்று வாய்வைத்துக் கடித்துவிட்டேன். பலத்த அழுகை தொடங்கியபோது நான் ஆச்சரியப்பட்டேன். அந்த பிஸ்கட் பார்ப்பதற்குத்தானாம். சாப்பிடுவதற்கு அல்லவாம்.

அவள் எழுதப் பழகியதும் தன் திறமையைப் புதிய வழிகளில் வெளிப்படுத்த ஆரம்பித்தாள். அப்பொழுதுதான் ஒவ்வொரு எழுத்தாக எழுத்துக்கூட்டி எழுதத் தொடங்கியிருந்தாள். பேப்பர் துண்டுகளில் குறிப்புகள் எழுதிவைத்து என்னை ஆச்சரியப் படுத்துவதற்குத்தான் முதலிடம். ஒரு வார்த்தை இரண்டு வார்த்தைகளில் நான் உங்களை நேசிக்கிறேன் என்றோ விரைவில் வாருங்கள் என்றோ நான் எடுத்துப்போகும் முக்கியமான அலுவலகப் பத்திரங்களில் எழுதிவிடுவாள். வசனங்கள் எழுதக்

கற்றுக்கொண்டதும் புத்தகங்களிலும் குறிப்பேடுகளிலும் தான்தோன்றித்தனமாக எழுதிவைக்க ஆரம்பித்தாள். ஒருமுறை என் டயரியைத் திறந்து ஒரு தேதியைத் தேர்வு செய்து அந்தப் பக்கம் முழுவதும் பெரிய எழுத்தில் 'இந்தப் பக்கத்தில் இன்று ஒன்றுமே எழுத வேண்டாம். என்னைப்பற்றி நினைத்தால் போதும்' என்று எழுதிவைத்தாள். எந்த நேரம் என்ன செய்வாள் என்பதை ஊகிக்கவே முடியாது.

மகளுக்கு ஐந்து வயதாகியபோது அவளுக்கிருந்த அபூர்வ ஞாபகசக்தியைத் தற்செயலாகக் கண்டுபிடித்தேன். ஞாபகத் திறனின் பிதா என அறியப்பட்டவர் கிரேக்கக் கவி சிமோனைட்ஸ் என்று சொல்வார்கள். 2500 வருடங்களுக்கு முன்னர் கிரேக்கத்தில் ஒரு விருந்து நடந்துகொண்டிருந்தது. ஒரு சேவகன் செய்தி ஒன்று கொண்டுவந்ததால் அவனைச் சந்திக்கக் கவி சிமோனைட்ஸ் மண்டபத்துக்கு வெளியே சென்றார். அந்தச் சமயம் விருந்து மண்டபம் இடிந்துவிழுந்து விருந்திலே கலந்துகொண்ட அத்தனை பேரும் ஒரே சமயத்தில் இறந்து போனார்கள். அப்போது சிமோனைட்ஸின் மனக்கண்ணில் விருந்தினர்கள் இருந்த வரிசையும் அவர்கள் முகங்களும் பெயர்களும் ஒழுங்காக ஞாபகத்தில் வந்தன. இறந்த அத்தனை பேரையும் வரிசைப்படி அவரால் ஒப்பிக்க முடிந்தது. அப்படி ஓர் ஆற்றல் இருப்பது அவருக்கு அன்றுதான் தெரிந்தது. யூதர்களுடைய மதநூல் 'தல்முத்' 5422 பக்கங்கள் கொண்டது. மதகுருக்கள் அந்த நூலை மனனம் செய்ய வேண்டும் எந்தளவு என்றால் ஓர் ஊசியை எடுத்து முதல் பக்கத்தில் உள்ள ஒரு வார்த்தையின் மேல் குத்தினால் அந்த ஊசி 5422 பக்கங்களையும் துளைத்துக்கொண்டு போகும். மதகுருமார் அந்த ஊசி எந்த எந்த வார்த்தையைத் துளைத்துக்கொண்டு போனது என்பதைச் சொல்லவேண்டும். ஞாபகத் திறனை வளர்க்க அப்படி கடுமையான பயிற்சி.

என்னுடைய மகள் அப்படி ஒரு பயிற்சியும் எடுக்கவில்லை. ஒருநாள் பாடப் புத்தகத்தைப் படித்துவிட்டு அதை முழுவதுமாக ஒப்பித்தாள். எந்தப் பக்கத்தில் ஒரு வார்த்தை முடிகிறது, அடுத்த பக்கத்தில் என்ன வார்த்தை தொடங்குகிறது என்பதுகூட அவளுக்குத் தெரிந்தது. நான் மகிழ்ச்சிப்படவில்லை. நான் சொன்னேன். 'மனனம் செய்வது நல்லதல்ல. அது சிந்திக்கும் திறனை அழித்துவிடும்.' அவள் அழத்தொடங்கினால் கண்ணீர் முடியுமட்டும் அழுவாள். அன்று முழுக்க அழுதுகொண்டேயிருந் தாள். அடுத்தநாள் காலை நான் கண்விழித்தபோது எனக்கு முன்னால் நின்றாள். எத்தனை மணிநேரம் அங்கேநின்றாள் என்பது

அ. முத்துலிங்கம்

தெரியாது. இரவு முழுக்க யோசித்துவைத்த ஒரு கேள்வியைக் கேட்டாள். 'மூளையிலே பதிந்து கிடப்பதை அழிப்பதற்கு நான் என்ன செய்ய வேண்டும்?' நான் திடுக்கிட்டுப்போனேன். நியாயமான கேள்வி. நான் சொன்னேன் 'அது தானாக மூளையில் பதிந்தால் நல்லதுதான். நீ சிமோனைட்ஸ்போல அல்லது யூத மதகுருபோல வருவாய்' என்றேன். அவளுக்கு அவர்கள் யார் என்று தெரியாது. ஆனால் நான் புகழ்வது புரிந்தது. நனைந்த கண்களினால் சிரித்தாள். சமாதானம் உண்டாயிற்று.

அவள் பாடப் புத்தகங்கள் படிப்பதும் வித்தியாசமானது. மற்றவர்கள்போல மேசையில் அமர்ந்து படிப்பது கிடையாது. அவள் படிப்பது மேசைக்குக் கீழ்தான். அந்தப் பழக்கம் எப்படி ஏற்பட்டதோ தெரியாது. மேசைக்குக் கீழே வயிற்றிலே படுத்தபடி படித்துக்கொண்டிருப்பாள்; அல்லது எழுதுவாள். அவளுடைய இரண்டு குட்டிக் கால்கள் வெளியே நீட்டிக்கொண்டிருக்கும். அந்தக் கால்களைக் கடந்து நாங்கள் போவதும் வருவதுமாக இருப்போம். வீடு ஒரு பக்கம் தீப்பற்றி எரிந்தாலும் அவளுக்குத் தெரியவராது. இடத்தைவிட்டு அசையமாட்டாள். செய்யும் வேலையில் அத்தனை முனைப்பு. அது எங்களுக்குப் பழகிவிட்டது. அந்தக் கால்களைக் காணாதபோதுதான் தேடத் தொடங்குவோம்.

அப்போது என் மகளுக்குப் பத்து வயதிருக்கும். இரவு எட்டு மணியானதும் வழக்கம்போல வந்து குட்நைட் சொல்லி விட்டுப் போய் தன் படுக்கையில் படுத்துவிட்டாள். இப்படிப் போய்ப்படுப்பவள் வாரத்தில் ஒரு நாள் அல்லது இரண்டு நாள் நாங்கள் காலையில் எழும்பும்போது எங்கள் படுக்கையில் படுத்திருப்பாள். எப்போது வந்து படுத்தாள் என்பது எங்களுக்குத் தெரியாது. இத்தனை ஞாபக சக்தி உள்ள அவளுக்கு ஒன்றுமே ஞாபகம் இராது. ஒருநாள் அவள் வழக்கம்போலப் படுக்கப் போய்விட்டாள். நான் ஏதோ வேலையாக இருந்து படுக்கைக்கு இரவு ஒரு மணியளவில் போனேன். ஆனாலும் வழக்கத்தில் செய்வதுபோலக் குழந்தைகளைப் பார்த்துவிட்டுப் போக நினைத்தேன். மகளின் அறைக்குச் சென்று கன்னத்தைத் தொட்டுப் பார்த்தேன். அதிலே கண்ணீர் வழிந்து ஓடிக்கொண்டிருந்தது. சற்றுநேரத்துக்கு முன்னர்தான் அவள் தூங்கியிருந்தாள் என்று நினைக்கிறேன். ஆனால் கண்ணீர் தூங்கவில்லை. அந்த வயதில் அவளுக்கு என்ன அத்தனை துயரம். வீட்டிலே யாராவது ஏதாவது சொன்னார்களா? அல்லது ஆசிரியர்கள் யாராவது திட்டினார்களா? சிநேகிதிகளுடன் பிரச்சினையா? அடுத்தநாள் காலை கேட்டபோது அப்படி ஒன்றும் இல்லை என்று சாதித்துவிட்டாள். ஆனால் ஏதோ ஒரு துயரம்

அவளை வாட்டியது. பகிர்ந்துகொள்ள முடியாத துயரம். அதை நினைக்கும் போதெல்லாம் இன்றைக்கும் என் நெஞ்சு பிசையும்.

ஆச்சரியப்படுத்துவதற்கு அவள் தேர்வு செய்வது பயணப் பெட்டிகள்தான். ஒருமுறை பயணப்பெட்டி உள்பையினுள் சிறு செய்தி எழுதி வைத்துவிட்டாள். அது வழக்கம்போல எனக்குத் தெரியாது. நான் பயணத்தின்போது அதைப் பார்க்கவில்லை. அதற்குப் பின்னர் அந்தப் பெட்டியைக் காவியபடி போன அத்தனை பயணங்களிலும் அது கண்ணில் படவேயில்லை. பத்து வருடம் கழித்து மகள் பல்கலைக்கழகத்தில் படித்துக்கொண் டிருந்த சமயம் அதை நான் தற்செயலாகக் கண்டேன். அதில் இப்படி எழுதியிருந்தாள். இரண்டு நாள் பயணம் போனபோது எழுதியிருக்க வேண்டும். '2880 நிமிடங்கள். நான் ஒவ்வொரு நிமிடமாகக் கழித்துக்கொண்டு வருகிறேன்.' இதில் ஆச்சரியப் படுத்தும் விசயம் என்ன என்றால் அந்தத் துண்டைக் கண்டுபிடித்த வேளை அவள் வெளிநாட்டில் படித்ததால் நான்தான் ஒவ்வொரு நிமிடமாகக் கழித்துக்கொண்டிருந்தேன்.

ஒரு தகப்பனுக்கும் மகளுக்கும் இடையேயான உறவு மகளின் திருமணத்துக்குப் பின்னர் தேய்ந்துவிடுவதில்லை. மாறாகப் புது வேகம் பிடித்து வளரும். ஆனால் இந்த உறவினைப் பற்றிப் பழைய இலக்கியங்கள் பேசியதில்லை. புலவர்கள் பாடியதில்லை. ஆனால் தாய்க்கும் மகளுக்குமான உறவு அல்லது மகளுக்கும் செவிலித் தாய்க்கும் இடையே உள்ள உறவு பற்றி நிறையப் பாடல்களில் இருக்கின்றன. மனத்திலே ஆழ்ந்த வலியுண்டாக்கும் ஔவையாருடைய பாடல் ஒன்று உண்டு. மகள் தன் காதலனுடன் ஓர் இரவு தாய்க்குத் தெரியாமல் ஊரைவிட்டு ஓடிவிடுகிறாள். தாய் அவளைத் தேடிக்கொண்டு அலைந்தபோது ஒரு பாலைவனம் குறுக்கிட்டது. கொடிய மணற்காடு அது. மகளோ இளம்பெண். அவள் எப்படி இந்தப் பாலைவனத்தைத் தாண்டிப் போயிருப்பாள் என்று நினைத்த போது தாயின் மனம் வெம்புகிறது. மகள் பட்டிருக்கக்கூடிய இடரை நினைத்து நினைத்து அரற்றுவாள். 'அற்றாரைத் தாங்கும் ஐவேல் அசதி அருவரையில் முற்றா முகிழ்முலை எங்ஙனஞ் சென்றனள்.' ஒரு தாயின் மனம் பட்டிருக்கக்கூடிய பதைபதைப்பைப் புலவர் இரண்டே வரியில் சொல்லிப் போய்விடுகிறார்.

தகப்பன்-மகன் உறவு பழைய பாடல்களில் சொல்லப்படா விட்டாலும் எங்கள் இதிகாசங்களில் அவை நிறையவே சொல்லப் பட்டிருக்கின்றன. ராமன் தன் தகப்பனுடைய வாக்கைக் காப்பாற்றுவதற்காக 14 வருடங்கள் வனவாசம் செல்கிறான்.

மகாபாரதத்தில் தேவவிரதன் தன் தகப்பன் சந்தனுவின் ஆசையை நிறைவேற்றுவதற்காக இரண்டு சபதங்கள் செய்தான். 'எனக்கு உரித்தான ராஜ்யத்தைத் துறக்கிறேன். நான் மணமுடிக்க மாட்டேன்.' தகப்பனுக்காகச் செய்த எத்தனை பெரிய தியாகம் அது. யயாதி என்ற மன்னன் தன் முதுமைக் காலத்தில் வாலிபத்தை மீண்டும் அனுபவிக்க விரும்பினான். அவனுடைய மகன் புரு தகப்பனின் விருப்பத்தை நிறைவேற்றினான். தகப்பனின் முதுமையை ஏற்றுக்கொண்டு தன் இளமையைக் கொடுத்தான்.

டாண்டே ஒரு சம்பவத்தைத் தன்னுடைய *Divine Comedy* இல் சொல்கிறார். அத்துடன் ஒப்பிடும்போது மேற்சொன்ன மகன்களின் தியாகம் ஒன்றுமே இல்லையென ஆகிவிடும். உகோலினோ ஒரு பிரபு. ஏதோ குற்றத்திற்காக அவனைச் சிறையிலடைத்துப் பட்டினி போட்டுவிடுவார்கள். அப்பொழுது அவனுடைய மகன்கள் தகப்பன் படும் வேதனையைப் பார்க்கச் சகிக்கமுடியாமல் 'அப்பா, எங்களைச் சாப்பிடுங்கள். உங்கள் பசி ஆறட்டும்' என்று சொல்வார்கள். அவர்கள் தகப்பனை எவ்வளவு நேசித்திருப்பார்கள்.

தந்தைக்கும் மகனுக்குமான உறவு நிறையச் சொல்லப்பட்டிருந்தாலும் மகள் தந்தை உறவு பேசப்படவேயில்லை. அப்படி இருந்தாலும் அது அரிதுதான். தகப்பன் மகள் கவிதை ஒன்றை நான் முதலில் படித்தது அம்பையின் நூலில்தான். அந்தக் கவிதையை நான் ஒருநூறு தடவை படித்திருப்பேன். அம்பையின் 'வற்றும் ஏரியின் மீன்கள்' என்ற நூலில் இந்த சந்தால் கவிதை தமிழ் மொழிபெயர்ப்பில் வருகிறது:

> பாபா,
> உன் ஆடுகளை விற்றுத்தான் நீ என்னைப் பார்க்க
> வரமுடியும் என்ற தொலை தூரத்தில் என்னைக்
> கட்டிவைக்காதே.
>
> மனிதர்கள் வாழாமல் கடவுளர்கள் மட்டும் வாழும்
> இடத்தில்
> மணம் ஏற்பாடு செய்யாதே.
> காடுகள், ஆறுகள், மலைகள் இல்லா ஊரில்
> செய்யாதே என் திருமணத்தை
> நிச்சயமாக.
> எண்ணங்களைவிட வேகமாய்க் கார்கள் பறக்கும்
> இடத்தில்
> உயர் கட்டிடங்களும் பெரியகடைகளும் உள்ள
> இடத்தில்
> வேண்டாம்.
>
> கோழி கூவிப் பொழுது புலராத முற்றமில்லாத வீட்டில்
> கொல்லைப்புறத்திலிருந்து சூரியன் மலைகளில்

அஸ்தமிப்பதைப் பார்க்க முடியாத வீட்டில்
மாப்பிளை பார்க்காதே.

◆◆◆

எனக்குத் திருமணம் செய்ய வேண்டுமென்றால்
நீ காலையில் வந்து அஸ்தமன நேரத்தில் நடந்தே
திரும்பக்கூடிய இடத்தில் செய்து வை.
இங்கே நான் ஆற்றங்கரையில் அழுதால்
அக்கரையில் உன் காதில்பட்டு நீ வர வேண்டும்...

இந்தக் கவிதையை எழுதியவர் பெயர் நிர்மலா புதில், ஒரு தகப்பனுக்கும் மகளுக்கும் இடையில் நிலவும் பாசத்தை இதனிலும் சிறப்பாகச் சொல்ல முடியுமா என்று தெரியவில்லை. தமிழிலே இப்படியான பாடல்கள் உள்ளனவா என்று தேடியிருக்கிறேன், இருக்கலாம். என் கண்ணில்தான் படவில்லை.

சில நாட்கள் முன்பு மகள் எங்களைப் பார்க்கத் திடீரென்று சொல்லாமல்கொள்ளாமல் பின்கேட்டு வழியே அதிகாலை வந்தாள். பொஸ்டனில் இருந்து 800 கி.மீட்டர் தூரம் இரவிரவாகப் பயணம் செய்து வந்திருந்தாள். இன்னும் கொஞ்ச நாட்கள் விடுப்பை நீடிக்கலாம்தானே என்று நாங்கள் கேட்க முடியாது. அத்தனை வேலை தலைக்கு மேல் இருக்கிறது என்று சொல்வாள். வீட்டுக்கு வந்ததும் பழையபடி குழந்தையாகிவிடுவாள். எல்லா வேலையையும் நாங்கள்தான் செய்ய வேண்டும். அவளுக்கு விருப்பமான உணவுதான் சமைக்க வேண்டும். அவள் பார்க்கும் தொலைக்காட்சி சானலைத்தான் எல்லோரும் பார்க்க வேண்டும். வேறு ஒருநாட்டில், 1990இல் நான் வைத்திருந்த புத்தக அலமாரியில் புத்தகங்கள் என்ன ஒழுங்கில் அடுக்கப்பட்டிருந்தன என்பதை இன்றைக்கும் முறையாகச் சொல்வாள். 'மூன்றாவது தட்டில் நாலாவது புத்தகம் 'Wildlife' இல்லையா?' என்றாள். நான் அதை எப்பவோ மறந்துபோனேன். எங்கே அது நினைவில் இருக்கப்போகிறது? 'Wildlife' எழுதிய ரிச்சார்ட் ஃபோர்ட் என்னும் ஆசிரியர் சமீபத்தில் எழுதிய வேறு புத்தகம் ஒன்றைப் பரிசாகத் தந்தாள். 420 பக்கப் புத்தகம். வந்தது போலவே மகள் ஒருநாள் திடீரென்று கிளம்பிவிட்டாள்.

அவள் தந்த பரிசுப் புத்தகத்தை நாளுக்குச் சில பக்கங்களாகப் படித்தேன். 383ஆம் பக்கம் வந்தபோது 10 நாட்கள் கடந்து விட்டன. அந்தப் பக்கத்தில் ஒட்டுப்பேப்பரில் ஏதோ எழுதி ஒட்டியிருந்தாள். படித்துப் பார்த்தேன். அப்பாடா. இந்தப் பக்கத்துக்கு வர இத்தனை நாட்களா? இதை நீங்கள் படிக்கும்போது நான் உங்களை நினைத்துக்கொண்டிருப்பேன். அன்பு மகள்.'

அவள் மாறவே இல்லை. மகள்கள் மாறுவது கிடையாது. அவள் வந்து நின்றது மூன்றே மூன்று நாட்கள்தான். நான் அதையே நினைத்துக்கொண்டு வாழ்வேன். அடுத்த வருடம் திடீரென மகள் என்னை நினைத்து வரும்வரை.

சனிக்கிரகத்தில் 10759 நாட்கள்
ஒரு வருடம்.
வியாழனில் 4331 நாட்கள்
ஒரு வருடம்
செவ்வாயில் 687 நாட்கள்
ஒரு வருடம் பூமியில் 365 நாட்கள்
ஒரு வருடம்.
வெள்ளியில் 227 நாட்கள்
ஒரு வருடம்
புதனில் 88 நாட்கள்
ஒரு வருடம்.
ஓ, என் அருமை மகளே
நீ விடுப்பில் வருவது
மூன்றே மூன்று நாட்கள்.
அதுதான் எனக்கு
ஒரு வருடம்.

11

நல்ல சிறுகதை

சிறுகதைப் போட்டிக்கு நடுவராக இருக்க யாராவது அழைத்தால் எனக்கு நடுக்கம் பிடித்து விடும். ஆனால், அதனால் சில அனுகூலங்களும் உள்ளன. இதுவரை பத்துப் பன்னிரண்டு போட்டி களுக்கு நடுவராக இருந்திருக்கிறேன். சமகால எழுத்துகளைப் படிக்கும் வாய்ப்புக் கிடைக்கிறது. அத்துடன் இது 'திருப்பிக் கொடுக்கும் நேரம்.' அதுவும் ஒரு கடமை. ஆகவே தூர தேசத்தில் இருந்து ஒருவர் அழைத்தபோது நடுவர் குழுவில் பணியாற்றச் சம்மதித்துவிட்டேன்.

நான் சம்மதித்த பின்னர் நண்பர் ஒருவர் என்னிடம் இது வீண்வேலை என்றார். அவருக்கு இலக்கியத்தில் மதிப்பு கிடையாது. அதனால் என்ன பிரயோசனம் என்பது அவர் வாதம். எனக்கு முனைவர் மு. இளங்கோவனின் கதை ஞாபகத்துக்கு வந்தது. மு. இளங்கோவன் +2 தேர்வானதும் அவருடைய அப்பா இரண்டு மாடுகள் வாங்கிக் கொடுத்து அதை வைத்துப் பிழைக்கச் சொன்னார். இவரும் மூன்று வருடங்கள் மாடுகளுடன் வாழ்க்கையை ஓட்டினார். விபத்துப் போல ஒரு நண்பரின் உதவியால் மேல்படிப்புக்குப் போகும் சந்தர்ப்பம் கிடைத்தது. முனைவர் பட்டம் வரை படித்து நல்ல வேலைக்கும் போனார்.

ஆனால், அவருடைய தகப்பனுக்குப் பெரும் துயரம் இருந்தது. வீடு நிறையப் புத்தகங்கள் கிடந்தன. 'அவற்றை விற்றுவிடு' என்று மகனை நச்சரித்தபடியே இருந்தார். புத்தகத்தினால் ஒரு

பிரயோசனமும் இல்லை. விற்றால் காசு கிடைக்குமே. வீட்டிலே பானை இருக்கிறது. அது வேலை செய்கிறது. குடை இருக்கிறது. அது வேலை செய்கிறது. பாக்குவெட்டி இருக்கிறது. அது வேலை செய்கிறது. புத்தகம் என்ன வேலை செய்கிறது. சும்மாதானே கிடக்கு. அதை விற்றால் எவ்வளவு காசு கிடைக்கும். இதுதான் அவர் வாதம். இன்றுவரை பேராசிரியரால் புத்தகம் என்ன வேலை செய்கிறது என்பதைத் தன் தகப்பனாருக்குப் புரியவைக்க முடியவில்லை.

அப்படித்தான் என் நண்பரும். அவரிடம் ஒன்றையும் சொல்லிப் புரியவைக்க முடியாது. நடுவர் வேலைக்குச் சம்மதித்த பின்னர்தான் என்னுடன் இன்னும் ஐந்து பேர் குழுவில் பணியாற்றுகிறார்கள் என்ற விவரம் தெரியவந்தது. எனினும் தன் முயற்சியில் மனம் தளராத விக்கிரமாதித்தன்போல நடுவர் குழுவுடன் இணைந்து வேலை செய்வது என்று முடிவு செய்தேன். சிறுகதைகள் வந்தன. இரண்டு முழுநாட்கள் எல்லா வேலைகளையும் ஒதுக்கிவிட்டு அவற்றைப் படித்து முடித்தேன். பின்னர் முதல் நிலையிலுள்ள ஐந்து சிறுகதைகளையும் மறுபடியும் படித்து மதிப்பெண்கள் போட்டு என் முடிவை அனுப்பிவைத்தேன்.

சிறிது காலம் கடந்து முடிவுகள் பத்திரிகையில் வெளியாகின நான் முதல் பரிசுக்குத் தேர்ந்தெடுத்த கதை எட்டாவதாக வந்திருந்தது. நான் ஐந்தாவது என்று தேர்ந்த கதை முதலிடத்தைப் பிடித்திருந்தது. நான் மூன்றாவதாகத் தெரிவு செய்தது முதல் பத்துக்குள் வரவே இல்லை. எனக்குக் கதிகலங்கிவிட்டது. இரண்டு நாள் கழித்து ஒரு முடிவுக்கு வந்தேன். சிறுகதைகளுக்கும் சனநாயகத்துக்கும் தொடர்பு இல்லை. சிறுகதை விசயத்தில் யாருக்குக் கூட வோட்டுகள் என்று எண்ணி முடிவு எடுக்க முடியாது.

அன்று இரவு படுக்கப் போகுமுன்னர் ஒரு தீர்மானம் எடுத்தேன். இனிமேல் நடுவர் வேலை ஒரு குழுவுடன் சேர்ந்து செய்யக் கூடாது. நல்ல சிறுகதை என்றால் என்ன என்ற குழப்பத்தை எனக்கு உண்டுபண்ணிவிட்டார்கள். இத்தனை வருட காலமும் நான் படித்தது, எழுதியது, பேசியது எல்லாமே வீண். இத்தனை மோசமாகவா நான் சிறுகதைகளைப் புரிந்து கொண்டிருக்கிறேன். ஒரே கவலை. அந்தக் கவலையுடனேயே தூங்கப் போனேன். அடுத்த நாள் காலை பதில் கிடைக்கும் என்பது எனக்கே தெரியாது.

அதிகாலையில் தொலைபேசி வந்தது. யார் என்று கேட்டேன். 'ஐயா நான் யாழ்ப்பாணத்திலிருந்து பேசுகிறேன்.' புதிய குரல். குரல் இளமையாகவும் இருந்தது. நான் நிமிர்ந்து உட்கார்ந்தேன்.

'உங்களுடைய பெயர் என்ன? என்ன விசயம்?' என்று கேட்டேன். அவர் நான் கேட்ட கேள்விக்குப் பதில் சொல்ல வேண்டும் என்று எண்ணவே இல்லை. தான் சொல்ல வந்த விசயத்தைச் சொல்லி முடிப்பதிலேயே குறியாகவிருந்தார். அதுவும் சரிதான் அவர்தானே காசுகொடுத்துத் தொலைபேசியில் அழைத்தவர்.

'உங்களுடைய சிறுகதைகள் நிறைய படித்திருக்கிறோம். சில கதைகள் மனப்பாடம். உங்களுடன் பேச வேண்டும் என்று தோன்றியது.' 'எப்படி தொலைபேசி எண் கிடைத்தது?'

'இங்கே ஒருவருக்குமே தெரியாது. நான் ஒருவரைப் பிடிக்க, அவர் இன்னொருவரைப் பிடிக்க, அவர் வேறொருவரைப் பிடித்து எப்படியோ கிடைத்துவிட்டது.'

'என்ன புத்தகம் படித்தீர்கள்?' 'பெயர் ஞாபகம் இல்லை ஐயா. ஆனால், கதைகள் ஞாபகம் உள்ளன.' இப்படிச் சொல்லிவிட்டு அவர் கதைகளை ஒவ்வொன்றாகச் சொல்லத் தொடங்கினார். கதையில் வரும் சம்பவங்களையும் சில வசனங்களையும் அப்படியே ஒப்பித்தார். எனக்கே சில கதைகள் மறந்துவிட்டன.

'சரி, இப்பொழுது எதற்காக அழைத்தீர்கள்?' இப்படி தன் பெயரைச் சொல்ல விரும்பாத அந்த இளைஞனிடம் கேட்டேன்.

'விசயம் இதுதான் ஐயா. நான் பூசா சிறையில் நாலு வருடம் இருந்துவிட்டு இப்பொழுதுதான் வெளியே வந்திருக்கிறேன். சிறையில் உங்கள் புத்தகங்கள் கிடைக்கின்றன. அங்கேதான் படித்தேன். இலக்கிய ஆர்வமுள்ள இன்னொரு நண்பனும் அங்கே என்னுடன் சிறையில் இருந்தான். கதைகளை நானும் நண்பனும் காரசாரமாக விவாதிப்போம். இப்பொழுது நான் வெளியே வந்துவிட்டேன். நண்பன் இன்னமும் உள்ளே யிருக்கிறான்.'

'அப்படியா? பூசா என்பது சிங்களப் பகுதியில் உள்ள சிறை அல்லவா? சித்திரவதைக்கூடம் என்று அழைப்பார்களே? அங்கே தமிழ்ப் புத்தகங்கள் உள்ளனவா?'

சித்திரவதைக்கு என் புத்தகங்களைச் சிங்கள அரசாங்கம் பயன்படுத்துகிறதோ என்ற சந்தேகம் சாதுவாக எழுந்தது. ஆனால், நான் அதை வெளிக்காட்டவில்லை.

'சிறையிலே ஒரு நூலகம் இருக்கிறது. அங்கே சில தமிழ்ப் புத்தகங்களும் உள்ளன. அங்கேதான் உங்கள் புத்தகத்தை வாசித்தேன்.'

'எதற்கு அழைத்தீர்கள். அதைச் சொல்லவே இல்லையே?'

'உங்கள் புத்தகம் ஒன்றை நான் திருடிவைத்திருந்தேன். அதை என்னிடம் இருந்து யாரோ திருடிவிட்டார்கள்.'

அழுவதா சிரிப்பதா என்று என்னால் தீர்மானிக்க முடியவில்லை. மர்மம் கூடிக்கொண்டே வந்தது. இதைச் சொல்வதற்கா என்னை அழைத்தார்? இவர் திருடிவைத்த புத்தகத்தை இன்னொருவர் திருடினாராம். அமெரிக்காவில் எழுபதுகளில் ஜொனிகாஷ் என்ற பிரபலமான இசைக் கலைஞன் இருந்தான். அவன் சிறைகளில் கச்சேரி வைப்பான். அதனாலே அவனுக்கு சிறைக் கைதிகளிடையே மரியாதை அதிகம். ஒருவேளை அதுபோல எனக்கும் ரசிகர்கள் சிறையில் உருவாகிவிட்டார்களோ?

'இதைச் சொல்லவா தொலைபேசியில் அழைத்தீர்கள்?'

'இல்லை ஐயா. முழுவதையும் கேளுங்கள். இப்பொழுது வெளியே வந்து கடைகளில் உங்கள் புத்தகத்தைத் தேடுகிறேன். அகப்படவே இல்லை. ஆனால், சிறைக்குள்ளே கிடைக்கிறது. எங்கே புத்தகம் வாங்கலாம்?'

'எனக்கு எப்படித் தெரியும்? நான் கனடாவில் அல்லவோ இருக்கிறேன். இத்தனை ஆர்வமாக இருக்கிறீர்களே? ஆச்சரிய மாக இருக்கிறது. ஒரு நல்ல சிறுகதை என்றால் எப்படி இருக்க வேண்டும்?'

'ஐயா, நீங்கள் என்னை டெஸ்ட் செய்கிறீர்கள்.'

'நீங்கள் சொல்லுங்கள். நீங்கள் சொன்னால் அது முக்கியமானதாக இருக்கும் என்று நினைக்கிறேன்.'

'ஐயா, ஒரு நல்ல சிறுகதை என்றால் எழுத்தாளர் ஓர் அடி முன்னே நிற்பார். வாசகர் பின்னே தொடர்வார். வாசகரால் எழுத்தாளரை எட்டிப் பிடிக்கவே முடியாது. அதுதான் நல்ல சிறுகதை.

எனக்கு ஆச்சரியமாக இருந்தது. இத்தனை வருட காலத்தில் இப்படி ஒருவர் சிறுகதையை வர்ணித்தது கிடையாது. பூசா சிறையில் நாலு வருடம் இருந்தவர் சிறுகதை என்னவென்று இத்தனை துல்லியமாகச் சொல்கிறாரே. நடுவர் குழுவில் பணியாற்றியவர்களுக்கு இந்த எளிய விதி தெரியவில்லையே!

'இப்ப என்ன செய்யப் போகிறீர்கள்?'

'வேறு என்ன செய்வது? உங்கள் புத்தகம் வெளியே இல்லை. உள்ளேதான் இருக்கிறது. படிப்பதற்கு அங்கேதான் போக வேண்டும்.'

12

வாசகர் தேவை

சிறுவயதில் ஆங்கிலப் பாடம் என்றால் நடுக்கம் எடுக்கும். வகுப்புக்குப் போகப் பிடிக்காது. ஆசிரியர் என்றால் பயம். ஆங்கிலக் கவிதைகளை மனனம் செய்து காலையில் ஒப்பிக்க வேண்டும். அப்படித்தான் அமெரிக்கக் கவிஞர் லோங்ஃபெல்லோ எழுதிய 'Under a Spreading Chestnut Tree' பாடலைப் பாடமாக்கினேன். ஆனால், ஆசிரியருக்கு முன்னால் அது மறந்துவிட்டது. ஒப்பிக்க முடியவில்லை. அந்தப் பாடலை, அதை எழுதிய லோங்ஃபெல்லோவின் கையெழுத்தில் சமீபத்தில் பார்த்தேன். பொஸ்டன் நகரில் அவர் வாழ்ந்த வீட்டை அருங்காட்சியகமாக மாற்றியிருக்கிறார்கள். அதே வீட்டில் அமெரிக்காவின் முதல் ஜனாதிபதி ஜோர்ஜ் வாசிங்டனும் அதற்கு முன்னர் வாழ்ந்திருக்கிறார். லோங்ஃபெல்லோ பாடலில் குறிப்பிட்ட செஸ்நட் மரத்தைத் தறித்து அதில் நாற்காலி செய்து பொஸ்டன் நகரத்துக் குழந்தைகள் அவருக்குப் பரிசாகக் கொடுத்திருக்கிறார்கள். அந்த நாற்காலியும் அங்கே பார்க்கக் கிடைத்தது. லோங்ஃபெல்லோ அவருடைய கையெழுத்துக் கவிதையில் பல இடங்களில் வார்த்தைகளை வெட்டி வேறு வார்த்தைகள் சேர்த்திருக்கிறார். வரிகளை வெட்டியிருக்கிறார். மிகவும் கடினமாக உழைத்துத்தான் அந்தக் கவிதையை நிறைவு செய்திருக்கிறார். கவிஞரின் சிந்தனை ஓட்டத்தைக் கவிதையைக் கூர்ந்து நோக்கி ஒருவாறு புரிய முடிகிறது.

லோங்ஃபெல்லோவின் கவிதையைப் படித்தபோது கம்பர் நினைவுக்கு வந்தார். 10,000 பாடல்களுக்கு மேலேயுள்ள ராமாயணத்தை இயற்றியவர். கையிலே ஓலையைப் பிடித்துக் கெண்டு இரும்பு எழுத்தாணியால் எழுதியிருப்பார். எத்தனை பாடல்களைத் திருத்தியிருப்பார். ஓலைகளில் திருத்த முடியாது. ஆரம்பத்திலிருந்து புதிதாக எழுத வேண்டும். எத்தனை ஓலை களைக் கிழித்துப்போட்டிருப்பார். அவருடைய மனித உழைப்பை யோசித்தபோது பிரமிக்கவைத்தது. ஒரு நாளைக்கு எத்தனை பாடல்களைப் படைத்திருப்பார்? 20, 50, 100. எத்தனை முறை திருத்தியிருப்பார்? அவருடைய கவிதைத் திறனிலும் பார்க்க உடல் உழைப்புதான் ஆச்சரியப்படவைக்கிறது.

ரஸ்ய எழுத்தாளர் ரோல்ஸ்ரோய் 'போரும் அமைதியும்' நாவலை ஏழு தடவை எழுதியதாகப் படித்திருக்கிறேன்; 1300 பக்க நாவல் அது. அவர் வெட்டிவெட்டித் திருத்த அவருடைய மனைவி சோஃபியா அதைத் திரும்பவும் எழுதிக் கொடுப்பாராம். அப்பொழுதெல்லாம் தொட்டெழுதும் பேனாதான். மை பட்டதும் ஊறிவிடும் பேப்பர். அப்படியும் களைக்காமல், சலிக்காமல் பலதடவை இருவரும் எழுதி முடித்திருக்கிறார்கள். அச்சுக்குப் போன பின்னரும் ரோல்ஸ்ரோய்க்குத் திருப்தி கிடையாது. இறுதிவரை திருத்திக்கொண்டே இருந்தாராம்.

இப்பொழுது எல்லாம் கணினியிலே எளிதாக எழுத முடிகிறது. அதிலே சொற்களை மாற்றலாம். வெட்டலாம். திருத்தலாம். வசனத்தையே இடம் மாற்றலாம். ஒரு பாராவைத் தூக்கி முன்னுக்குப் போடலாம். முன்னுக்குப் போட்டதை எடுத்து நடுவிலே சேர்க்கலாம். சொற்களைத் தேடலாம். தேடி அவற்றை மாற்றலாம். வார்த்தைகளை எண்ணலாம். ஒரு வார்த்தை எத்தனை தடவை வருகிறது என்று பார்த்துத் திருத்தலாம். பேப்பர் வீணாவதில்லை. மை வீணாவதில்லை. அத்தனை திருத்தமும் அலுங்காமல் செய்து முடித்துவிடலாம். இந்தக் கணினி, கம்பரிடமோ, ரோல்ஸ்ரோயிடமோ, லோங்ஃபெல்லோ விடமோ இருந்திருந்தால் எத்தனை வசதியாக இருந்திருக்கும். எவ்வளவு மனித உழைப்பைச் சேமித்திருக்கலாம். ரோல்ஸ்ரோய் இன்னும் நாலு 'போரும் அமைதியும்' போன்ற நாவல்களை எழுதித் தள்ளியிருப்பார்.

என்னுடைய ஐயா ஓலைச்சுவடி படிப்பதைப் பார்த்திருக்கிறேன். எங்கள் கிராமத்துச் சாத்திரியார் ஓலைச் சுவடியில் சாதகம் கணிப்பதையும் கண்டிருக்கிறேன். நான் படித்தபோது பயன்படுத்தியது தொட்டெழுதும் பேனாதான். பள்ளிக்கூடத்துக்குப் போகும்போது பேனாக்கட்டையையும்

மைப்புட்டியையும் காவிக்கொண்டு போவேன். மேசையில் வலது பக்கம் ஓர் ஓட்டை இருக்கும். அதிலே மைப்புட்டியை வைத்துவிடுவோம். திரும்பும்போது மைப்புட்டி காலியாகிவிடும்; உடையிலே மை நிரம்பியிருக்கும். ஊற்றுப்பேனா வந்தது. பின்னர் போல்பொயிண்டும் வந்து எழுதுவதை இலகுவாக்கியது.

ஒருநாள் எங்கள் கிராமத்துக்குத் தட்டச்சு மெசின் வந்தது. தமிழ்த் தட்டச்சு மெசின். அதைப் பார்ப்பதற்காக என்னை அண்ணர் அழைத்துப்போனார். மெசினில் ஒருத்தர் தட்டச்சுச் செய்தார். அன்று முழுக்க என்னால் அதைப் பார்த்துக்கொண் டிருக்க முடிந்திருக்கும். பேப்பரைத் திருகுவதும், அது மேலே உயர்ந்து சொல்லப்பட்ட இடத்தில் நிற்பதும், எழுத்துகள் நடனமாடியபடியே எழுந்து வந்து பதிவதும், நூதனமாக இருந்தது. ஒரு விசையை அழுத்தியதும் கறுப்பு எழுத்துகள் சிவப்பாக மாறின. தட்டச்சுச் செய்யும்போது ஏதாவது தவறு ஏற்பட்டால் அதைக் கோட்டினால் வெட்டிவிட்டுப் புதிதாக வார்த்தை அடிக்கக்கூடிய வசதியும் இருந்தது. என்னைத் தீராத ஆச்சரியத்தில் ஆழ்த்திய விசயம் என்னவென்றால் ஓர் எழுத்தின் மீது இன்னோர் எழுத்து விழவே இல்லை. சரியாகப் பக்கத்தில் விழுந்தது. வீடு வந்தபின்னரும் அந்த அதிசயம் மறையாமல் மனதிலேயே தங்கியது.

பின்னர் எங்கள் கிராமத்திலிருந்து தமிழ்த் தட்டச்சு பழகப்போன மயிலனின் கதையும் உலாவியது. கிராமத்தவரின் கேலிக்கும் கேளிக்கைக்குமாகக் கடவுளால் படைக்கப்பட்டவன் மயிலன். தீக்கோழிபோலக் காலை எட்டிவைத்து நடப்பான். மூளையும் அதைப் போலவே. ஒரு முரட்டு முன்கோபக் குருவிடம் தட்டச்சு பழகினான். தட்டச்சுச் செய்துகொண்டிருந்த அவன் ஒரு நாள் திடீரென்று கத்தினான். 'அண்ணை, புனா எங்கே? காணவில்லை? அதற்குக் குரு சொன்ன பதில் பிரசித்தமானது. 'அங்கே கீழேயிருக்கும். கண்டுபிடி.' மயிலன் ஊரை விட்டுப்போன பின்னரும் கதை அங்கேயே தங்கிவிட்டது. சிறிது காலம் கழித்து எங்கள் கிராமத்தில் ஒருவரிடம் பழைய தட்டச்சு மெசின் வந்து சேர்ந்தது. அதில் 'ஊ' எழுத்து அடிக்க முடியாது. வசன அமைப்பை 'ஊ' வராமல் பார்த்துக்கொள்ள வேண்டும். அப்படியும் தவறி அது வந்துவிட்டால் மையினாலே அந்த இடத்தை 'ஊ' என்று எழுதி நிரப்ப வேண்டும். இதுபற்றி நான் ஒரு சிறுகதைகூட அந்த நேரம் எழுதியிருக்கிறேன்.

தமிழ்த் தட்டச்சு மெசினின் முழுப்பயனையும் ஒரு காலத்தில் நான் அனுபவித்திருக்கிறேன். பதின்ம வயதிலேயே நான் கவிதைகளும் சிறுகதைகளும் கட்டுரைகளும் எழுத

ஆரம்பித்துவிட்டேன். என் கையெழுத்து மோசமாக இருக்கும். அரசாங்க அலுவலகத்தில் வேலை செய்யும் யாரிடமாவது கெஞ்சித் தட்டச்சுச் செய்ய வேண்டும். அகில இலங்கை நாடகப் போட்டி ஒருமுறை நடந்தது. அதற்கு 100 பக்கத்தில் கையினால் ஒரு நாடகம் எழுதினேன். அதை ஒரு நண்பர் தட்டச்சுச் செய்து தந்தார். எனக்கு இரண்டாவது பரிசு கிடைத்தது. முதல் பரிசு பெற்றவர்மீது எனக்குக் கோபம். அவரைச் சந்தித்ததோ பேசியதோ கிடையாது. 50 வருடம் கழித்துக் கனடாவில் அவருடன் பேசும் சந்தர்ப்பம் கிடைத்தபோது என் கோபத்தைச் சொன்னேன். அவர் நாடகத்தனமாகச் சிரித்தார்.

கணினியில் தமிழ் எழுதலாம் என்று வந்தபோது அதைவிட மகிழ்ச்சி அளித்த விசயம் எனக்கு அந்தக் காலத்தில் வேறு ஒன்றுமே இல்லை என்று சொல்லலாம். அமெரிக்காவில் தமிழில் எழுதும் செயலியை ஒருவர் உருவாக்கிவிட்டார் என அறிந்து அவர் வீடு தேடிப் போனேன். சூரிய ஒளி புகமுடியாத நீண்ட வீடு. இருட்டு தொடங்கும் இடத்தில் ஒருவர் உட்கார்ந்திருந்தார். அவர் ஒரு செயலியை இலவசமாகத் தந்தார். நான் உழைப்புக்கு மதிப்புக் கொடுக்கவேண்டும் என்று சொல்லி 100 டொலர் தந்து அதை வாங்கினேன். அது என் வாழ்க்கையை மாற்றியது. கம்ப்யூட்டரில் தமிழில் எழுத ஆரம்பித்துவிட்டேன். நானே ஆசிரியன்; நானே மாணவன். செயலியில் எல்லா வசதிகளும் இருந்தன. சொற்களைத் தேடலாம். மாற்றலாம். எண்ணலாம். நகல் செய்யலாம். வெட்டி ஒட்டலாம். மனைவி பொறாமைப் படும் அளவுக்கு அதனுடனேயே முழுநேரத்தையும் கழித்தேன். இரண்டுவருடம் அதைப் பாவித்தேன் பிரச்சினை என்ன வென்றால் கட்டுரைகளை அச்சடித்துப் பத்திரிகைகளுக்குத் தபால்மூலம்தான் அனுப்பலாம்.

பின்னர் முத்து நெடுமாறனின் செயலி வந்துவிட்டது. அதை வரவழைத்தேன். அவருடன் அப்பொழுது டெலிபோனில் பேசியதும் நினைவுக்கு வருகிறது. அவருடைய செயலியில் பல வசதிகள் இருந்தன. அதிலே எழுதி மின்னஞ்சலில் இணைப்பாக அனுப்பலாம். ஆனால், அதைப் பெறுபவரிடமும் அதே செயலி இருந்தால்தான் அவரால் படிக்கமுடியும். பல பிரச்சினைகள் தீர்ந்த அதே சமயம் புதுப் பிரச்சினைகளும் கிளம்பின. கட்டுரைகளில் 'ஆ' எழுத்து வராது. சிலநேரங்களில் 'இ' எழுத்து வராது. கிராமத்து உடைந்த தமிழ்த் தட்டச்சு மெசின்போல, பேனாவினால் விடுபட்ட எழுத்துகளை நிரப்பவேண்டியிருந்தது.

நான் கனடாவுக்கு வந்துவிட்டேன். தன்னுடைய சிறுநீரகத்தை விற்று அந்தக் காசில் கனடா வந்த ஒருவரை

கடவுளுக்கு வேலை செய்பவர்

அப்பொழுது சந்தித்தேன். என்னுடைய வயதிலும் பாதி வயது அவருக்கு. கம்ப்யூட்டர் படிக்கும் மாணவர். அவர் அப்பொழுது எனக்குச் செய்த உதவியை நான் என்றென்றைக்கும் மறக்க முடியாது. தமிழ்த் தட்டச்சுச் செய்யும்போது ஏற்பட்ட எல்லாவிதமான சிக்கல்களையும் தீர்த்துவைத்தார். அவர் உழைப்புக்குக் கூலியும் வாங்க மறுத்தார். தமிழில் எழுதும்போது நிறைய வைரஸ்கள் தாக்கின. அவற்றை விலக்கினார். ஒருமுறை 100 பக்கம் எழுதிய பின்னர் ஏதோ பட்டனை அமுக்க முற்றிலும் அழிந்துபோனது. அதை மீட்டுத் தந்தார். இன்று என்னிடம் இருப்பதெல்லாம் அந்த இளைஞர் தந்ததுதான். இப்பொழுது அவர் பெயர்கூட மறந்துவிட்டது. ஒரு சிறுநீரகத்துடன் அவர் எங்கே இருக்கிறார் என்பதும் தெரியாது. காலத்தினாற் செய்த நன்றி ஞாலத்திலும் பெரிது என்பார்கள். அவரை நன்றியுடன் நினைத்துக்கொள்கிறேன்.

அதைத் தொடர்ந்து யூனிகோட் (ஒருங்குறி) வந்துவிட்டது. என்னென்ன வேண்டுமென்று கற்பனை செய்தேனோ அவை எல்லாம் கிடைத்தன. அது கொடுத்த மகிழ்ச்சிக்கு அளவே இல்லை. தமிழில் மின்னஞ்சல்கள் எழுதக்கூடியதாக இருந்தது. குழந்தைப் பிள்ளைக்கு விளையாடப் புதுப் பொம்மை கிடைத்ததுபோல மின்னஞ்சல்கள் பலருக்கும் தமிழில் பறந்தன. பதில்களும் தமிழில் வந்தன. இந்தச் சமயம் எழுத்தாளர் ஜெயமோகனும் கணினி எழுத்து உலகத்துக்குள் நுழைந்திருந்தார். அங்கே அவருக்கு அதிகாலை 2 மணி. எனக்கு ரொறொன்ரோவில் மாலை. மின்னஞ்சல்களுக்கு உடனுக்குடன் பதில் எழுதிப் பயிற்சி எடுத்தோம். அவர் வேகமாக டைப் செய்ய அப்பொழுதே பழகிக்கொண்டார். ஒரு மின்னஞ்சல் எழுதி விரலை எடுக்க முன்னர் பதில் வந்துவிடும். அவர் பல கேள்விகளை எழுப்புவார். ஒரு கேள்வி. இப்பொழுதும் ஞாபகம் இருக்கிறது. 'கடைசியாகக் கூட்டுக்கு வந்த பறவை வென்றதா? தோற்றதா?'

யூனிகோட் வந்த பின்னர் எல்லாமே மாறியது. எழுத்தாளர்கள் வேகமாக எழுதினார்கள். எழுதியதை அப்படியே மின்னஞ்சலில் அனுப்பினார்கள். பதிப்பாளர்களுக்குப் பதிப்பிப்பது இலகுவானது. அச்சுக்கோர்க்கும் சிரமம் இல்லை. புத்தகங்களும் அதே வேகத்தில் பதிப்பிக்கப்பட்டு விற்பனைக்கு வந்தன. முன்னைப்போல ஆயிரக்கணக்கான நூல்களை அச்சடித்துக் கிட்டங்கியில் குவித்து வைக்கும் பழக்கம் போனது. எத்தனை தேவையோ அதையே அச்சிட்டார்கள். வேண்டும்போது மீண்டும் பதிப்பித்தார்கள்.

செல்பேசி வந்தது. அதைத் தொடர்ந்து யூட்யூப் வந்தது. எழுத்தாளருக்கு வேலை இன்னும் இலகுவானது. புத்தகங்களை அச்சடிக்கத் தேவையில்லாமல் கிண்டில் வந்தது. 20 வருடங்களாக நீங்கள் தேடிய ஒரு புத்தகத்தை நிமிடத்தில் நீங்கள் இறக்கிப் படித்துக்கொள்ளலாம். நூலகங்களின் தேவை சுருங்கிவிட்டது. அமெரிக்காவில் சமீபத்தில் மாபெரும் நூலகம் ஒன்றுக்குப் போனேன். பத்து லட்சம் புத்தகங்களுக்கு மேல் அங்கே உள்ளன. ஒன்றிரண்டுபேர் உட்கார்ந்து படித்தனர். புத்தகங்களை கிண்டிலிலும் ஐபாட்டிலும் மக்கள் படிக்கிறார்கள். ஒருவர் தன் ஐபாட்டில் 1000 புத்தகங்களைக் காவிச்செல்ல முடியும்.

எழுதுவதைச் சுலபமாக்கிய இன்னொரு முக்கிய காரணம், தமிழ் விக்கிப்பீடியா. இதை உண்டாக்கிய பெருமை இ. மயூரநாதனைச் சேரும். இன்று 84,000 கட்டுரைகள் உள்ளன. இந்திய மொழிகளில் தரவரிசையில் தமிழ் முதல் இடத்தில் இருக்கிறது. பல விசயங்களை உடனுக்குடனே சரிபார்த்துக் கொள்ள முடியும். சொற்பிழை திருத்திச் சந்திப்பிழை திருத்தி வந்துவிட்டன. இலவசமாக இவற்றைத் தந்தவர் எஸ். ராஜாராமன் (நீச்சல்காரன்). இலக்கணப்பிழை திருத்தி, நிகண்டு (*thesaurus*) போன்றவையும் விரைவில் வந்துவிடும். தமிழ் – தமிழ் அகராதி யும், ஆங்கில – தமிழ் அகராதியும் உங்கள் கணினி, செல்பேசி, ஐபாட்டுகளில் ஏற்றிவைத்துக்கொள்ளலாம்.

எதிர்காலத்தில் அச்சுப்புத்தகங்கள் அருகிவிடும். மக்களுக்கு அவற்றை வைத்துப் பாதுகாப்பதே பெரும் பிரச்சினையாக இருக்கும். மின்னூல்கள் அதிகமாகும். பழுதாகாது. தொலையாது. எங்கேயும் காவிச் செல்லலாம். விலையோ பத்து மடங்கு மலிவு. அவற்றை வாடகையிலும் வாங்கலாம். சொந்தமாகவும் ஆக்கலாம். எழுத்தாளர்கள் பத்து மடங்கு அதிகமாவார்கள். புத்தகங்களும் பல மடங்கு கூடும். வாசகர்கள் வாசிக்க வேண்டிய புத்தகங்களின் எண்ணிக்கை கணக்கு வைக்க முடியாத அளவுக்கு உயர்ந்துவிடும் அவகாசமோ நாளுக்கு 24 மணித்தியாலம்தான். வாசகர்களுக்கு, முக்கியமான புத்தகங்களை இனங்கண்டு வாசித்து முடிப்பது சவாலாக அமையும்.

முன்பெல்லாம் ஒரு புத்தகம் எழுதி அதை வெளியிட இரண்டு வருடம் பிடிக்கும். இப்பவெல்லாம் இரண்டு மாதத்தில் ஒரு புத்தகத்தைப் பதிப்பித்து விற்பனைக்குக் கொண்டுவர முடிகிறது. எழுத்தாளர் கணினியில் எழுதி அப்படியே மின்னஞ்சலில் பதிப்பாளருக்கு அனுப்பிவிடுவார். படங்களும் அப்படியே அனுப்பலாம். பதிப்பகம் நிமிடங்களில் பக்க

அமைப்பு செய்து புரூஃப் அனுப்புகிறது. சொற்பிழை திருத்தி இருப்பதால் அதுவும் இலகுவாகிவிடுகிறது. அப்படியே அச்சுக்குப் போகிறது. கட்டமைப்புச் (*binding*) செய்ய சிறிது நேரம் எடுக்கும். ஆனால், அதுவே மின்புத்தகம் என்றால் சில நாட்களிலேயே உலகம் முழுவதும் கிடைக்கும். ஒரு பட்டனை அழுத்தி யாரும் எங்கேயிருந்தும் நூலை ஐபாட்டிலிலோ கிண்டிலிலோ இறக்கிக் கொள்ளலாம்.

ஜே.கே. ரோலிங் எழுதிய புத்தகங்கள் 400 மில்லியன் உலகம் முழுக்க விற்றிருக்கின்றன. எத்தனை பேர் புத்தகங்களை வாசித்தார்கள், எத்தனை பேர் பாதிவரை படித்து மூடி வைத்தார்கள், எத்தனை பேர் தொடவே இல்லை போன்ற கணக்கெடுப்புகள் இல்லை. மின்னூல்கள் வாடகைக்கும் விடப்படும் அல்லது முழுக்காசுக்கும் விற்பனையாகும். அவற்றில் எத்தனை நூல்கள் படிக்கப்பட்டன என்ற விவரத்தை விஞ்ஞானிகள் கண்டுபிடிக்க ஒரு புதுவழியை உண்டாக்கலாம். முன்பெல்லாம் காட்டு விலங்குகள் கணக்கெடுப்புக்கு ஒவ்வொரு விலங்காக எண்ணினார்கள் அல்லது தானியங்கி காமிராக் களைப் பொருத்திப் படம் எடுத்துக் கணக்கு வைத்தார்கள். இப்பொழுதெல்லாம் அட்டைகளைப் பொறுக்கி அவற்றின் ரத்தத்தைப் பரிசோதித்துச் சரியாக எத்தனை, என்ன வகை விலங்குகள் என்று கணக்குக் கூறிவிடுகிறார்கள். அப்படி புதுமாதிரியான ஒரு கண்டுபிடிப்பு வரலாம்.

புத்தக வெளியீடுகள் உலகளாவியவிதமாக மாறிவிடும். ஸ்கைப் மூலமாகவோ (*Conference call*) பல்வழி அழைப்பு மூலமாகவோ (*Live telecast*) நேரலை ஒலிபரப்பு மூலமாகவோ நடத்தலாம். நாடு நாடாகப் போய் வெளியீடு செய்யத் தேவை இல்லை. கனடாவின் எழுத்தாளர் மார்கிரட் அட்வுட் செய்வதுபோல எழுத்தாளர் அவரிடத்தில் இருந்தபடியே வாசகரின் புத்தகத்தில் கையெழுத்து இடலாம். வாசகர்கள் கேள்விகளுக்குப் பதிலும் சொல்லலாம். மின்புத்தகம் என்றால் இன்னும் சுலபமாகிவிடும்.

1712இல் முதல் தமிழ்ப் புத்தகம் தரங்கம்பாடியில் அச்சிடப்பட்டது. இதைச் செய்தவர் டென்மார்க் அரசர் அனுப்பிவைத்த ஜேர்மன்காரர். அவர் பெயர் சீகென்பால்க். முதல் தமிழ் அச்சுப் புத்தகத்தை அந்தக்கால மக்கள் வரிசையில் நின்று தொட்டுப் பார்த்து மகிழ்ந்திருப்பார்கள். அதிலிருந்த தமிழ் எழுத்துகளுக்கும் இன்று புழங்கும் தமிழ் எழுத்துகளுக்கும் நிறைய வித்தியாசங்கள் உள்ளன. இன்று உள்ள எழுத்துகள் 100

வருடம் பின்னர் எப்படியிருக்கும்? சேக்ஸ்பியருக்கு 'Z' எழுத்து பிடிக்காது. அதை அவரே லியர் மன்னன் நாடகத்தில் சொல்கிறார். திருவள்ளுவருக்கு 'ஔ' எழுத்துப் பிடிக்காது. திருக்குறளில் 'ஔ' எழுத்தைக் காணமுடியாது. இன்னும் 100 வருடத்தில் தமிழ் எழுத்து முற்றிலும் மாறக்கூடும். வாசகர்கள் எழுத்து மாற்றத்தால் சிரமப்படாமல் எதிர்காலத்தில் கணினி காப்பாற்றும்.

எண்ணித் தீராத வசதிகள் இப்போது வந்துவிட்டன. எழுத்தாளர்கள் அதிகமாகிவிட்டனர். புத்தகங்கள் பெருகிவிட்டன. அமர்ந்த இடத்திலிருந்து அசையாமல் நூற்றுக்கணக்கான புத்தகங்களைப் படிக்க முடியும். எழுத்தாளர் எழுதும்போது உசாத்துணை நூல்களைத் தன் முன்னே பரப்பி வைக்கத் தேவையில்லை. அவை எல்லாமே அவருடைய கணினியிலேயோ ஐபாட்டிலேயோ ஓர் அழுத்தலில் கிடைக்கும். சேக்ஸ்பியர் 32,000 வார்த்தைகளை உபயோகித்து அழியாத இலக்கியம் படைத்தார். திருவள்ளுவருக்கு, உலக வாழ்வியல் நூலான திருக்குறளைப் படைக்க 14,000 வார்த்தைகள் தேவைப்பட்டன. இன்று ஆங்கிலத்தில் 10 லட்சம் வார்த்தைகளுக்கு மேல் உள்ளன. தமிழ்ச் சொல்வங்கியில் 75 லட்சம் வார்த்தைகள் இருக்கின்றன என்கிறார்கள். இத்தனை லட்சம் வார்த்தைகளை வைத்துக் கொண்டு இத்தனை லட்சம் எழுத்தாளர்கள் அழியாக் காவியம் படைக்க முடியுமா? இதற்குக் கணினி மாத்திரம் போதாது, மனித மூளையும் தேவை.

நிமிடங்களிலும் பார்க்க வேகமாகத் தொழில்நுட்பம் வளருகிறது. சிந்தனையைச் சொல்லாக்கி, சொல்லை எழுத்தாகி, எழுத்தை அச்சாக்கி, அச்சைப் புத்தகமாக்குவது சர்வசாதாரணமாகிவிட்டது. மூளையில் பெருகும் கற்பனையை நேராகப் புத்தகம் ஆக்கும் காலம் நெருங்கி வரலாம். பருத்தி புடவையாகக் காய்த்தாலும் காய்க்கலாம். எதுவும் நடக்கும். இன்னும் பத்து வருடங்களில் இப்படி ஒன்றைக் கற்பனை செய்ய முடியும். எழுத்தாளர் தான் எழுத வேண்டியதை எழுதவே தேவை இல்லை. செல்பேசியை எடுத்துப் பதிவு செய்வார். அது அவர் பேச்சை எழுத்தாக மாற்றி அச்சடித்துக் கொடுக்கும். ஒரு பட்டனை அமுக்கிச் சந்திப் பிழை, எழுத்துப் பிழைகளைச் சரிசெய்வார். இன்னொரு பட்டனை அழுத்தி இலக்கணப் பிழைகளையும் தரவுகளையும் சரிபார்த்துவிட்டு மின்பத்திரிகைக்கு அனுப்புவார்.

அடுத்த வாரம் மின் பத்திரிகை 10 கட்டுரைகள், 20 கவிதைகள், 8 சிறுகதைகள், 2 நேர்காணல்கள் இன்னும் பல செய்திகளுடன் வெளியாகும். அதில் இவருடைய கட்டுரையும்

இருக்கும். மின்பத்திரிகை உடனுக்குடன் 20,000 பேருக்கு மின்வழியாக அனுப்பப்படும். 18,000 பேர் அதை நிராகரிப்பார்கள். மீதியிருக்கும் 2000 பேரில் 1800 பேர் ஒருவார வாடகைக்குப் பணம் கொடுத்துப் பத்திரிகையை இறக்குவார்கள். அவர்கள் ஒருவருமே படிக்காததால் அது ஒருவாரம் கழித்துத் திரும்பப் போய்விடும். 200 பேர் காசு கொடுத்துச் சொந்தமாக வாங்குவார்கள். அதில் 100 பேர் படிக்க மறந்துவிடுவார்கள். எஞ்சிய 100 பேரில் 80 பேர் ஒன்றிரண்டு கவிதைகளையும் கட்டுரைகளையும் வாசிப்பார்கள். மீதி 20 பேரில் 18 பேர் முழுப் பத்திரிகையையும் வாசிக்க ஆரம்பித்து, பாதியில் நிறுத்திவிடுவார்கள். இரண்டு பேர் முதலில் இருந்து கடைசிவரை வாசித்து முடிப்பார்கள். அதில் ஒருவர் வாசித்ததை உடனே மறந்துவிடுவார்.

13

உனக்கு எதிராக ஓடு

ஜெனிவீவ் (Genevieve Kiley)

ஆப்பிரிக்கக் காட்டில் சூரியன் எழும்போது மான் எழும்பும். அன்று, வேகமாக ஓடும் ஒரு சிங்கத்தைவிட அதிவேகமாக அது ஓட வேண்டும். அல்லது உயிர் பிழைக்காது.

ஆப்பிரிக்கக் காட்டில் சூரியன் எழும்போது சிங்கம் எழும்பும். அன்று, ஆக வேகம் குறைந்த ஒரு மானைவிட அது வேகமாக ஓட வேண்டும். அல்லது உயிர் பிழைக்காது.

நீ சிங்கமோ மானோ சூரியன் எழும்போது எழு. ஓடத்தொடங்கு.

ஓர் ஆப்பிரிக்கப் பழமொழி.

இளம் அமெரிக்கப் பெண் ஒருத்தி இந்த வருட ஆரம்பத்தில் எங்களுடன் வந்து இரண்டு நாள் தங்கியிருந்தாள்.

அவளுடைய பெயர் ஜெனிவீவ் என்று இருந்தபடியால் அவளுக்கு ஒரு பிரெஞ்சு மூதாதை இருந்திருக்கக்கூடும். அவளுடைய ஆங்கில உச்சரிப்பும் தேனில் கலந்ததுபோல ஒரு மிருதுத் தன்மையுடன் கேட்பதற்குச் சந்தோசத்தைக் கொடுத்தது. ஒவ்வொரு வார்த்தையையும் நாக்கினால் தடவிவிடுவதால் அந்த வார்த்தையில் ஈரப்பசை இருந்தது. அவள் வந்த காரணம் கனடாவைப் பார்ப்பதற்கு. அதற்கு ஒதுக்கிய காலம் இரண்டு நாள்கள். இந்தப் பூமியில் மூன்று மகாசமுத்திரங் களால் சூழப்பட்ட ஒரே நாடு கனடா. உலகத்தின்

பரப்பளவில் இரண்டாம் பெரிய தேசம். நான் இருந்த சிறு பிரதேசமான ஸ்காபரோவையே பத்து நாட்களில் சுற்றிப் பார்க்க முடியாது. ஆனால், இந்தப் பெண் இரண்டு நாளில் கனடாவைப் பார்க்கவேண்டும் என்று சொன்னாள். இவளுடைய விருப்பத்தை அறியாமை என்று எடுப்பதா அல்லது பேராசை என்று எடுப்பதா என்பதில் எனக்குத் திண்டாட்டமிருந்தது.

கனடாவை இரண்டு நாளில் சுற்றிப் பார்க்கவந்த பெண், இன்னும் பல அதிசயங்களையும் தன்னுள் வைத்திருந்தாள். காலை பத்து மணிக்கு வருவதாகச் சொன்னவள் இரண்டு மணி நேரம் தாமதமாக வந்தாள். என்னவென்று கேட்டால் முதல் பிளேனைத் தவறவிட்டதால்தான் இரண்டாம் பிளேனைப் பிடித்து வந்ததாகக் கூறினாள். எப்படி முதல் பிளேனைத் தவறவிட்டாள்? தான் மரதன் ஓட்டப் பயிற்சியில் இருப்பதாகவும் அன்று காலை இருபது மைல்கள் ஓடியதாகவும் தன்னுடைய ஓட்டத்தில் சில குறைபாடுகள் இருந்ததாகவும் பயிற்சியாளர் திருப்தியடையாமல் தனக்குச் சில புதுவிதமான பயிற்சிகளுக்கு ஆலோசனை கூறியதாகவும் அதனால் நேரம் தடைப்பட்டுப்போய் அடுத்த பிளேனைப் பிடிக்க வேண்டி வந்ததாகவும் மிகவும் சாதாரண மாகக் கூறினாள். அவளுடைய வாசகமும் ஒரு மரதன்போல நீண்டுபோய்க் கிடந்தது. எந்தப் போட்டிக்குத் தயார்ப்படுத்து கிறாள் என்று கேட்டேன். 2008 ஒலிம்பிக் மரதன் என்றாள்.

நான் என் மனைவியைப் பார்த்தேன். அவர் என்னைப் பார்த்தார். இந்தப் பெண் மரதன் ஓட்டப் பயிற்சியில் இருப்பது எனக்கோ மனைவிக்கோ தெரியாது. இவளுடைய பெற்றோர்களும் இதுபற்றி ஒரு வார்த்தை எங்களிடம் சொல்ல வில்லை. கனடாவைப் பார்க்கவந்த ஒரு சாதாரணப்பெண் என்று நாங்கள் அதுவரை நினைத்திருந்தோம். இவளது உருவத்தைப் பார்த்தால் ஓட்ட வீராங்கனை போலவோ அன்று காலை இருபது மைல் தூரம் ஓடியவள் போலவோ தெரியவில்லை. சந்திர வெளிச்சம் போன்ற சருமம், சாம்பல்முடி, நீலக் கண்கள். இடையை இறுக்கிப் பிடிக்கும் ஜீன்ஸ். ஐந்து அடி உயரம், எடை 90 றாத்தல் மதிக்கலாம். ஒரேயொரு வித்தியாசம். மூன்றடி தூரத்திலும் அவள் உடம்பிலிருந்து ஒரு வெப்பம் வீசியது.

எனக்கு ஒலிம்பிக் ஓட்டக்காரர் ஒருவர் எப்படி இருக்க வேண்டும் என்பது தெரியாது. நான் என் வாழ்நாளில் அப்படிப்பட்டவர் ஒருவரைக்கூட நேருக்குநேர் கண்டதில்லை. அப்படிக் கண்டிருந்தாலும் அது தொலைக்காட்சியில்தான். சரி ஒலிம்பிக் போட்டிக்குப் பயிற்சி பெறுபவர் எப்படி இருப்பார்? அதுவும் தெரியாது. கடைசியாக ஏதென்ஸில் நடந்த ஒலிம்பிக் போட்டியில் 929 பதக்கங்கள் வழங்கப்பட்டன. அதில்

அமெரிக்காவுக்கு 103 பதக்கங்கள், கனடாவுக்கு 12, இந்தியாவுக்கு ஒன்றே ஒன்று கிடைத்தது. இலங்கைக்கு அதுவும் இல்லை. இந்த வெட்கம்கெட்ட நிலைமையில் நான் எப்படி ஒலிம்பிக் ஓட்டக்காரர் ஒருவர் நேரில் தோற்றமளிப்பார் என்பதை ஊகிக்க முடியும்.

என் வாழ்நாளில் எனக்குத் தெரிந்த ஒரேவொரு ஓட்டக்காரர் ஆறுமுகதாஸ்தான். நான் பிறந்து வளர்ந்த கிராமத்தைச் சேர்ந்தவர். அங்கே ரயிலுக்காக ஓடியவர்களும் நாய் துரத்தி ஓடியவர்களுந்தான் அதிகம். இந்த ஆறுமுகதாஸ் எங்கள் பள்ளிக்கூடத்தில் புகழ்பெற்ற ஒரு மைல் ஓட்டக்காரர். அந்தக் காலத்தில் சுற்றுவட்டாரத்தில் இவரை வெல்ல ஆளில்லை. எங்கள் பள்ளிக்கூட மைதானத்தைச் சுற்றி எட்டுத்தரம் ஓடினால் ஒரு மைல் என்பது கணக்கு. இதைத் தலைமை ஆசிரியர் அறிவித்திருந்தார். அவர் சொன்னால் சரியாகத்தான் இருக்கும்.

ஓட்டம் தொடங்கியதும் ஆறுமுகதாஸ் ஆற அமரப் புறப்படுவார். மற்றவர்கள் அடித்துப் பிடித்து முன்னே செல்வார்கள். அறுமுகதாஸோ, இலையான் ஓட்ட மாடு தலையை ஆட்டுவது போல இரண்டு பக்கமும் தலையை ஆட்டிக்கொண்டு, கடைசியாக வருவதற்குப் பயிற்சி எடுத்தவர்போல முகத்தை ஆர்வமில்லாமல் வைத்துக்கொண்டே ஓடுவார். எல்லோரையும் முன்னால் விட்டு, தனக்குப் பின்னால் யாரும் வராமல் பார்த்துக்கொள்வார். ஏழாவது சுற்று முடிந்ததும் மனுசன் அம்புபோலப் புறப்படுவார். ஒவ்வொரு வராகத் தாண்டி முன்னேறி வருவார். முதலாவதாக ஓடுபவரை ஒரு டிராமா காட்டுவதற்காகக் கடைசிப் பத்து செக்கண்டில் முந்தி வெற்றியீட்டுவார். சனங்களின் ஆரவாரம் அப்போது செவ்வாய்க் கிரகத்தை எட்டும்.

நான் பிற்காலத்தில் ஆறுமுகதாஸிடம் அவருடைய வெற்றியின் ரகஸ்யத்தைக் கேட்டேன். அவர் இரண்டு பக்கமும் திரும்பிப் பார்த்தார். கடற்கரை மணலில்தான் கால் புதையப்புதைய ஓடிப் பயிற்சி எடுத்ததைச் சொன்னார். போட்டியில் ஒரு மைல் ஓட வேண்டுமென்றால் இரண்டு மைல் தூரம் ஓடிப் பழக வேண்டும். பத்து மைல் என்றால் இருபது. இதுதான் ரகஸ்யம் என்றார்.

ஜெனிவீவைப் பார்த்தேன். அவள் அப்படி ஓடிப் பயிற்சி செய்பவளாகத் தெரியவில்லை. ஏதோ அலுவலகம் போவதற்கு வெளிக்கிட்டதுபோல உடையணிந்திருந்தாள். மேக்கப் என்பதே கிடையாது. ஆனால், முகம் பளிச்சென்று உள்ளுக்கு இருந்து யாரோ வெளிச்சம் அடிப்பதுபோலப் பிரகாசமாக இருந்தது. நான் மரதன் ஓட்டத்தைப் பற்றியும் அதன் பயிற்சி முறையைப்

பற்றியும் ஓட்டக்காரர்களைப் பற்றியும் அன்றுவரை அறிந்து வைத்திருந்ததெல்லாம் தவறானவை என்பது அந்தப் பெண்ணிடம் பேசிய முதல் மூன்று நிமிடத்திலேயே எனக்குப் புரிந்துவிட்டது.

மரதன் ஓட்டம் என்பது 26.2 மைல்கள் தூரம் கொண்டது. அந்தப் பெயர் வந்ததற்கு உண்மையான சரித்திரக் காரணம் உள்ளது. கி.மு 490இல் மரதன் என்னும் இடத்தில் கிரேக்கர்களின் படை பாரசீகப் பெரும்படையைப் போரில் தோற்கடித்தது. அந்த வெற்றியைச் சொல்வதற்கு ஃபெய்டிப்பிடீஸ் என்ற வீரன் 26.2 மைல்கள் தூரத்தை நிற்காமல் ஓடி ஏதென்ஸ் நகரத்தை அடைந்து 'நாங்கள் வென்றுவிட்டோம். கொண்டாடுங்கள்' என்று தகவல் சொல்லிவிட்டு அப்படியே சரிந்தான். அந்தக் கொண்டாட்டத்தில் கலந்துகொள்ள அவன் மட்டும் உயிரோடு இருக்கவில்லை.

ஒலிம்பிக் விளையாட்டுகள் 1896இல் ஆரம்பித்தபோது மரதன் ஓட்டமும் சேர்க்கப்பட்டது. 2004ஆம் ஆண்டு ஏதென்ஸில் நடந்த ஒலிம்பிக் பெண்கள் மரதன் போட்டியில் கலந்து கொண்ட 82 பேரில் மூவர் அமெரிக்கப் பெண்கள். உலகத்தின் அதிவேக ஓட்டக்காரியான போலா ராட்கிளிவ் முதலாவதாக வருவார் என்று எல்லோரும் எதிர்பார்த்தார்கள். ஆனால், அவர் 23ஆம் மைலில் போட்டியில் இருந்து விலகிப் பாதையின் ஓரத்தில் அமர்ந்து விக்கி விக்கி அழுததை உலகம் முழுவதும் தொலைக்காட்சியில் பார்த்துத் திகைத்தது. அந்தப் போட்டியில் முதலாவதாக வந்து தங்கம் வென்றவர் யப்பானியப்பெண் மிசுகி நோகுச்சி. இரண்டாமவர் கென்யாவின் காதரின் ண்டெரேபா; மூன்றாமவர் அமெரிக்கப் பெண் டீனா காஸ்டர்.

ஓட்ட வீராங்கனை என்றால் அவர் உயரமாகவும் நீண்ட கால்கள் கொண்டவருமாக அல்லவா இருக்கவேண்டும் என்று ஜெனிவீவிடம் கேட்டேன். அப்படி அல்ல என்றார். மரதன் ஓட்டத்துக்கு எடை கூடாமலும் உயரம் குறைவாகவும் இருந்தால் நல்லது. உதாரணம் தங்கம் வென்ற யப்பானிய வீராங்கனையின் உயரம் ஐந்து அடி, எடை 88 றாத்தல் என்றார்.

அவர் சொன்ன விபரங்களைக் கேட்கக் கேட்க நான் அதுவரை ஓட்டக்காரர்களைப் பற்றித் தெரிந்துவைத்திருந்தது எல்லாம் அபத்தம் என்று பட்டது. ஜெனிவீவ் தன் சொந்தச் செலவிலே, ஒரு மரதன் ஓட்டப் பயிற்சியாளரிடம் பயிற்சி பெறுகிறார். இவருடைய பயிற்சி திருப்தியாக முடியும் பட்சத்தில் ஒலிம்பிக் ஓட்டக்காரர்களுக்கு நடக்கும் இறுதிப் பயிற்சிக்கு இவர் தேர்வுசெய்யப்படுவார். அங்கே இவருடன் சேர்ந்து அமெரிக்கா முழுவதிலுமிருந்தும் 300 பேர் வந்திருப்பார்கள்.

ஆறுமாத காலம் இவர்கள் அனைவருக்கும் ஒரே மாதிரியான பயிற்சி வகுப்பு நடக்கும். முன்னாள் ஒலிம்பிக் ஓட்டக்காரர்களும் அமெரிக்காவின் மிகச் சிறந்த பயிற்சியாளர்களும் இந்தப் பயிற்சியைக் கொடுப்பார்கள். இது இலவசம் அல்ல. ஓட்டக்காரர்கள் தாங்களே பணம் கட்ட வேண்டும் அல்லது அவர்களை ஸ்பொன்சர் செய்யும் கம்பனிகள் செலவை ஏற்க வேண்டும். ஆறுமாத முடிவில் ஒரு போட்டி நடைபெறும். இந்தப் போட்டியில் தெரிவுசெய்யப்படும் முதல் மூன்று ஓட்டக்காரர்களே ஒலிம்பிக் போட்டியில் அமெரிக்காவின் சார்பில் கலந்துகொள்வார்கள்.

அவளுடைய பயிற்சி முறைகள் எப்படியானவை என்று கேட்டேன்.

'நான் படித்த பள்ளிக்கூடத்துப் போட்டிகளில் ஓடும்போது எனக்கு இப்படிப் பயிற்சிகள் இருப்பது தெரியாது. என் போக்குக்கு ஓடுவேன். என் மனத்துக்குத் தோன்றிய பயிற்சிகளைச் செய்வேன். ஆனால், ஒரு பயிற்சியாளரிடம் சேர்ந்த பிறகுதான் நான் செய்ததெல்லாம் தவறானவை என்பது தெரிகிறது. நான் கடைப்பிடித்த பயிற்சி முறைக்கும் பயிற்சியாளர் தரும் பயிற்சிமுறைக்கும் பெரும் வித்தியாசங்கள் இருக்கின்றன.'

'எப்படியான வித்தியாசங்கள்?'

'முதலாவது விதி: நான் இங்கே கற்றுக்கொண்டது என்னுடைய உடல்பற்றி. உங்களிடம் இருப்பது ஒரேவொரு உடம்புதான். இதைப் பத்திரமாகப் பேண வேண்டும். பயிற்சியின்போது உடம்பில் காயமோ அடியோ படாமல் பார்த்துக்கொள்ள வேண்டும். கால்களில் சுளுக்கு வராமலும் மூட்டுகள் பிசகாமலும் தசைநார்கள் விலகாமலும் எச்சரிக்கையாக இருக்க வேண்டும். அப்படி நடக்கும் பட்சத்தில் உங்கள் வருடக்கணக்கான தேகப் பயிற்சியும் உழைப்பும் அர்ப்பணமும் வீணாகப்போய்விடும்.

இரண்டாவது விதி: நான் நினைத்தது 26 மைல்தூரம் ஓட வேண்டுமானால் அதனிலும் கூடியதூரம் ஓடிப் பழக வேண்டும் என்று. ஒரு முப்பது மைலோ முப்பத்தைந்து மைலோ ஓடிப் பழகினால் போட்டியின்போது 26 மைல் ஓடுவது சுலபமாக இருக்கும். ஆனால், அப்படி அல்ல. இன்னும் சொல்லப்போனால் பயிற்சிக் காலத்தில் ஒரு நாள்கூட 26 மைல் நான் ஓடியதில்லை. ஓடக்கூடாது. ஆக முதன்முதல் 26 மைல் ஓடுவது இறுதி நாள் போட்டியின்போதுதான்.'

ஆச்சரியமாயிருந்தது. நான் எங்கள் ஊர் ஆறுமுகதாஸை நினைத்துக்கொண்டேன்.

முழுத்தூரமும் ஓடாமல் எப்படி ஓட்டக்காரருக்கு நம்பிக்கை பிறக்கும்?

மரதன் பயிற்சி என்பது ஓடுவது மட்டுமல்ல. எப்படி உடம்பைப் பலப்படுத்துவது. பாதுகாப்பது, தயார்ப்படுத்துவது என்று எல்லாம் அடங்கியது. ஓட்டப் பயிற்சி என்பது பிறகுதான். இந்தப் பயிற்சியில் முக்கியமானது உடம்பை ஏய்ப்பது. ஒரு நாள் செய்த பயிற்சிகளை இரண்டாம் நாள் செய்வதில்லை. உடற்பயிற்சி, ஓட்டம், நடை, நீச்சல், சைக்கிள் என்று மாறிமாறிப் பயிற்சி எடுப்பதுடன் பயிற்சியின் அளவையும் கூட்டிக்கொண்டேபோக வேண்டும். நீங்கள் அடுத்த நாள் என்ன செய்யப்போகிறீர்கள் என்பது உடம்புக்குத் தெரியக்கூடாது. ஒவ்வொரு நாளும் 10 மைல் ஓடினால் உடம்பு அதற்குப் பழகி, தன்னுடைய உச்சக்கட்ட ஒத்துழைப்பைத்தர மறுக்கும். உடம்பின் வலிமையையும் சேமிப்புச் சக்தியையும் கூட்டிக்கொண்டேபோவதுதான் உண்மையான பயிற்சி. போட்டிக்கு முதல் நாள் உடம்புக்கு முழு ஓய்வு தேவை.

'அப்படி என்றால் போட்டியன்று உடம்பு தயாராயிருக்குமா?'

போட்டி நாள் அன்று, உங்கள் உடம்புக்குள் ஒரு மிருகம் புகுந்ததுபோலத் தேகம் துடித்தபடியே இருக்கும். சேமித்துவைத்த சக்தி அத்தனையும் வெளியேறத் துடிக்கும். ஒரு ரேஸ் குதிரை ஓடத் தயாராவதுபோலக் கால்கள் பரபரக்கும். அன்றுதான் நீங்கள் மரதன் ஓட்டத்தில் முதன்முதலாக முழுமையான 26.2 மைல்களை ஓடி முடிப்பீர்கள்.

'களைப்பு ஏற்படாதா?'

எப்படி வரும். ஆறு மாதகாலப் பயிற்சி அதற்குத்தானே. இந்தப் பயிற்சி இருந்திருந்தால் கிரேக்கவீரன் ஃபெய்டிப்பிடீஸ் பாவம் விழுந்து இறந்திருக்கமாட்டானே.

ஒரு பெண்ணுக்கு இரண்டு நாட்களுக்கிடையில் கனடாவில் எவ்வளவு பகுதியைக் காட்ட முடியுமோ அவ்வளவையும் காட்டினோம். கடைசி நாள் இரவு அவளை யாழ்ப்பாணத்து அப்பம் சாப்பிடுவதற்காக உணவகத்துக்குக் கூட்டிப்போக முடிவெடுத்தோம். இங்கே சுடும் அப்பத்துக்கு நிகரே இல்லை. நாக்கிலே வைத்தால் பல்லுக்கு ஒரு வேலையும் வைக்காமல் தானாகவே உருகி இறங்கிவிடும். இலங்கைச் சாப்பாடு பற்றி ஒரு நல்ல அபிப்பிராயம் அவளிடம் உருவாகும். அதுவும் நல்லதுதான். ஒலிம்பிக் பதக்கத்தைப் பெறும்போது அவள்

உடம்பின் வலிமையில் ஒரு பகுதி யாழ்ப்பாணத்து அப்பத்தால் உருவாகியது என்று நான் பிறகு பீற்றிக்கொள்ளலாம். ஆனால், அந்த உணவகத்தில் சில ஆபத்துகள் இருந்தன. குறைந்த பட்சம் நாலு வாடிக்கையாளர்கள் வந்துபோன பிறகுதான் மேசையைத் துடைப்பார்கள். மெனுவிலே குறிப்பிட்டிருக்கும் விலையும் பில்லிலே காணப்படும் விலையும் ஒருபோதும் ஒத்துப்போகமாட்டா. இங்கே வேலைசெய்யும் பரிசாரகர்கள் கோப்பையை மேசையில் கொண்டுவந்து வைப்பதில்லை. மூன்றடி தூரத்தில் இருந்து எறிவார்கள். 26 மைல் தூரத்தை மின்னல்போலக் கடப்பவள் பிளேட்டுகள் தலையில்படாமல் விலத்துவதிலும் சுறுசுறுப்பாக இருப்பாள் என்னும் நம்பிக்கை எனக்கு. ஆகவே, அவளை அங்கேயே கூட்டிப்போனோம்.

பரிசாரகர் வணக்கம் என்றார். அவருடைய தலை தோள் மூட்டுகளுக்குள் மாட்டப்பட்டு இருந்ததால் குரல் எங்கேயிருந்து வருகிறதென்று தெரியவில்லை. ஆனாலும், அவர் எங்களை ஆச்சரியப்படுத்தவில்லை; இந்தப் பெண்தான் ஆச்சரியப்படுத்தினாள். உணவுக்கு ஓடர் பண்ணி அப்பம் சுடச்சுட வந்துகொண்டேயிருந்தது. எனக்கு முன் சாப்பிட்டவர் என்னுடைய பிளேட்டில் நண்டு சாப்பிட்டிருக்க வேண்டும். இவள் இடம், வலம் பார்க்கவில்லை. சாப்பிட்டுக்கொண்டே யிருந்தாள். நானும் மனைவியும் சேர்ந்து உண்டதிலும் பார்க்க இரண்டு மடங்கு அதிகமாகவே சாப்பிட்டாள். ஒரு மரதன் ஓடியதுபோலப் பரிசாரகர்தான் களைத்துப்போனார். இந்தச் சிறிய பெண்ணின் உடம்பில் எங்கே அது போய்ச்சேர்கிறது என்று நாங்கள் வியப்படைந்தோம். ஓட்டக்காரர்கள் அளவாகச் சாப்பிட வேண்டுமல்லவா? அல்லாவிட்டால் அவர்களுடைய எடை எக்கச்சக்கமாக ஏறி ஓட முடியாமல் போய்விடுமே.

ஆனால், உண்மை எதிர்த்திசையில் இருந்தது. மரதன் ஓட்டக்காரர்கள் எல்லோருக்குமே உள்ள பெரும் பிரச்சினை உணவுதான். ஒரு சாரசரி மனிதனுக்கு நாளுக்கு 2000 கலரி தேவை என்றால் ஒரு மரதன் ஓட்டக்காரர் 4000-5000 கலரி உணவைத் தினம் சாப்பிட வேண்டும். அதை எப்படி உண்பது. அந்த அளவு கலரி கொடுக்காவிட்டால் உடம்பு பயிற்சியைத் தாங்க முடியாமல் நலிந்துவிடும்.

'எங்கள் வயிற்றின் அளவோ சிறியது. எப்படி இவ்வளவு சக்தியையும் உடம்புக்குக் கொடுப்பது? அளவில் சிறிதான, சக்தி கூடிய உணவைத் தேடி உண்ண வேண்டும். பயிற்சியாளர் எங்களுக்கு உணவுப் பட்டியல் ஒன்று போட்டுத் தருவார். அதன் பிரகாரம் நாளுக்கு இவ்வளவு என்று உண்டே தீர வேண்டும். சிரமமான காரியம். உடம்பு அவ்வளவு சக்தியையும் தினம்

பயன்படுத்துவதால் எடைகூடிவிடும் என்னும் பயமே தேவை இல்லை.'

இவள் நாள் தவறாமல் இரவு எட்டு மணிக்குத் தூங்கப்போய்விடுவாள். தினமும் அதிகாலை சூரியன் உதயமாகும்போது எழும்புவாள். ஆப்பிரிக்கக் காட்டு மான்போல ஓடத்தொடங்குவாள். இரண்டு மணிநேரம் பலதரப்பட்ட உடல்பயிற்சி செய்வாள். வாரத்தில் ஆறு நாள்கள் இந்த அப்பியாசம் தொடரும். ஏழாவது நாள் ஓய்வு. ஓய்வு என்றால் உடம்புக்கு மாத்திரமே. நாள் முழுக்கப் பழைய ஒலிம்பிக் ஓட்டப்பந்தயங்களை வீடியோவில் பார்ப்பாள். சொல்லப் போனால் பயிற்சிக் காலம் முழுக்க உடம்பும் மனமும் மரதன் ஓட்டத்திலேயே குவிந்திருக்கும்.

'என்னுடைய பயிற்சியாளர் கருணையே இல்லாதவர். அவரை 'அடிமை விரட்டி' என்று ரகஸ்யமாக எங்களுக்குள் அழைப்போம். ஓய்வு என்பது களைப்படைந்த பிறகு எடுப்பது. அதற்கு முன் எடுப்பதற்குப் பெயர் சோம்பல் என்பார். எங்களுடைய உடம்பின் ஒவ்வோர் உறுப்பையும் வாடகைக்கு எடுத்தவர்போல அதிகாரம் செய்வார். ஆனால், என்னால் அவரை விட முடியாது அமெரிக்காவின் மிகத் திறமையான பயிற்சிக்காரர். "ஓடு, மணிக்கூட்டுக்கு எதிராக ஓடாதே. உனக்கு எதிராக ஓடு." இதுதான் அவர் திரும்பத்திரும்பச் சொல்லும் மந்திரம்.'

கடந்த ஒலிம்பிக் மரதனில் தங்கம் வென்ற யப்பானியப் பெண்ணின் நேரம் 2ம, 26நி, 20செ. ஓடிய பெண்களில் குறைந்த வயது 21, அதிகம் 43. அடுத்த ஒலிம்பிக்கின்போது தனக்கு 26 வயது நடக்கும் என்றும் அது தவறினால் 30இல் ஒரு வாய்ப்பு இருக்கிறதென்றும் அதுவும் தவறினால் 34 என்றும் சொன்னாள். அதற்குப் பிறகு யாராவது அகப்பட்டால் மணம் முடிப்பதற்குச் சம்மதம் என்றாள். அவள் முகத்திலே காணப்பட்ட உறுதி என்னை வியக்கவைத்தது.

இந்தப் பெண்ணைப் பார்க்க பரிதாபமாக இருந்தது. ஒரு வெள்ளை ரீ சேர்ட்டும் கணுக்கால் தெரியும் கால்சட்டையும் அணிந்திருந்தாள். நீர்ப்பறவை ஒன்று நீண்ட பயணத்துக்குப் பிறகு செட்டைகளை ஒடுக்கி ஓய்வெடுப்பதுபோலத் தோள்களைக் குறுக்கிக்கொண்டு தரையிலே உட்கார்ந்திருந்தாள். அவள் கைகளிலே 'தென் அமெரிக்க ஸ்லொத்' என்னும் புத்தகம் இருந்தது. உலகத்திலேயே மெதுவாக நகரும் ஒரு மிருகத்தைப் பற்றி இவள் படிக்கிறாள். ஒரு நிமிட நேரத்தில் ஐந்து அடி நகரும் இந்த விலங்குக்கும் மரதன் ஓடும் இவளுக்கும் என்ன சம்பந்தம் என்று நினைத்தபோது ஆச்சரியமாக இருந்தது. இவள் கண்கள்

புத்தகத்தில் இல்லை; எதிரில் இருந்த ஒன்றையும் கவனிக்கவில்லை. 2008ஆம் ஆண்டில் இருந்தன என்றே நினைக்கிறேன்.

மற்றவர்களுக்கு உடம்பை நிறைத்து ரத்தம், சதை என்றிருக்கும். என்னுடைய உடம்பை நிறைத்துக் கேள்விகள் இருந்தன. நான் அவளிடம் ஒரு கேள்வி கேட்டேன். கேட்ட பிறகுதான் அந்தக் கேள்வியைக் கேட்டிருக்கக்கூடாது எனத் தோன்றியது. ஏனெனில், அவள் ஒரு விருந்தாளி. எங்களுக்கு மதிப்பு தர வேண்டிய நிர்ப்பந்தத்தில் இருந்தாள்.

'நீங்கள் எதற்காக உடம்பை இவ்வளவு வருத்திப் பிழிந்து இந்தப் போட்டிகளில் கலந்துகொள்ள வேண்டும்? உங்கள் பொழுது போக்குக்கு வேறு ஏதாவது தேர்வுசெய்து சேவை செய்யலாமே?'

இந்தக் கேள்வி அவளை நிலைகுலையவைத்துவிட்டது. ஒரு முட்டாளிடம் இத்தனை நாள் தன் அபிலாஷைகளைச் சொல்லியதற்காக அவள் வருத்தப்பட்டாளோ என்னவோ? ஒரு கணம் என்ன பேசுவது என்று தெரியாமல் குழம்பினாள். அப்பொழுதும் அவள் கண்கள் என்ன உணர்ச்சியைக் காட்டலாம் என்று முடிவெடுக்க முடியாமல் அங்குமிங்கும் சுழன்றன. கடைசியில் ஒருவாறு நிதானித்து ஒவ்வொரு வார்த்தையாகப் பொறுக்கி எடுத்துப் பேசினாள்.

'ஜவலின் எறிபவர்கள், நீச்சல் வீரர்கள், எடை தூக்குபவர்கள், இவர்கள் எல்லாம் தினம்தினம் தங்களை வருத்திப் பயிற்சி எடுக்கிறார்கள். போட்டிகளில் பங்குபற்றுகிறார்கள். எதற்காக இதைச் செய்கிறார்கள்? மனித உடம்பை அறிவதுதான் நோக்கம். உடம்பின் எல்லையைக் கண்டுபிடிப்பது. அதைச் சிறிது நீட்டுவது. இதுவும் ஒரு சேவைதான். அடுத்தவருக்கு.'

அவள் முகம் சிவந்துபோய் இருந்தது. என்னை நிமிர்ந்து பார்க்கவே இல்லை.

விமான நிலையத்தில் மனைவியிடம் பேசியபடியே இருந்தாள். கம்ப்யூட்டர் திரையில் அறிவிப்பு விழுந்ததும் விடை பெற்றுக்கொண்டாள். என்னைக் கட்டிப்பிடித்து ஒரு முத்தம் தந்தாள். அடுத்தநாள் காலை முத்தமிடுவதை அரசாங்கம் தடை செய்துவிடும் என்பதுபோல அது நீண்டதாக இருந்தது.

பிரெஞ்சு கலந்த ஆங்கிலத்தில் ஒரு வார்த்தையாவது பேசுவாள் என்று எதிர்பார்த்தேன். பேசவில்லை. பயணிகளின் சோதனைக்கூடத்தைத் தாண்டியதும், தோளிலே மாட்டிய ஒரு நீண்டவார்க் கைப்பையைச் சரிசெய்தபடி, ஒரு துள்ளுத்

துள்ளி ஓடினாள். அப்போதும் பிடரியை வளைத்துப் பார்த்துக் கையசைக்க மறக்கவில்லை.

    2008ஆம் ஆண்டு பெய்ஜிங்கில் 202 நாடுகள் பங்குபற்றும் ஒலிம்பிக் போட்டியில், பெண்களுக்கான மரதன் ஓட்டத்தில் கலந்து கொள்ளும் 80 – 90 ஓட்டக்காரர்களில் மூன்று அமெரிக்கப் பெண்கள் இருப்பார்கள். அவர்களில் சாம்பல்முடி, நீலக்கண்கள், ஐந்தடி உயரம், 90 றாத்தல் எடைகொண்ட ஒரு பெண்ணும் இருக்கலாம்; இல்லாமலும் போகலாம். போட்டி முடிவு அறிவித்ததும் மேடை ஏறிய ஒரு பெண் தன் தங்கப்பதக்கத்தை முத்தமிட்டு, ஒரு கையால் அதைத் தூக்கிக்காட்டியபடி மறுகையை அசைத்துச் சுழலுவாள். அந்தக் கணம் அவளைக் கோடி சனங்கள் உலகம் முழுவதும் தொலைக்காட்சித் திரைகளில் கண்டுகளிப்பார்கள். அவளுடைய சாதனைக்கான சக்தியை அவள் தன் உடலின் ஒவ்வொரு அணுவையும் கசக்கி, வருத்தி, உறிஞ்சிப் பறித்திருப்பாள். அவள் கடந்துவந்த மைல்களை, செய்த தியாகங்களை, பட்ட இன்னல்களை, கெடுத்த தூக்கங்களை நான் நினைத்துப் பார்ப்பேன். அப்பொழுது அந்தப் பெண் மனித உடலின் எல்லையை மேலும் ஓர் அங்குலம் நகர்த்தியிருப்பாள்.

14

வான்கோழி ஆகிய நான்

28 நவம்பர் மறுபடியும் வந்துவிட்டது. வியாழக்கிழமையான இன்றுதான் அமெரிக்காவின் நன்றிகூறல் நாள். யாருக்காக நன்றி கூறுகிறார்களோ தெரியாது. நிச்சயமாக வான்கோழிகளுக்கு அல்ல. இன்று மட்டும் அமெரிக்காவில் 6 கோடி வான்கோழிகள் கொல்லப்பட்டு உண்ணப்படும். ஏறக்குறைய இரண்டு மடங்கு கனடியச் சனத்தொகைக்குச் சமம். கனடாவில் வாழும் அத்தனை பேருக்கும் இரண்டு இரண்டு வான்கோழி வீதம் விநியோகிக்கலாம். ஏற்கனவே ஒருமுறை பார்த்த 'My Life as a Turkey' ஆவணப்படத்தை இன்று கொல்லப்படும் வான்கோழிகளுக்கு மரியாதை செய்யும்விதமாக இன்னொருமுறை பார்ப்பதென்று தீர்மானித்தேன்.

ஜோ ஹூட்டோ ஓர் உயிரியல் விஞ்ஞானி. அவர் காட்டு வான்கோழிகளுடன் வாழ்ந்து அவை பற்றி ஆராயவேண்டும் என முடிவெடுக்கிறார். காட்டு வான்கோழிகளும் வீட்டு வான்கோழிகளும் ஒன்றல்ல. அவைகளுக்குள் பெரிய வித்தியாசம் உண்டு. வீட்டு நாய்க்கும் ஓநாய்க்கும் இடையில் எத்தனை வித்தியாசமோ அத்தனை. காட்டு வான்கோழி முட்டைகளைப் பல வருடங்களாகத் தேடியபின் அவருக்கு அவை கிடைக்கின்றன. செயற்கைமுறையில் அடைகாத்து 28ஆவது நாள் 16 குஞ்சுகள் பொரிக்கின்றன. தாய் வான்கோழிபோல ஜோ சத்தமிட்டு மூக்கை நீட்ட முதல் குஞ்சு வந்து ஒட்டிக்கொள்கிறது. 16 குஞ்சுகளுக்கும் இவர்தான் தாய்.

இந்தப் பரிசோதனைக்கு ஜோ தேர்ந்தெடுத்த இடம் ஃப்ளோரிடாவில் ஒக்ஹமொக்ஸ் என்ற காட்டுப் பிரதேசம். அடுத்த நாள் காலை 16 குஞ்சுகள் அவரைப் பின்தொடரக் காட்டுக்குள் நுழைகிறார். ஒருநாள் வயதான குஞ்சுகள் ஒருவர் உதவியின்றிப் பூச்சிபுழுக்களைத் தேடி உண்கின்றன. 5 ஆவது நாள் அவற்றிற்கு எந்தப் பூச்சியை உண்ணலாம் எது உண்ணக் கூடாது, எது சாதாரண பாம்பு, எது நச்சுப் பாம்பு என்பது தெரிந்துவிடுகிறது. எப்படி குஞ்சுகளுக்கு இதுவெல்லாம் தெரிகிறது என்பது ஜோவுக்கு வியப்புத்தான். தினமும் ஜோவின் பின்னால் குஞ்சுகள் காட்டுக்கு இரை தேடப் போவதும் மாலையில் கூட்டுக்குள் திரும்பிவந்து படுப்பதுமாகக் காலம் கழிகிறது. சில குஞ்சுகள் ஜோவின்மேல் படுத்து உறங்குகின்றன.

ஒருநாள் ஜோ ஏதோ வேலையாக இருந்தபோது சாரைப் பாம்பு ஒன்று கூட்டுக்குள் நுழைந்து ஒரு குஞ்சைக் கவ்விப் பிடித்து விழுங்கிவிடுகிறது. மற்றக் குஞ்சுகள் எழுப்பிய சத்தத்தில் ஜோ ஓடிவந்து பார்த்தபோது பாம்பு குஞ்சை ஏறக்குறைய விழுங்கிவிட்டது. மற்ற குஞ்சுகள் நடுங்கின; திகைத்தபடி அங்குமிங்கும் ஓடின. இனிமேல் குஞ்சுகளை விட்டு ஒருகணமும் பிரிவதில்லை என்று தீர்மானம் செய்கிறார். இரண்டு குஞ்சுகள் அவருடன் கூடிய வாஞ்சையுடன் பழகின. எப்பவும் மற்றக் குஞ்சுகளை அதிகாரம் செய்யும் ரேர்க்கிபோய் எனும் ஆண் குஞ்சு. ஸ்வீட்டி என்னும் பெண் குஞ்சு ஜோ ஓய்ந்திருக்கும் வேளையில் அவர் மடியில் ஏறி உட்கார்ந்துவிடும்.

நாலு வாரம் கடந்துவிட்டது. தினமும் குஞ்சுகள் தூரத் தூர இரை தேடிப் போக ஆரம்பித்தன. அவற்றின் புத்திக்கூர்மை அதிசயிக்கவைக்கும். புதிதாக ஏதாவதைக் கண்டால் அதைத் தீர ஆராய்ந்து மூளையில் இருத்திய பின்னர்தான் நகரும். முன்பு பாம்புகளுக்கு இவை பயந்தன. இப்போது கதை மாறி விட்டது. பாம்புகளைக் கண்டால் துரத்திப்போய்ச் சீண்டின. வான்கோழிகள் பாம்புகளைக் கொல்லும் வல்லமை படைத்தவை. அவற்றைத் தின்னவும் கூடும். ஒருநாள் காட்டில் வெட்டப்பட்ட மரத்தின் அடிப்பாகத்தைக் கண்டு மிரண்டுவிட்டன. அதைச் சுற்றிச்சுற்றி வந்து சத்தமிட்டன. ஒரு முழு மரத்தைப் புரியமுடியும். விழுந்த மரத்தைப் புரிய முடியும். மனிதனால் வெட்டப்பட்டு அடிப்பாகம் மிஞ்சிய மரம் அவற்றுக்குப் புதிராக இருந்தது.

மாலையானதும் ஜோ கூட்டுக்குத் திரும்ப மற்றப் பறவைகளும் அவரைத் தொடர்ந்தன. அன்று அவர் கூட்டுக்குள் நுழையப் பறவைகள் புரட்சி செய்வதுபோல அப்படியே நின்று விட்டன. அவர் வான்கோழிச் சத்தம் உண்டாக்கி அழைத்தார்.

அவை பதில் கூறின, ஆனால் உள்ளே வர மறுத்தன. அங்கே இருந்த உயர்ந்த மரத்தில் தாமாகவே பறந்துபோய் உட்கார்ந்து கொண்டன. இனிமேல் அங்கேதான் இரவைக் கழிக்கும். வேறு வழியில்லாமல் ஜோவும் மரத்தில் ஏறி அவற்றுடன் இரவைக் கழித்தார்.

இரண்டு மாதங்கள் கழிந்தன. வான்கோழி மொழியை ஜோ வேகமாகக் கற்றுக்கொள்ள ஆரம்பித்தார். 'எங்கே நீ', 'கிட்ட வா', 'தூரப் போக வேண்டாம்', 'நான் இங்கே' போன்ற தகவல்களுக்கெல்லாம் ஒவ்வொருவிதமான ஒலி. ஏறக்குறைய 20 விதமான சத்தங்களை எழுப்பி ஜோவினால் அவற்றுடன் உரையாட முடியும். மீதி ஒலிகளை அவர் கற்காவிட்டாலும் அவை பேசுவது அவருக்குத் துல்லியமாகப் புரியும். ஓர் அந்நிய மொழி பேசுபவருக்கு மத்தியில் அகப்பட்டுக்கொண்டது போலவே இல்லை. சாரைப் பாம்புக்கு ஒரு சத்தம், சாம்பல் பாம்புக்கு இன்னொரு சத்தம், கிலிகிலுப்பைப் பாம்புக்கு இன்னும் வேறுவிதமான சத்தம், உயரப் பறக்கும் பருந்துக்கு முற்றிலும் புதுவிதமான எச்சரிக்கை ஒலி. எல்லாம் அவருக்கு அத்துப்படியாகி வான்கோழிக் குடும்பத்தில் அங்கமாகிவிட்டார். இரண்டு வான்கோழிகள் நோய்பிடித்து இறந்தபோது. ஜோ அவற்றைப் புதைத்தார். எஞ்சிய வான்கோழிகள் சுற்றிவர நின்று ஏதோ ஒலியெழுப்பி மரியாதை செய்தன.

ஏழு மாதங்கள். வான்கோழிகள் வளர்ந்து பெரிதாகி விட்டன காட்டிலே வெட்டுக்கிளிகளைத் தேடித்தேடித் தின்று வயிற்றை நிரப்பின. ஒரு களியாட்டு விழாவுக்குப் போனதுபோல அத்தனை குதூகலம். தனியாகவும் கூட்டமாகவும் இரைதேடித் தூரத்தூரப் போயின. ஜோ அமரும்போது ஸ்வீட்டி வழக்கம்போல ஓடிவந்து அவருடன் அமர்ந்துகொள்ளும். ரேர்க்கிபோய் முன்னைப்போல அதிகாரம் செய்தாலும் ஜோவைவிட்டு அதிக தூரம் செல்வதில்லை. ஜோவுக்குக் காடு மிக நெருக்கமாகி விட்டது. அவர் கண்கள் முன்பு போல இல்லை. வான்கோழிகள் கண்டுபிடிக்கும் எல்லாவற்றையும் அவர் கண்கள் அதே வேகத்தில் கண்டுபிடித்தன. புழுக்கள், பூச்சிகள், பறவைகள், விலங்குகள் ஒன்றையும் கண்கள் தவறவிடவில்லை. முன்பெல்லாம் வருடத்தில் இரண்டு மூன்று பாம்புகளை அவர் காண்பார். இப்போது ஒருநாளில் ஆறு பாம்புகளை அவர் கண்கள் கண்டன.

இன்னொன்றும் அவருக்குத் தோன்றியது. தாங்கள் உயிர் வாழ்வதற்குப் பயன்படாத ஏதாவது ஒன்று தட்டுப்பட்டால் 'இது எதற்கு இங்கே இருக்கிறது' என்பதுபோல வான்கோழிகள் ஆராய்ந்தன. இந்த உலகம் அவற்று மட்டுமே படைக்கப்பட்டது

என்று அவை நினைப்பதுபோலவே தோன்றும். மிகப்பெரிய வித்தியாசம் என்னவென்றால் அவை அடுத்த கணம் பற்றி யோசிப்பதில்லை. மேலும் ஒரு மைல் தூரம் போனால் இன்னும் நிறைய இரை கிடைக்கும் என்றெல்லாம் அவற்றின் மூளை நினைப்பதில்லை. அந்தத் தருணம் என்னவோ அதுவே வாழ்க்கை. மனிதன் எப்பொழுதும் வாழ்வின் பெரும்பகுதியை எதிர்காலத்தில் வாழ்கிறான், வான்கோழிகள் அந்தத் தருணத்தில் மட்டும் வாழ்கின்றன.

12 மாதங்கள். அவை சுதந்திரமாகிவிட்டன. ஜோ பின்னால் வான்கோழிகள் அலைவதில்லை, அவை பின்னால் இவர் அலைந்தார். இனப்பெருக்கம் செய்யும் காலம் வந்தபோது பெரும் குழப்பம் ஏற்பட்டது. ஆண் வான்கோழிகள் ஒன்றுடன் ஒன்று மூர்க்கமாகச் சண்டையிட்டுத் தங்கள் தங்கள் சோடிகளைத் தேடிக்கொண்டன. இந்தச் சமயத்தில்தான் வான்கோழிகளுடன் ஆன அவருடைய உறவு உடைந்தது. திடீரென்று ஒருநாள் அவை மறைந்துவிட்டன. அவர் எத்தனை அழைத்தும் திரும்பவில்லை. அவரைத் தேடி அடிக்கடி வரும் ஸ்வீட்டிகூடக் கண்ணில் தென்படவில்லை. அது முட்டையிட்டு அடைகாத்துக்கொண்டிருக்கிறது என்பதைக் கண்டுபிடித்த போது மகிழ்ச்சியாகவிருந்தது. இன்னொரு சந்ததியை வளர்த்தெடுக்கும் வாய்ப்பு என்று ஜோ நினைத்துக்கொண்டார். அன்று மாலை ஸ்வீட்டியைத் தேடிப்போனபோது அவருக்கு ஓர் அதிர்ச்சி காத்திருந்தது. முட்டைகள் எல்லாம் உடைந்து சிதறிக் கிடந்தன. ஏதோ விலங்கு, ஸ்வீட்டியைக் கொன்று தின்ற அடையாளம் மட்டும் எஞ்சியிருந்தது.

ஜோ சோர்ந்துபோகிறார். வான்கோழிகள் அவரை விட்டு மறைந்த விதம் அவரால் தாங்கமுடியாததாக இருந்தது. ஒருநாள் அதிசயமாக ரேர்க்கிபோய் திரும்பவந்து பழையபடி அவருடனேயே தங்கிவிடுகிறது. இப்பொழுது அவர் தாய் அல்ல. இன்னொரு ஆண் வான்கோழிபோல. இருவரும் சேர்ந்து காட்டில் அலைந்தார்கள். தங்கள் நட்பு எப்படிப்பட்ட முடிவை அடையும் என தினம் ஜோ யோசிப்பார். ஆனால் அது முடிந்த விதம் அவர் வாழ்நாளில் மறக்க முடியாதது மாத்திரமல்லாமல் மிகக் குரூரமானதாகவும் அமைந்துவிட்டது.

ஜோ நடந்துகொண்டிருந்தார். சற்றும் எதிர்பாராத ஒரு தருணத்தில் ரேர்க்கிபோய் திடீரென்று திரும்பி ஜோவை மூர்க்கமாகத் தாக்கத் தொடங்கியது. இனச்சேர்க்கை சமயம் அது. எதிரில் உள்ள ஆண் வான்கோழிகளைத் துவம்சம் செய்ய வேண்டும். அப்படித்தான் 2 கோடி வருடம் வயதான

அதனுடைய மரபணுவில் எழுதப்பட்டிருக்கிறது. அதன் கண்களுக்கு ஜோ அவருக்குப் போட்டியான இன்னொரு ஆண் வான்கோழி. அதனுடைய முகம் பயங்கரமாக உப்பி நீலம், சிவப்பு, ஊதா என்று மாறியது. மூக்கின் மேலிருந்து வழியும் சோணை பெண்டுலம்போலப் பயங்கரமாக ஆடியது. நீண்ட அலகாலும் கால்களாலும் பாய்ந்து அவரைத் தாக்கியதில் ஜோவின் உடம்பில் ரத்தம் ஓடியது. அவர் கண்களைக் குறி வைத்ததால் நிமிடத்தில் அவை தோண்டி எடுக்கப்படலாம். நிலத்திலே கிடந்தபடி ஒரு கம்பை எட்டி எடுத்துப் பலம் கொண்ட மட்டும் அதன் கழுத்திலே அடித்தார். ரேர்க்கிபோய் எதிர்பார்க்கவில்லை, காட்டை நோக்கி ஓடியது. பின்னர் திரும்பி வரவே இல்லை. வான்கோழிகளைப் பற்றிய அவருடைய 18 மாதகால ஆராய்ச்சி முடிவுக்கு வந்தது அப்படித்தான்.

படத்தைப் பார்த்து முடித்த பின்னர் ஒரு விசயம் புலப்பட்டது. ஜோ 18 மாதங்கள் வான்கோழிகளுடன் வாழ்ந்து விட்டு அந்தக் கதையை ஒரு புத்தகமாக எழுதினார். அதைத்தான் மீண்டும் விவரணக் கதையாகப் படம் பிடித்திருந்தார்கள். திரும்பவும் 18 மாத காலம் ஜோ வான்கோழிகளுடன் வாழ்ந்தாரா? இது எப்படிச் சாத்தியம் என்றெல்லாம் கேள்விகள் எழுந்தன. இதைப் பற்றிய உண்மையை அறியப் படத்தைத் தயாரித்து இயக்கிய டேவிட் அலெனிடம் பேசினேன். இங்கிலாந்தில் இருந்த அவரிடம் தொடர்புகொண்டு கேள்விகள் கேட்டபோது பதில் அளித்தார். சில விவரங்களை மின்னஞ்சலிலும் அனுப்பிவைத்தார்.

'ஜோ ஹூட்டோ என்பவர் 18 மாதங்கள் வான்கோழி களுடன் வாழ்ந்த உண்மைக் கதையைப் புத்தகமாக எழுதினார். அதையே நீங்கள் பின்னர் திரைப்படமாகவும் எடுத்தீர்கள். இதைப் படமாக்க வேண்டும் என்ற எண்ணம் எப்படித் தோன்றியது? மீண்டும் 18 மாதம் ஜோ வான்கோழிகளுடன் வாழ்ந்தாரா? எப்படி அதே சம்பவங்கள் இன்னொரு தடவை நடைபெற்றன? காட்டுக்குள் 18 மாதம் படப்பிடிப்புச் செய்வதென்றால் நிறையச் செலவாகியிருக்குமே?

'நான் எப்பொழுதும் வனவாழ்க்கை பற்றிய உண்மைக் கதைகளைத் தேடிக்கொண்டிருப்பேன். விஞ்ஞானம் சொல்ல முடியாத ஒன்றை ஜோவின் கதைமூலம் தொட்டுவிடலாம் என்று தோன்றியது. இதற்குமுன் பார்த்திராத ஒரு புதிய உலகம் கிடைக்கும். ஆனால் ஜோ மறுபடியும் வான்கோழிகளுடன் வாழச் சம்மதிக்கவில்லை. Jeff Palmer என்ற நடிகரை அவருடைய இடத்தில் நடிக்கவைத்தோம். ஆனால் படத்திலே வரும் குரல் ஜோவுடையது. படத்தின் வெற்றிக்கு அந்தக் குரல் முக்கியம்.

அதில் உண்மை இருந்தது. 18 மாதங்கள் காமிராவுடன் காட்டில் அலைவது நிறையச் செலவு வைக்கக்கூடியது. நாங்கள் மீண்டும் முட்டைகளைப் பொரிக்கவைத்து ஆரம்பத்திலிருந்து காட்சிகளைப் படமாக்கினோம். ஆனால் புத்தகத்தில் சொன்ன சில விசயங்கள் இரண்டாவது தடவை படம் பிடித்தபோது சம்பவிக்கவில்லை. இரண்டாவது தடவை நடந்த சில விசயங்கள் முதல் தடவை நடக்கவில்லை. உதாரணமாக, இரண்டாவது தடவை வான்கோழிக் குஞ்சுகள் சப்பாத்து லேசைப் புழுவென்று நினைத்துக் கொத்தியபடியே இருந்தன. ஆனால் முதல் தடவை அப்படி நடக்கவில்லை. நாங்கள் புத்தகத்துக்கு உண்மையாக இருந்தோம். கதைக்குத் தேவையான பகுதிகளை மட்டும் அவ்வப்போது படம்பிடித்து நாலு மாதங்களிலேயே படத்தை முடித்துவிட்டோம்.'

'கடைசிக் காட்சியில் ரேர்க்கிபோய் ஜோவின் மேல் பாய்ந்து அவரை மூர்க்கத்தனமாகத் தாக்குவது. இதைப் படம்பிடிப்பது எப்படி சாத்தியமாயிற்று?'

'மீள உருவாக்கப்பட்ட காட்சி. பாதி உண்மை பாதி பொய் கலந்தது. இந்தச் சம்பவத்தைத் தத்ரூபமாகக் காட்டுவதற்கு மினக்கெட்டுப் பல காட்சிகள் எடுத்தோம். முடிவில் அனைத்துமே தொகுப்பாளர் மேசையில் சரிசெய்யப்பட்டது.'

'ஆவணப் படத்துக்கு இங்கிலாந்தின் உயர்ந்த BAFTA (British Academy of Film and Television Arts) விருதும் அமெரிக்காவின் அதி உயர் விருதான Emmy விருதும் கிடைத்திருக்கின்றன. அவை கிடைத்தபோது எப்படி உணர்ந்தீர்கள்?'

'எந்த ஓர் இயக்குநரும் விருதுக்காகப் படம் எடுப்பதில்லை. நான் அதை எதிர்பார்த்ததும் இல்லை. ஆனால் உலகத்தின் பல மூலைகளிலிருந்தும் போட்டிக்கு வந்த நூற்றுக்கணக்கான பறவைகளையும் விலங்குகளையும் 13 வான்கோழிகள் தோற்கடித்தது எனக்கும் பெரிய ஆச்சரியம்தான்' என்றார் அலென்.

ஆறு கோடி வான்கோழிகள் கொல்லப்படும் ஒரு நாளில் இந்தப் படத்தைப் பார்த்தது எனக்குக் கொஞ்சம் ஆறுதல் அளித்தது. வெள்ளை மாளிகையில் ஒபாமா ஒரு வான்கோழியை மன்னித்து விடுதலையாக்கிய அதே சமயம் இன்னொரு வான்கோழி சமையலறையில் உணவுக்காகக் கொல்லப்பட்டது. வான்கோழி என்ன குற்றம் செய்தது மன்னிப்பதற்கு? பாரபஸ் என்பவனை விடுவித்து யேசுவைச் சிலுவையில் அறைந்தது போலத்தான். திரைப்படத்தின் முடிவில் ஜோ சொல்லும் வார்த்தைகள் மிக முக்கியமானவை. மனிதன் எத்தனை தூரம் இயற்கையிலிருந்து

அந்நியமாகிவிட்டான் என்ற உண்மை வெளிப்படும் இடத்தில் மனம் துணுக்குறுவது தவிர்க்க முடியாதது.

ரேர்க்கிபோய் போனவுடன் ஜோ திரும்பவும் மனிதனாகி விட்டதை உணர்ந்தார். அவர் கண்கள் மாறிவிட்டன. முன்பெல்லாம் காடு அவருக்குள் இருந்தது, இப்பொழுது காடு வெளியேறிவிட்டது. 18 மாதங்கள் அவர் வான்கோழியாகவே வாழ்ந்தார். இந்தக் காலத்தில் அவர் ஒரு மனித உயிரைக்கூடச் சந்தித்ததில்லை. அவர் கண்கள் வான்கோழியின் கண்களாகவே செயல்பட்டன. பூச்சிபுழுக்கள், பாம்புகள், பறவைகள், விலங்குகள் அவர் கண்களுக்குப் பட்பட்டென்று தெரிந்தன. மனிதனாக மாறிய பிறகு எல்லாமே மறைந்தன; பழைய காடு மட்டுமே எஞ்சியது.

15

தமிழுக்கு ஓர் அரியணை

சமீபத்தில் பொஸ்டனில் ஒரு பேராசிரியரைச் சந்தித்தேன். அவருடன் தேநீர் அருந்தப் போனபோது அவர் பரிசாரகருடன் ஏதோ மொழியில் பேசினார். அவரும் அதே மொழியில் பதில் சொன்னார். 'என்ன மொழி?' என்று கேட்டேன். அவர் 'நேப்பாள மொழி' என்றார். 'எப்படி அவர் நேப்பாளி என்பதைக் கண்டுபிடித் தீர்கள்?', 'அவருடைய உடை, முகச்சாயல், உடல் மொழி' என்றார். நான் ஆச்சரியப் பட்டேன். அந்தப் பேராசிரியருக்கு 18 மொழிகள் தெரியும். அவர் இன்னொரு விசயமும் சொன்னார். அது என்னை இரண்டாவது தடவையாக ஆச்சரியப்படவைத்தது. 'என் இள வயதிலேயே எனக்கு வேற்று மொழிகள் படிக்க வேண்டும் என்ற ஆர்வம் உண்டாகிவிட்டது. இன்று எனக்கு தமிழ்மொழி பற்றி இருக்கும் அறிவு அன்று இருந்திருந்தால் நான் தமிழை முதல் மொழியாகப் பயின்றிருப்பேன். தமிழ் உலகத்தின் ஆதி மொழிகளில் மிகச்சிறந்த ஒன்று' என்றார்.

இதையே இன்னொரு விதமாகச் சமீபத்தில் இறந்துபோன பேராசிரியர் பெர்னார்ட் பேட் சொன்னார். இவர் சிகாகோ பல்கலைக்கழகத்திலும் யேல் பல்கலைக்கழகத்திலும் பல வருடங்களாகத் தமிழ் கற்பித்தவர். 'தமிழை அறிந்துகொள்வது உங்கள் கடமை அல்ல; அதைப் பேசிப் புரிந்து இன்புறுவதற்காகப் படியுங்கள். ஓர் ஓவியத்தை அதன் அழகிற்காக ரசிப்பதில்லையா? ஓர் இசையை அனுபவிப்பதில்லையா? அதுபோலத் தமிழை அது தரும் இன்பத்திற்காக நுகருங்கள்.'

சில மாதங்களுக்கு முன் இன்னுமொரு வெள்ளைக்காரரைச் சந்தித்தேன். இவர் தமிழ்நாட்டில் பல வருடங்கள் தமிழ் பயின்றவர். இப்பொழுது அமெரிக்காவில் தமிழ் கற்பித்து வருகிறார். பெயர் ஜொனாதன் ரிப்ளே. ஆனால், தமிழ்நாட்டில் இவரை எல்லோரும் 'வெள்ளைக்காரன்' என்றே அழைக்கிறார்கள். இவர் தமிழ் கற்றுக் கொண்ட அனுபவம் இன்னும் சுவையானது. 19 வயது வரைக்கும் இவருக்குத் தமிழ் என்று ஒரு மொழி இருப்பதே தெரியாது. மீதியை அவரே சொல்கிறார்:

'நான் ஓஹாயாவிலுள்ள ஒபர்லின் கல்லூரியில் படித்துக் கொண்டிருந்தேன். ஒருநாள் போலா ரிச்மன் *(Paula Richman)* படிப்பித்த வகுப்பில் போய் அமர்ந்தேன். அவர் தென்னாசியப் பிராந்திய இலக்கியங்களில் தனித்துறை வல்லுநர். அவருடைய சிறப்புக் கல்வி ராமாயணம், மகாபாரதம் ஆகிய இதிகாசங்கள். சும்மா பார்க்கலாம் என்றுதான் போனேன். என் வாழ்க்கையே அடியோடு மாறப்போகிறது என்பது எனக்குத் தெரியாது. நான் அவர் பேசியதை உன்னிப்பாகக் கவனிக்கவில்லை. அவர் ஒரு பாடலைச் சொல்லிக்கொண்டு போனார்.

நாமவ னிவனுவன், அவளிவளுவளெவள்
தாமவரிவருவர், அதுவிது வதுவெது
வீமவை யிவையுவை, யவைநலந் தீங்கவை
ஆமவை யாயவை, யாய்நின்ற அவரே.

அந்தப் பாடலின் ஓசை நயமும் இனிமையும் காதுகளில் விழுந்தன. தொடர்ந்துவந்த பல நாட்கள் அந்தக் கீதம் காதுகளில் ஒலித்த வண்ணமே இருந்தது. பல மாதங்களுக்குப் பின்னர்தான் அது நம்மாழ்வார் திருவாய்மொழி 1.1.4 என்று அறிந்தேன். 'அதுவிதுவுதுவெது' என்பதைப் பலதடவை சொல்லிப்பார்த்தேன். அந்த இனிமை என்னை ஏதோ செய்தது. அந்தக் கணமே முடிவு செய்தேன், நான் தமிழ்தான் படிக்க வேண்டும் என்று.'

இந்த வெள்ளைக்காரர்கள் எல்லோரும் வியப்படைவது ஒரு விசயத்துக்குத்தான். இத்தனை தொன்மையான, பெருமையான தமிழைத் தமிழர்கள் ஏன் போற்றுவதில்லை? தமிழ்மொழியை உதாசீனப்படுத்துகிறார்கள். தங்கள் பிள்ளைகள் வேற்று மொழிகளில் புலமை அடைவதையே விரும்புகிறார்கள். இந்தப் புதிரை விடுவிக்க முடியாமல் என்னிடம் கேட்டபோது என்னாலும் தக்க பதில் தர முடியவில்லை.

யோசித்துப் பார்த்தால் சில விசயங்கள் தெளிவாகின்றன. பண்டைத் தமிழ் இலக்கியங்கள் உலக அங்கீகாரம் பெற்ற பிற இலக்கியங்களுக்கு நிகராகப் புதிய, வெவ்வேறு நோக்குகளிலிருந்து ஆராயப்படவேண்டியன. அவற்றின் விளைவுகளைப் பிற

பண்பாட்டினருடன் பகிர்ந்துகொள்ள வேண்டியதும் முக்கிய மானது. முதன்மையான பல்கலைக்கழகங்களில் தமிழைக் கற்கவும், ஆய்வு செய்யவும் வாய்ப்பு ஏற்படும்போது இந்தப் போதாமைகள் சரி செய்யப்படலாம். தமிழின் முக்கியத்துவத்தைப் பிறர் அறியவும் முக்கியமாகத் தமிழர்கள் அறியவும் ஹார்வார்ட் போன்ற பல்கலைக்கழகத்தில் தமிழ் இருக்கை நிறுவுவது அவசியமாகிறது.

உலகத்தர வரிசையில் முதல் இடத்தில் இருக்கும் ஹார்வார்ட் பல்கலைக்கழகத்தில் தமிழைக் கற்கவும், ஆய்வுகளை மேற்கொள்ளவும் வசதியாக ஓர் இருக்கை அமைய வேண்டும். தமிழ் இருக்கைக்கு ஆரம்ப வித்திட்டது 18 சங்க நூல்களையும் ஆங்கிலத்தில் தனியொருவராக மொழிபெயர்த்து உலகப் புகழ் எய்திய திருமதி வைதேகி ஹெர்பெர்ட் அவர்கள். அவரது உந்துசக்தியால் அமெரிக்காவில் வதியும் இரு வள்ளல் பெருந்தகைகள், மருத்துவர் விஜய் ஜானகிராமனும், மருத்துவர் திருஞானசம்பந்தமும், ஹார்வார்ட் பல்கலைக்கழகத்தின் துறைத் தலைவரைச் சந்தித்துத் தமிழின் பெருமையையும் தொன்மையையும் விளக்கித் தமிழ் இருக்கை அமைப்பதற்கான ஒப்புதலைப் பெற்றனர். இதற்குத் தேவையான அறக்கொடை ஆறு மில்லியன் டொலர்கள். இரு மருத்துவர்களும் ஆளுக்கு அரை மில்லியன் டொலர்களை வழங்கியுள்ளனர். மீதி ஐந்து மில்லியன் டொலர்களை உலகெங்கும் வாழும் தமிழர்களிடமிருந்தும், நிறுவனங்களிடமிருந்தும் திரட்டுவதற்கான முயற்சிகள் மேற்கொள்ளப்பட்டுள்ளன.

இரண்டாயிரம் ஆண்டுகளுக்கு மேலான இலக்கியங்களைக் கொண்ட தமிழ், உலகின் ஆதி மொழிகளுள் ஒன்றாகும். ஏறத்தாழ எட்டுக் கோடி மக்களால் பேசப்படும் இம்மொழி உலகில் உள்ள 20 பெரிய மொழிகளுள் அடங்கும். அண்மையில் தமிழ் செம்மொழியாகவும் இந்திய அரசினால் அறிவிக்கப்பட்டுள்ளது. எனினும், உலக அளவில் தமிழ்மொழிக்கான அங்கீகாரம் போதிய அளவில் இல்லை. பன்னாட்டு அளவில் ஆய்வாளர்களைக் கவர முடியாமையும், அதனால் உலகத் தரம் வாய்ந்த ஆய்வுகள் போதிய அளவில் மேற்கொள்ளப்படாமையும் இதற்கான காரணங்களாக இருக்கலாம்.

ஹார்வார்ட் பல்கலைக்கழகம் அமெரிக்காவின் மிக மூத்த பல்கலைக்கழகம்; 380 வருடப் பாரம்பரியம் கொண்டது. நோபல் பரிசு போன்ற மதிப்பு வாய்ந்த பரிசுகளைப் பெற்ற பல அறிஞர்களையும், பல்வேறு நாட்டுத் தலைவர்களையும் உருவாக்கிய பெருமை இதற்கு உண்டு. இங்கே மேற்கொள்ளப்படும் ஆய்வுகளுக்கு உலக அளவில் பெரிய மதிப்பும் அங்கீகாரமும்

உண்டு. இத்தகைய ஒரு பல்கலைக்கழகத்தில் தமிழ் இருக்கை என்பது மதிப்புக்குரிய ஒன்றாக இருப்பதுடன், தமிழ் ஆய்வின் தரத்தையும், வீச்செல்லையையும் உலக மட்டத்துக்கு உயர்த்து வதற்கு உதவும்.

'நாங்கள் தமிழை ஆழமான படிப்புக்கும் தீவிரமான ஆராய்ச்சிக்கும் உட்படுத்த வேண்டுமானால் தமிழ் இருக்கை முக்கியமானதாக இருக்கிறது. இப்பொழுது காணப்படும் தமிழ் ஆர்வத்தையும் ஊக்கத்தையும் நாங்கள் மேலும் விரிவாக்கிப் பயன்படுத்த வேண்டும். பொருள்செறிவான இயங்கியல் தன்மையான ஆராய்ச்சிகளுக்கும் மாணவர்களின் ஊக்கமான வெளிப்பாடுகளுக்கும் ஹார்வார்ட் தமிழ் இருக்கை வடிகாலாக அமையும். அது மாத்திரமன்றி இங்கே நடக்கும் ஆராய்ச்சி களும் முன்னெடுத்தல்களும் தமிழின் முக்கியத்துவத்தை உலகப்பரப்பில் நிலைநிறுத்தும். உண்மை என்னவென்றால் தமிழின் பெருமை பாதியளவுகூட வெளியே வரவில்லை. மற்றைய மொழிகளில் செய்யப்பட்ட ஆராய்ச்சிகளின் பெறுபேறுகளை அலசும்போது இது தெரியவருகிறது. தமிழின் எதிர்காலத்துக்கு இங்கே ஓர் இருக்கை அமைவது முக்கியமானது' இப்படிக் கூறுகிறார் ஜொனாதன் ரிப்ளே.

ஹார்வார்ட் தமிழ் இருக்கைக்குத் தமிழ்நாட்டில் ஆதரவு பெருகிவருவது மகிழ்ச்சியான செய்தி. தி இந்து பத்திரிகை தொடர்ந்து இதுபற்றிக் கட்டுரை எழுதிவருவதுடன் கொடையாளர்களின் பெயர்களைப் பத்திரிகையில் பிரசுரித்து அவர்களை ஊக்குவிக்கிறது. நடிகர் சிவக்குமார் காணொளிமூலம் செய்தி பரப்பிவருகிறார். பிரபல வானொலி ஒலிபரப்பாளரும் தொகுப்பாளரும், நடிகருமான அப்துல் ஹமீத் காணொளிமூலம் பரப்புரை செய்கிறார். கவிஞர் பழநிபாரதி இயற்றிய ஹார்வார்ட் தமிழ் இருக்கை வாழ்த்துப் பாடலுக்கு, ஏ.ஆர். ரஹ்மானின் உதவியாளர் தாஜ்நூர் இசையமைத்திருக்கிறார். பாடலை சீர்காழி சிவ சிதம்பரமும், நித்தியஸ்ரீயும் பாடியிருக்கிறார்கள். கவிஞர் நா. முத்துக்குமார் வாழ்த்து அனுப்பியதுடன் கணிசமான தொகையும் கொடுத்திருக்கிறார். கவிஞர் தாமரை வாழ்த்துக் கடிதம் எழுதியதுடன் ஹார்வார்ட் தமிழ் இருக்கைக்கு ஒரு லட்சம் ரூபா நிதியுதவியும் அளித்திருக்கிறார். அவர் எழுதிய மடல் இதுதான்.

'அன்புள்ள அ. முத்துலிங்கம் ஐயா அவர்களுக்கு,

வணக்கம். ஹார்வர்ட் பல்கலைக்கழகத்தில் அமையவிருக்கும் 'தமிழ் இருக்கை' பற்றி நான் ஏற்கெனவே அறிந்திருந்தபோதிலும், உங்களுடனான தொலைபேசி உரையாடலில் கூடுதலாகத்

தெரிந்துகொண்டேன். தாங்கள் இதற்காக அமைக்கப்பட்டிருக்கும் குழுவில் ஒருவர் என்பதறிந்து மிகுந்த மகிழ்ச்சி கொண்டேன். முதன்முதலாக இதுபற்றித் தெரியவந்தபோது எனக்கு ஏற்பட்ட முதல் எண்ண ம், 'தமிழர்கள் நாம் எப்போது பார்த்தாலும் தமிழ்ப் பெருமை பேசித் திரிகிறோம், ஆனால் இப்போதுதான் ஹார்வர்டில் தமிழ் இருக்கை அமைப்பதுபற்றி யோசிக்கிறோம், ஏன் இந்த எண்ணம் முதலிலேயே தோன்றவில்லை?' என்பதுதான் ...

என் தந்தையார் இப்போது இருந்திருந்தால் இந்தப் பணியைச் சிரமேற் கொண்டிருப்பார் என்பதில் ஐயமில்லை. எங்கள் குடும்பத்தின் பெயரால் நாங்கள் அளிக்கும் சிறு தொகை யான ரூபாய் ஒரு இலட்சத்தைப் (1,00,000) பெற்றுக்கொள்ள வேண்டுகிறேன். நீங்கள் கேட்டுக்கொண்டபடி என் ரசிகர் களுக்கும் நான் வேண்டுகோள் விடுக்கிறேன். இந்தச் செய்தியை நீங்கள் எந்த விதத்திலும் உலகத் தமிழர்களுக்குக் கொண்டுபோய்ச் சேர்க்கலாம். ஹார்வர்ட் பல்கலைக்கழகத்தில் தமிழ் இருக்கை மலர்ந்தது என்ற செய்தி விரைவில் வந்து காதில் தேன் பாய்ச்சக் காத்திருக்கிறேன்.'

கவிஞர் தாமரை ஒருவிதத் தயக்கமும் இன்றிப் பொருளுதவி புரிந்தார். ஆனால், நிதி சேர்க்கும்போது அநேகர் கேட்கும் கேள்வி இதுதான். 'அமெரிக்காவில் உள்ள ஹார்வார்ட் பல்கலைக்கழகத் தமிழ் இருக்கைக்கு இங்கேயிருந்து நாம் ஏன் பணம் கொடுக்க வேண்டும்?' உண்மையில் அமெரிக்காவில் வாழும் சில வள்ளல்கள் ஒன்றுசேர்ந்து தமிழ் இருக்கையை உருவாக்க முடியும். அதில் என்ன பெருமை இருக்கிறது? உலகத் தமிழர்கள் அனைவரும் ஒன்றிணைய வேண்டும் என்ற நோக்கில் இது ஆரம்பிக்கப்பட்டது. இந்த இருக்கை உலகத் தமிழர்களுக்குச் சொந்தமாக இருப்பதில்தான் அதன் பெருமை வெளிப்படும்.

முதல்வர் ஜெயலலிதா தன் தேர்தல் அறிக்கையில் இப்படி அறிவித்திருக்கிறார். 'தமிழ் மொழியின் சிறப்பை உலகெங்கும் கொண்டுசெல்லும் வகையில் புகழ்பெற்ற ஹார்வார்ட் பல்கலைக்கழகத்தில் தமிழுக்கென்று தனி இருக்கை ஏற்படுத்தப்படும்.' அத்துடன் கனடிய வருமானவரித் திணைக்களம் ஹார்வார்ட் நன்கொடைக்கு கனேடியர்களுக்கு வரிச்சலுகை அளித்திருக்கிறது. www.cra-arc.gc.ca/charities.

தமிழ்நாட்டில் இருந்து ஒரு பெண்மணி ரூபா 250 (5 டொலர்) ஹார்வார்ட் நிதிக்கு அனுப்பியிருந்தார். அவருக்குக் கணவர் இல்லை. இரண்டு பிள்ளைகளுடன் தனியாக வாழ்கிறார். இந்தப் பணத்தை எப்படியும் சேர்த்துவிட வேண்டும் என்று இன்னொருவரைப் பிடித்துப் பணத்தை அவர் மூலம் அனுப்பி

வைத்தார். இவர்களால்தான் ஹார்வார்ட் தமிழ் இருக்கை உருவாகிறது. இவருடைய 5 டொலர், ஐந்து லட்சம் டொலர்களுக்குச் சமானம்.

ஹார்வார்ட் தமிழ் இருக்கைக்கு நிதி வழங்குவது எளிமையாக்கப்பட்டிருக்கிறது. Harvardtamilchair.com எனும் இணையதளத்திற்குச் சென்று அதில் சொல்லப்பட்டிருக்கும் வழிமுறைகளில் பணத்தை அனுப்பலாம். கடன் அட்டை வழியாகவோ, காசோலையாகவோ நேரடியாகவோ பணத்தைச் செலுத்தலாம். Crowd Funding எனும் இலகு வழியும் இருக்கிறது. அனைத்துலகத் தமிழ் மக்களின் நன்கொடையை நம்பித் தொடங்கப்பட்ட இருக்கை கூடிய விரைவில் செயல்படும் என்பது உறுதி.

இந்தக் கட்டுரையை முடிக்கும்போது கவிஞர் தாமரையின் பாடல் வரிகளைக் கடன் வாங்கி நிறைவு செய்யலாம் எண்ணுகிறேன்.

"தமிழர்களே வருக,
தமிழ் இருக்கை தருக."

16

இறுதித் தேர்வு

காலை சரியாக ஐந்து மணிக்கு அவளுடைய செல்பேசி அலாரம் ஒலித்து அவளை எழுப்பியது. அதை அணைத்துவிட்டு, படுக்கையில் இருந்தபடியே எட்டி காப்பி மெசின் பட்டனைத் தட்டினாள். அது கிர் என்று சத்தத்துடன் உயிர் பெற்றது. செல்பேசியில் அன்றைய காலநிலையைப் பார்த்துவிட்டு முக்கியமான பத்திரிகைச் செய்திகளையும் படித்தாள். ஓர் இணையதளம் விலைக்கு வந்தது. அதை வாங்கி விற்றதில் 2000 டொலர் லாபம் கிடைத்தது. அதை செல்பேசி மூலம் நேரே தன் வங்கிக்கு அனுப்பினாள். அவளுடைய 19 ஆவது பிறந்தநாளுக்கு 367 வாழ்த்துகள் வந்திருந்தன. அவற்றிற்கெல்லாம் 'நன்றி' என்று ஒரு வார்த்தையில் பதில் அனுப்பினாள். காப்பி, கடுதாசிக் குவளையில் தயாராகிப் பாலும் சீனியும் அளவாகக் கலந்து டிங் என்ற ஒலியுடன் இறங்கி நின்றது. அவள் ஒரு மிடறு பருகினாள்.

அவள் கனடியப் பெண். பெயர் அரா யாயுன். பிறந்த தேதி 31 அக்டோபர் 2011, உலக சனத்தொகை 7 பில்லியன் இலக்கத்தைத் தொட்ட அன்று பிறந்தாள். இன்று, 31 அக்டோபர் 2030 அவளுடைய 19 ஆவது வயதில் உலக சனத்தொகை 8.3 பில்லியனை எட்டியிருந்தது. அவளுடைய காதலன் காணொளி வாழ்த்து அனுப்பியிருந்தான். பிறந்தநாள் அன்று ஏதாவது வித்தியாசமாகச் செய்து மகிழ வேண்டும் என நினைத்தாள். 33 வருடம் பழசான டைட்டானிக் திரைப்படத்தை செல்பேசியை அமுக்கிச் சுவரில் ஓட விட்டாள். ஒரு சின்ன மாற்றம். கேற்வின்ஸ்லெட்

முகத்தைத் தன் முகமாக மாற்றினாள். லியனார்டோ டிகாப்ரியாவின் முகத்தைத் தன் காதலன் முகமாக மாற்றினாள். ரோஸின் தாயார் கோர்ஸெட்டை ரோஸின் வயிற்றில் இறுக்கிக் கட்டிய இடம் வந்தபோது இவளும் வயிற்றை எக்கினாள். பின்னர் வாய்விட்டுச் சிரித்துக் கொண்டாள்.

அலுத்துப்போய் கனடா – ரஸ்யா கிரிக்கெட் போட்டியைப் பத்து நிமிடம் முப்பரிமாணத்தில் பார்த்தாள். அதையும் அணைத்து விட்டு அவசரமாகப் பல்கலைக்கழகப் பாடங்களைச் செய்ய ஆரம்பித்தாள். மடிக்கணினி எப்பவோ மறைந்து விட்டது. செல்பேசி விரிந்து விசைப்பலகையாக உருவாகியது. மாயத்திரையில் அவள் தட்டச்சு செய்த வசனங்கள் விழுந்தன. பல்கலைக்கழகத்துக்கு அவள் போனதே கிடையாது. இரண்டு பல்கலைக்கழகங்களில் படித்தாள். ஒன்று கனடா மற்றது அமெரிக்காவின் MIT. டானியல் நோசிராவின் 'செயற்கை இலை' ஆராய்ச்சியில் அவளுக்கும் ஆர்வம் இருந்தது. வெற்றி கிட்டினால் உலகின் எரிபொருள் பிரச்சினை தீர்ந்தது. அன்றைய ஆராய்ச்சிக் கட்டுரையை முடித்து, அவள் படுக்கையை விட்டு எழுந்து குளியலறைக்குச் சென்றபோது காலை பத்து மணி.

கம்ப்யூட்டர் திறன் ஒவ்வொரு 18 மாதமும் இரண்டு மடங்கு அதிகரிக்கிறது; அதே சமயம் விலை பாதியாகக் குறைகிறது. கம்ப்யூட்டரின் அமோக வளர்ச்சிக்கு இதுதான் காரணம். 20ஆம் நூற்றாண்டுக் கடைசியில் வாழ்ந்த அதியாற்றல் வாய்ந்த கம்ப்யூட்டர் 2030இல் கையடக்கமான செல்பேசியாக மாறி யிருக்கும். ஒரு கணினி செய்யவேண்டியதை இன்னும் திறமாக செல்பேசி செய்யும். முதல் பெரிய மாற்றம் பணம், காசோலை எல்லாம் ஒழிந்துபோகும். 100 வங்கிகளுக்கு ஒரு வங்கி எனச் சுருங்கிவிடும். ஒரு செல்பேசியிலிருந்து இன்னொரு செல்பேசிக்குப் பணம் அனுப்ப முடிவதால் காசுத்தாள் என்பதே இல்லாமல் ஆகிவிடும். கடன் அட்டைகள் செல்பேசிமேல் ஏறிவிடுவதால் செல்பேசிகள் கடன் அட்டையின் வேலையைச் செய்யும். ஒருவருக்குச் சொந்தமான செல்பேசியை இன்னொருவர் இயக்க முடியாது. அவருடைய கைரேகை, கண் ரேகை, குரல் எல்லாம் பதிவாகியிருக்கும். அதிகமான கட்டளைகள், செய்திகள் செல்பேசியில் குரலாகவே அனுப்பப்படும். விரும்பினால் குரலை செல்பேசி தானாகவே எழுத்தாக மாற்றி அனுப்பவும் முடியும். கூடுதலாக செல்பேசி திறமையான உதவியாளராகச் செயல்படும். 'புதன்கிழமை மாலை 4 மணிக்குப் பிரதானமான விருந்து. ஞாபகமூட்டு' என்று செல்பேசியிடம் சொன்னால் அது அப்படியே குரலிலோ எழுத்திலோ ஞாபகமூட்டும். சாவிகள் உலகத்திலிருந்து மறைந்துபோகும். வீட்டுச் சாவி, கார்ச் சாவி,

அலுவலகச் சாவி, வங்கி லொக்கர் சாவி யாவும் கடவுக் குறிப்பு களாக செல்பேசியிலே பதிந்துகிடக்கும்.

2030இல் முகநூல் கிடையாது. எல்லோரிடமும் 'இதயப் பலகை' இருக்கும். இதிலே படங்கள் கிடையாது. 'உனக்கு இது பிடிக்குமா, அது பிடிக்குமா? உன் அபிப்பிராயம் என்ன?' போன்ற தொந்தரவுகள் இல்லை. இதயப் பலகைகள் ஒன்றுடனொன்று தானாகவே பேசிக்கொள்ளும். உங்களுக்குத் தேவையானவற்றை மட்டுமே தெரிவிக்கும். உதாரணமாக ஒரு பெண், 'எனக்கு 5 அடி 8 அங்குலம் உயரமான, 30 வயதுக்குக் குறைவான, யப்பான் மொழி பேசும், 19ஆம் நூற்றாண்டு ஓவியங்களில் ஆர்வமான, விமான ஓட்டி, ஆணின் நட்பு தேவை' என்று எழுதினால் அது தானாகவே உலகத்து இதயப் பலகைகளுடன் பேசி விடையைத் தேடிக் கொண்டுவரும். ஒரே சமயத்தில் மூன்று நான்கு பேருடன் முகம் முகமாக முப்பரிமாணத்தில் பேசமுடியும். கவிதை எழுதினால் அதை விமர்சித்துக் கடிதங்கள் துருக்கியிலும் பிரெஞ்சிலும் சேர்பியனிலும் நிமிடத்தில் வரும்.

ஒரு மொழி தெரிந்தாலே போதும். இன்னொரு மொழி படிக்கவேண்டிய அவசியமே கிடையாது. நீங்கள் பேசுவதை உங்கள் செல்பேசி ஹிந்தியிலோ, சீனத்திலோ, ஆங்கிலத்திலோ, அராபியிலோ உங்கள் விருப்பப்படி மாற்றிப் பேசும். அல்லது அந்த மொழியில் எழுதிக்காட்டும். மற்றவர் என்ன மொழியில் பேசினாலும் அதையும் உங்களுக்கு விருப்பமான மொழியில் மாற்றும். 2030களில் உலகச்சுற்றுலா போவது சுகமான அனுபவ மாக இருக்கும். திரைப்படங்கள் என்ன மொழியில் எடுக்கப்பட்டாலும் அதை உங்கள் விருப்ப மொழியில் பேச வைத்துப் பார்க்கலாம். அல்லது அடியில் எழுத்தாகவும் படிக்க லாம். அச்சுப் புத்தகங்கள் குறைந்துவிடும். மின்புத்தகங்களை மலிவான விலையில் தரவிறக்கம் செய்து வாசிக்கலாம். ஆயிரம் புத்தகங்களை உங்களுடன் எந்த நேரமும் காவிச் செல்லலாம். படித்துச்சோர்வடைந்தால் அதுவே உங்களுக்குப் படித்துக்காட்டும். அதுவும் அலுத்துவிட்டால் ஆங்கிலத்திலோ பிரெஞ்சுமொழியிலோ மலையாளத்திலோ அதே புத்தகத்தை மொழிபெயர்ப்பில் கேட்கலாம்.

ஆகப்பெரிய மாற்றம் போக்குவரத்தில் நிகழப்போகிறது. 60 வீதத்துக்கும் அதிகமானவர்கள் வீட்டிலே தங்கி வேலை செய்வார்கள். அலுவலகத்துக்குப் போகவேண்டிய அவசியமே இல்லை. காணொளிக் கலந்துரையாடல்கள் வேண்டியபோது நடக்கும். கார்கள், ரயில்கள், பஸ்களில் பயணிப்போர் கணிசமாகக் குறைந்து எரிபொருள் மிச்சப்படும். போக்குவரத்து வாகனங்கள்

எல்லாமே மின்கலனிலும் எரிபொருளிலும் 50:50 வேலை செய்வதால் சுற்றுச்சூழல் மேம்படும். அதிகமான வாகனங்கள் சாரதி இல்லாமல் இயங்குவதால் விபத்துகள் வெகுவாகக் குறைந்துவிடும். சூரிய ஒளி மின்சாரத் திட்டத்தைச் செயல்படுத்து வதில் உலகின் முதலாம் இடத்தில் இந்தியா இருக்கும். 21ஆம் நூற்றாண்டின் ஆரம்பத்தில் குஜராத் மாநிலத்தில் ஒரு மில்லியன் சூரிய ஒளித்தகடுகள் மூலம் 200 மெகாவாட் மின்சாரம் உற்பத்தியானது. இந்தியா தட்டையான பிரதேசம். நிறைய சூரிய ஒளிக்கிடைக்கும். சூரிய ஒளி மின்சாரத் திட்டத்துக்கு இந்தியா இலட்சிய நாடாகத் திகழும். 2030இல் இந்தியாவின் சூரிய ஒளி மின்சாரம் 20,000 மெகாவாட்டை எட்டியிருக்கும். இது உலகம் வியக்கும் மிகப்பெரிய உற்பத்தி. ஆனால் இந்தியாவின் முழுத்தேவையோடு ஒப்பிடும்போது இது பத்து வீதத்திலும் சிறிய விழுக்காடுதான்.

மேல்நாடுகளில் இருந்து இந்தியாவுக்குச் சிகிச்சைக்காக வரும் நோயாளிகளின் தொகை அதிகரிக்கும். எந்திரன் மூலம் நடத்தும் அறுவைச் சிகிச்சைகளும் பிரபலமாகும். பிலிப்பைன் நாட்டில் ஒரு குழந்தைக்கு, மருத்துவர் சென்னையில் இருந்த படியே எந்திரன்மூலம் அறுவைச் சிகிச்சையை வெற்றிகரமாகச் செய்து முடிப்பார். ஒரு காலத்தில் ஒரு மனிதருடைய முழு மரபணு வரைபடத்தைச் செய்து முடிப்பதற்கு 1,00,000 டொலர்கள் செலவானது. 2030இல் இந்தச் செலவு வெறும் 100 டொலர்தான். தங்கள் தங்கள் மரபணு வரைபடங்களை செல்பேசியில் மக்கள் பாதுகாத்து வைப்பார்கள். எல்லா நோய்களுக்கும் ஏதோ ஒரு மரபணுக்கூறு இருக்கும். நோய் பரம்பரைக் காரணத்தாலோ வேறு காரணத்தாலோ உண்டாக லாம். வரைபடத்தைப் பார்க்கும் மருத்துவரால் உங்கள் பலம், பலவீனம் இரண்டையுமே நொடியில் தெரிந்துகொள்ள முடியும். நோயின் காரணத்தை அறியவும், அது எதிர்காலத்தில் தாக்கும் வாய்ப்பின் சதவிகிதத்தைச் சரியாகக் கணிக்கவும், அதைத் தடுப்பதற்கான சிகிச்சையை முன்கூட்டியே மேற்கொள்ளவும் இது பெரிதும் உதவியாக இருக்கும்.

அரா யாயுன் பிறந்த அன்று, தமிழ்நாட்டின் கிராமம் ஒன்றில் பிறந்த பெண் சிறுநகை. அந்த முக்கியமான நாள் பிறந்த எல்லோரும் ஒரு கிளப்பில் அங்கத்தவராக இருந்தார்கள். அந்த ஒரு நாளில் பிறந்தது 4,50,000 குழந்தைகள். அமெரிக்காவில் பிறந்த பிலால் மொகமட்டும், கனடாவின் அரா யாயுனும், இந்தியாவின் நர்கிஸ் யாதவ்வும், பிலிப்பைன் நாட்டின் டனிகா கமச்சோவும் நண்பர்கள். இதயப் பலகைத் தொடர்பில் இருந்தார்கள். 2031ஆம் ஆண்டு விண்வெளி சுற்றுலாவுக்கு

நர்கிஸ் யாதவ் முன்பணம் கட்டிவிட்டுக் காத்திருந்தாள். 2028ஆம் ஆண்டு மும்பையில் நடந்த ஒலிம்பிக்கின்போது பிலால் மொகம்மட் ஜிம்னாஸ்டிக் போட்டியில் கலந்துகொண்டான். இவர்கள், ரத்தன் டாட்டா பரீட்சார்த்தமாக ஆரம்பித்த செயற்கை இலைத் திட்டம் சின்னச் சின்னக் கிராமங்களில் வெற்றிகரமாக இயங்கியதை நேரிலே பார்த்தார்கள். சூரிய ஒளியில் செயற்கை இலையைத் தண்ணீரில் அமுக்கி வைத்தபோது கிடைத்த சக்தி ஒரு முழு வீட்டின் தேவைக்குப் போதுமானதாக இருந்தது.

2030இல் சிறுநகை தன் கிராமத்தில் இருந்து அமெரிக்காவின் யேல் பல்கலைக்கழகத்தில் படித்தாள். அபூர்வமான மூளைத்திறன் கொண்டவள். ஆறுவயதிலேயே 'கான் அகாடமி' இணையதளத்தில் தானாகக் கற்க ஆரம்பித்தவள், விஞ்ஞானத்தின் வளர்ச்சியையும், அன்றாடம் சந்திக்கும் தொழில்நுட்பப் பாய்ச்சல்களையும் வியப்புடன் கவனித்து வந்தாள். அவளுடைய ஒரே விருப்பம் படிப்பை முடித்துவிட்டுத் துணைக் கிரகங்களில் தனிமங்களை அறுவடை செய்யும் நிறுவனம் ஒன்றில் வேலைக்கு அமர்வது. உலகத்து மூன்று நிறுவனங்களில் ஒன்று இந்தியாவிலும் இயங்கியது. பூமியின் தனிமங்கள் இறுதி நிலையை எட்டியிருந்தன. பிளாட்டினம், இறிடியம் போன்ற தனிமங்களுக்கு நிறைய வரவேற்பு இருந்ததால் அவற்றை அறுவடை செய்யும் கம்பனிகள் அதிலாபம் ஈட்டின. சிறுநகை விண்ணப்பங்களை இதயப்பலகையில் இட்ட பின்னர் பதிலுக்குக் காத்திருந்தாள்.

மூன்றாம் உலகப் போர் வந்துவிடும் என அரா யாயுன் சொன்னது ஞாபகம் வந்தது. அப்படியும் நடக்குமா? மனிதகுலம் நாகரிகத்தின் உச்சத்தில் இருந்தது. 2011இல் வறுமைக்கோட்டின் கீழ் 41% மக்கள் வாழ்ந்தனர். 2030இல் 25% தான். இன்னும் 10 வருடத்தில் அது 15% ஆகிவிடும் என்று சொல்கிறார்கள். ஒரேயொரு பிரச்சினைதான். தண்ணீர். ஒரு நூற்றாண்டுக்கு முன்னர் இந்தியாவில் நாளொன்றுக்கு ஒரு மனிதனுக்கு 200 லிட்டர் தண்ணீர் கிடைத்தது. இப்பொழுது 60 லிட்டர்தான். சில மாநிலங்கள் வறண்டு கிடக்கின்றன. உலக வெப்பம் அதிகரித்துவிட்டது. மழை இல்லை. ஆறுகள் மணல்பாதைகளாக மாறிக்கொண்டு வந்தன. பூமியில் 71% சமுத்திரம், மீதி 29% நிலம். அந்த நிலத்தில் 30 வீதம் பாலைவனம். அதுவும் வருடாவருடம் கூடிக்கொண்டு வருகிறது. சஹாரா பாலைவனம் ஒவ்வொரு வருடமும் தெற்காக 48 கி.மீட்டர் தூரம் வளருகிறது. அதே சமயம் உலக சனத்தொகை வருடத்துக்கு 75 மில்லியன் கூடுகிறது. தண்ணீர்ப் பஞ்சம் ஏற்படத்தானே செய்யும். அடுத்த உலகப் போர் தண்ணீருக்காக மூளும் என்று விஞ்ஞானிகள் கருதுகின்றனர்.

உலக அழிவு பலர் நினைப்பதுபோல அணு ஆயுதத்தினாலோ, பயங்கரவாதத்தினாலோ ஏற்படாது. ஆள்கொல்லி நோயால் அல்ல, பிரளயத்தினால் அல்ல, வால்நட்சத்திரம் வந்து பூமியை இடிப்பதால் அல்ல, தண்ணீர்ப் பஞ்சம்தான் உலகை அழிக்கப்போகிறது. மாலத்தீவில் அதி உயரமான இடம் எட்டு அடிதான். அது மூழ்கும் அபாயத்தில் இருந்தது. 2030இல் உலக விஞ்ஞானிகள் அங்கே கூடி விவாதித்தார்கள். ஆனால் அவர்களால் ஒரு தீர்வையும் எட்ட முடியவில்லை. போர் மூண்டுவிடும் என்ற அச்சம் தீவிரமாகப் பரவியிருக்கிறது. வற்றாத கடல் நீரும் குறையாத சூரிய வெளிச்சமும் இருக்கும்போது கடல்நீரை நல்ல நீராக மாற்றுவது அத்தனை கடினமானதாகவா இருக்கும்? 20 வருடப் பயணத்தில் கஸினி விண்கலத்தைச் சனிக்கிரகத்துக்கு அனுப்பிய மனிதனால் இது முடியாதா?

சிறுநகை சிந்தித்தாள். அவள் படித்த வரலாறு வந்தது. மனிதன் தோற்பதில்லை . 1900த்தில் நியூயோர்க் நகரில் 1,00,000 குதிரைகள் இருந்தன. ஒரு நாளைக்கு 2.5 மில்லியன் றாத்தல் குதிரைச் சாணத்தை இரவு பகலாக அகற்றியும் முடியவில்லை. ஈக்கள், கொசுக்கள், புழுக்கள், பூச்சிகள் என்று முழு நகரமும் நாறியது. வீதிகளின் இரு பக்கமும் சாணிமலை ஒன்பது அடி உயரத்துக்குக் குவிந்திருந்தது. ஆட்சியாளர்கள் கூடி விவாதித்தார்கள். ஒன்று குதிரைகள் ஒழிய வேண்டும் அல்லது மனிதர்கள் இடம்பெயர வேண்டும். இருவரும் ஒன்றாக வாழவே முடியாது. ஆனால் பிரச்சினை ஓர் இரவில் தீர்ந்துபோனது. மோட்டார் கார் வந்தது.

19ஆம் நூற்றாண்டின் முற்பகுதியில் Thomas Robert Malthus என்பவர் மனிதன் உணவுப் பற்றாக்குறையில் அழிந்து போவான் என்றார். அது நடக்கவில்லை . 1901இல் அமெரிக்கக் காப்புரிமைத் துறைத் தலைவராக இருந்த Charles H Duell சொன்னார், ‘உலகத்தில் மனிதன் கண்டுபிடிக்க வேண்டியது எல்லாம் கண்டுபிடித்து விட்டான்’ என்று. அப்படிச் சொன்ன பின்னர்தான் பாரிய புதிய கண்டுபிடிப்புகள் நிகழ்ந்தன. மைக்ரோசொஃப்ட் அதிபர் பில் கேட்ஸ், ‘கம்ப்யூட்டரின் ஞாபகத்திறன் 640 KB ஆக இருந்தால் அது மனிதனுக்குப் போதும்’ என்றார். இப்பொழுது 10 மடங்கு அதிகமான ஞாபகத்திறனும் போதாது என்று ஆகிவிட்டது.

‘மில்லியன் வருடங்களுக்கு முன்னர் பூமியில் புதைந்துபோன மரங்கள் சிறைபிடித்த சூரிய ஒளிதான் இன்றைய எரிபொருள். எதற்காக மில்லியன் வருடம் காத்திருக்க வேண்டும், இன்றே பயன்படுத்தலாமே. ஒரு மணித்தியாலத்தில் பூமியில் விழும் சூரிய சக்தி ஒரு வருடத்துக்கு உலகை இயக்கப் போதுமானது.

கடல் நீரை நல்ல நீராக மாற்றுவதே முதல் தேவை. தண்ணீர் இல்லை என்றால் தாவரங்கள் இல்லை. விலங்குகள் இல்லை. மனிதன் இல்லை. உயிர் நெருக்கடியின்போது மனித மூளை பலமடங்கு திறமையுடன் வேலை செய்யும். எதிர்வரும் பேரபாயத்தைக் கடந்து மனிதன் உயிர் வாழ்வதற்கான சாவி அவனிடமே இருக்கிறது. இந்தச் சந்தர்ப்பம் போனால் மீண்டும் வராது. இதுதான் இறுதித் தேர்வு.' இப்படி தன் இதயப் பலகையில் சிறுநகை தமிழில் எழுதினாள். அது தன்னைத்தானே மொழிபெயர்த்து, பிரதி யெடுத்து உலகத்து அத்தனை மொழி இதயப் பலகைகளிலும் வெளியானது.

ஒரு மாபெரும் கண்டுபிடிப்புக்கு மனிதகுலம் காத்திருந்தது.

17

வன்னி வீதி

நேற்று ஓர் அதிசயம் நிகழ்ந்தது. கனடாவில் நான் வசிக்கும் மார்க்கம் நகரசபையின் கூட்டத்தில் அது நடந்தது. நகரபிதா ஸ்கெப்பட்டியும் அங்கத்தவர் லோகன் கணபதியும் உணர்ச்சியுடன் உரையாற்றினார்கள். இறுதியில் ஒரு புது ரோட்டுக்கு 'வன்னி வீதி' என்று நகரசபை பெயர் சூட்டியதும் கூடியிருந்த மக்கள் ஆரவாரம் செய்து கைதட்டி தங்கள் மகிழ்ச்சியைத் தெரிவித்தார்கள். இது சரித்திர முக்கியத்துவம் வாய்ந்த நிகழ்வு. உலகில் இரண்டாவது பெரிய தேசமான கனடாவில் முதல்முறையாக ஒரு வீதிக்குத் தமிழ்ப் பெயர் சூட்டப்பட்டிருக்கிறது. சில வருடங்களுக்கு முன்னர் இப்படி ஒரு சம்பவம் நடக்கக்கூடும் என்பதை நினைத்துக்கூடப் பார்த்திருக்க முடியாது. இதே நகரசபைதான் 2012 ஆண்டு தொடங்கி வரும் எல்லா வருடங்களிலும் 14 ஜனவரி தமிழர் பாரம்பரிய நாள்/ புது வருடம்/ தைப்பொங்கல் எனப் பிரகடனப்படுத்தியது. அதைத் தொடர்ந்து இது நடந்திருக்கிறது. கனடாத் தமிழர்களுக்கு இது வன்னி நிலத்தை நினைவூட்டியபடியே இருக்கும்.

வன்னிப் பிரதேசம் இலங்கையின் ஒரு பகுதி. போர்த்துக்கீசியர்கள் யாழ்ப்பாணத்தைக் கைப்பற்றியபோதுகூட வன்னி ஆட்சியைப் பிடிக்க முடியவில்லை. 2000 சதுர மைல் நிலப்பரப்பை பண்டார வன்னியன் ஆட்சி செய்தான். 1803ஆம் ஆண்டு காக்கை வன்னியன் சதியில் அவன் பிரிட்டிஷாரிடம் தோல்வியுற நேர்ந்தது. அவனைத்

தோற்கடித்த ஆங்கிலத் தளபதி பண்டார வன்னியனின் வீரத்தைப் பாராட்டி அவனுக்குச் சிலை அமைத்தான் என்பது வரலாறு.

சமீபத்தில் 'வன்னி யுத்தம்' என்ற நூல் வெளிவந்திருந்தது. இதை எழுதியவர் வன்னியில் இருந்தவர். யுத்த காலத்தில் நாட்குறிப்புப்போலத் தினசரி அங்கே நடந்த சம்பவங்களை நூலில் பதிந்திருக்கிறார். ஓர் இடத்திலே வீதியிலே இருவர் உரலில் ஏதோ இடித்துக்கொண்டிருந்தார்கள். பக்கத்தில் ஒரு பெண் சுளகில் புடைத்தபடி இருந்தார். அந்த மூவரையும் சுற்றி இரண்டு ஆண்கள், ஒரு பெண் கதைத்துக்கொண்டு நின்றார்கள். சுற்றிலும் நடந்த போர் அவர்களில் ஒரு மாற்றத்தையும் கொண்டு வரவில்லை. தொடர்ந்து இடித்துக்கொண்டும் கதைத்துக்கொண்டும் இருந்தார்கள். போரின் கடைசிக் கட்டத்தில் சனங்களுக்கு எல்லாமே பழகிவிட்டது. குண்டு விழுவதோ ஆட்கள் சாவதோ ஒன்றும் பெரிய விசயமே இல்லை அடுத்த கணம் என்ன நடந்ததென்பதை ஆசிரியர் தன் வார்த்தைகளில் கூறுகிறார். 'திடீரென எங்கிருந்தோ ஓர் எறிகணை சீறிக் கொண்டு வந்து உரலில் இடித்துக்கொண்டு இருந்தவர்கள் மத்தியில் வீழ்ந்து வெடித்தது. என் கண்ணுக்கு முன்னால் இருந்த ஆறு பேரும் அப்படியே வீழ்ந்தார்கள். அவர்களது தறப்பாள் கொட்டிலுக்கு முன்னால் இருந்த தேநீர்க் கடை வாசலில் நின்றவர்கள் அப்படியே பின்வளமாக வீழ்ந்தார்கள்.' சகல வளங்களுடனும் இருந்த வன்னிப் பிரதேசம் எப்படி நாளுக்கு நாள் நிலத்தை இழந்து கடைசியில் வீழ்ந்தது என்பதைப் படிப்படியாக விவரிக்கும் நூல்.

என் வீடு மார்க்கம் நகரில் இருக்கிறது. அங்கே வகை வகையான மரங்கள் உள்ளன. 'வன்னி வீதி' என் வீட்டுக்குச் சமீபமாக அமைந்திருக்கிறது. வீட்டைச் சுற்றி இருக்கும் வீதிகளின் பெயர்களில் பெரும் ஒற்றுமை உண்டு. ரெட் ஆஷ் *(Red Ash)*, பிளாக் வால்நட் *(Black Walnut)*, வைட் செடார் *(White Cedar)*. எல்லாமே மரங்களின் பெயர்கள். இப்பொழுது நாலாவது பக்கத்துக்கு வன்னி வீதியும் வந்துவிட்டது. வன்னி பூப்பூக்கும் மரம். பாண்டிய மன்னர்களின் குலமரம். நீரில்லாத பாலைவனங்களிலும் 400 வருடங்கள் வாழக்கூடியது. பன்னிரண்டு வருட வனவாசத்தை முடித்துவிட்டு பாண்டவர்கள் மாறுவேடத்தில் விராடனுடைய ராச்சியத்துக்குள் அஞ்ஞாதவாசத்தைக் கழிக்க நுழைந்தபோது தங்கள் ஆயுதங்களை மூட்டையாகக் கட்டித் தொங்கவிட்டது ஒரு வன்னி மரத்தில்தான். யுத்தத்தை நிறுத்திவைப்பதற்காக அல்ல; தள்ளிவைப்பதற்கான ஒரு குறியீடு வன்னி மரம்.

இனிமேல் நான் எங்கு புறப்பட்டாலும் வன்னி வீதியைக் கடந்துதான் போக வேண்டும், வர வேண்டும். ஆகவே நாளாந்தம்

வன்னி வீதியைப் பார்ப்பேன். இந்த வீதியில் காவல் அரண் கிடையாது. கிருஷாந்திகள் தினம் பயமின்றி இதைத் தாண்டி, பள்ளிக்கூடம் செல்லலாம். வீதியிலே குண்டு விழும் அபாயம் கிடையாது. நல்ல கோடைக்கால நிழலில் வீதி ஓரத்தில் உரலில் நெல்லு குத்தலாம்; சுளகிலே புடைக்கலாம். இசைப்பிரியா போன்ற ஒலிபரப்பாளர்கள் பயமின்றி வீதியில் நின்று ஒலிபரப்பு செய்யலாம்.

இது எங்களுக்குச் சொந்தமான வீதி. இதன் பெயரை ‘வலகம்பாகு ஹந்தியா’ என மாற்ற முடியாது. ‘இறந்த வீரனின் நடுகல் ஒன்றுதான் தெய்வம். வேறில்லை’ என்று புறநானூறு சொல்லும். அப்படியான மாவீரர் துயிலும் இல்லத்தைச் சிதைத்தது போல இந்த வீதியை ஒன்றும் இலகுவாகச் சிதைக்க முடியாது. நூலகத்தை எரித்ததுபோல இதை அழிக்க முடியாது. இது என்றென்றைக்குமாக கனடாவில் ஈழத் தமிழரின் வரலாற்றை நினைவுபடுத்தியபடியே நிற்கும். வன்னி வீதி.

18

ஒரு போலந்துப் பெண் கவி

விஸ்லவா ஸிம்போர்ஸ்கா *(Wislawa Szymborska)* ஒரு சிறந்த பெண் கவி. போலந்து நாட்டுக்காரரான இவர் 1996ஆம் ஆண்டுக்கான இலக்கிய நோபல் பரிசு பெற்றவர். இந்தப் பரிசை அவர் பெற்றபோது அவருடைய வயது 73. 'நான் ஒரு வார்த்தையைத் தேடுகிறேன்' என்பது அவர் தன்னுடைய 22வது வயதில் எழுதிய முதல் கவிதை. அதைத் தொடர்ந்து பல கவிதைகளை எழுதி இன்றுவரை 16 கவிதைத் தொகுப்புகளை வெளியிட்டிருக்கிறார். இவருடைய கவிதைகள், ஆங்கிலம் உட்பட, பன்னிரண்டு மொழிகளில் மொழிபெயர்க்கப்பட்டுள்ளன.

விஸ்லவாவின் வார்த்தைகள் அச்சமூட்டுபவை அல்ல. பெரும் கவிகள்கூடச் சொல்லவந்த கருத்தை வார்த்தைகளைப் போட்டு மூடிவிடும்போது, விஸ்லவா பளிங்குபோன்ற வார்த்தைகளைத் தேர்வுசெய்து சொல்லவந்ததைச் சட்டென்று காட்டி விடுகிறார்.

இவருடைய கவிதைகள் போர், சமாதானம், காதல், வாழ்க்கை, மரணம் என்று எல்லாவற்றையும் அலசும். ஆனாலும் பின்னணியில் சமூக அக்கறை நுண்ணிழைபோல ஓடிக்கொண்டிருக்கும். ஓர் இடத்தில் சொல்வார்:

நான் அன்பு செலுத்தாதவர்களுக்கு
நிறையக் கடமைப்பட்டிருக்கிறேன்.

எல்லாக் கவிகளையும்போல வார்த்தைகளில் இவருக்குப் பெரும் நாட்டம் உண்டு. மூன்று விசித்திரமான வார்த்தைகள் பற்றிப் பேசுவார்.

எதிர்காலம்: இந்த வார்த்தையின் முதல் எழுத்தை உச்சரிக்கத் தொடங்கும்போதே அது இறந்தகாலம் ஆகிவிடுகிறது.

மௌனம்: இந்த வார்த்தையை நான் உச்சரிக்கும்போதே அது வெடித்துவிடுகிறது.

சூன்யம்: இந்த வார்த்தையை உச்சரிக்கும்போதே நான் ஒன்றை உண்டாக்குகிறேன். உயிரற்ற ஜடம் அதை ஏந்த முடியாது.

நோபல் விருது அரங்கத்தில் இவர் கொடுத்த ஏற்புரை ஒரு கவிதையைப்போல அமைந்தது. இவருடைய பேச்சு இப்படி ஆரம்பிக்கிறது.

'ஓர் உரையின்போது முதலாவது வசனம் கடினம் என்று கூறுகிறார்கள். அது இப்போது முடிந்துவிட்டது. இரண்டாவது, மூன்றாவது, ஏன் கடைசி வசனம்கூடக் கடினமானதே.

'ஒரு கவியாவது தான் எல்லாவற்றையும் சொல்லியாகி விட்டது என்று கூறுவதில்லை. எந்த ஒரு கவிக்கும் புதிதாகச் சொல்ல ஏதாவது முளைத்துக்கொண்டே இருக்கிறது.'

'எந்த ஒரு கலையும் அதன் தேடலின் முடிவில் புதிய ஒரு தேடலை ஆரம்பிக்கிறது. தன்னைப் புதுப்பிக்காத கலை அழிந்து விடுகிறது.'

கீழே வரும் இவருடைய போலந்துக் கவிதையை இருவர் ஆங்கிலத்தில் மொழிபெயர்க்கிறார்கள். ஒருவர் Stanislaw Baranczak, மற்றவர் Clare Cavanagh. ஒருவர் மொழிபெயர்த்ததை மற்றவர் சரி பார்த்தாரா அல்லது இருவருமே சேர்ந்து ஒவ்வொரு வரியாக மொழிபெயர்த்தார்களா, தெரியவில்லை. அப்படியும் 20 வீதம் அழகு மொழிபெயர்ப்பில் போயிருக்கும். இதை நான் தமிழில் மாற்றம் செய்தபோது சேதாரம் இன்னும் கூட. மூலத்தின் அழகில் 60 வீதம் தேறியிருந்தால் அதுவே பெரும் வெற்றி. ஆனாலும் வாசகர்கள் தங்கள் அளவில்லாத கற்பனையை அவிழ்த்துவிட்டு மூலக்கவிதையின் அழகை மீட்டெடுத்து விடுவார்கள் என்பது எனது நம்பிக்கை.

ஒரு பெண் குழந்தையின் வயது, ஒன்றுக்கும் சற்றுக்கூட. இன்னும் இரண்டு வயதாகவில்லை. Toddler, அதாவது தளர்நடைப் பருவம். குழந்தை இன்னும் நடக்கத் தொடங்கவில்லை; அதற்கு ஓடத்தான் தெரியும். கைகள் பரபரத்தபடி இருக்கும். திரைச்

சீலையைத் தொடத் தோன்றும். கதவிடுக்கில் விரலை வைக்கத் தோன்றும். டெலிபோன் கைப்பேசி தன்பாட்டுக்கு அதன் படுக்கையில் இருந்தால் அதை எடுத்துக் கீழே போட வேண்டும். ஒரு மேசையிலே ஒரு விரிப்பு இருந்தால் அதை இழுத்துப் பார்க்காமல் குழந்தை அதைத் தாண்ட முடியாது.

ஒரு குட்டிப்பெண் மேசைவிரிப்பை இழுக்கிறாள்

உலகத்தில்
அவள் கழித்தது
ஒரு வருடத்திலும் சற்றுக்கூட.
இந்த உலகத்துப் பொருட்களில்
பல இன்னும்
பரீட்சிக்கப்படவில்லை, அவள்
கைகளால் தொடப்படவுமில்லை.
இன்றைய ஆரய்ச்சியின் பொருள்
தானாக நகர முடியாதவை.
அவற்றுக்கு உதவி தேவை.
கிளப்பியும் நகர்த்தியும்
சொந்த இடத்திலிருந்து பெயர்த்து
இன்னொரு இடத்தில்
இருத்த வேண்டும்.
நகர்வது எல்லாவற்றுக்கும் பிடிக்கும்
என்றில்லை. உதாரணம்:
புத்தகத்தட்டு,
கப்போர்டு, விட்டுக்கொடுக்காத சுவர்,
மேசை.
ஆனால்,
பிடிவாதமான மேசையை மூடிய,
கைகளால் நுனியைப் பற்றிய,
மேசைவிரிப்பு
பயணத்துக்கு
விருப்பம் காட்டுகிறது.
தட்டுகள், கிளாஸ்கள்,
பாலாடைக் கரண்டிகள்,
பாத்திரங்கள் ஆவல் மீறி
ஆடுகின்றன.
ஒரே வியப்பு,
மேசை நுனியில் நின்று
நடுங்கும் அவை
என்ன நகர்வை நிகழ்த்தும்.
விட்டத்தில் வளைய வருமா?
விளக்கைச் சுற்றிப் பறக்குமா?
யன்னலில் தாவி ஏறி
ஒரு மரத்துக்குப் பாயுமா?
மிஸ்டர் நியூட்டன் இன்னும்

இதுபற்றிச் சொல்லவில்லை.
சொர்க்கத்திலிருந்து கீழ்நோக்கி
அவர் கைகளை ஆட்டட்டும்.
இந்த பரீட்சை
முடிவுக்கு வர வேண்டும்.
வரும்.

ஒருமுறை படித்து முடிந்தவுடன் இன்னொருமுறை கவிதையைப் படிக்க மனம் விழைகிறது. கவிதை வரிகள் எழுப்பும் சித்திரம் மனத்திலே நிற்கிறது. ஒரு குட்டிப் பெண் மேசைவிரிப்பை இழுப்பதுபோலக் கவிதையும் மனத்தைப் போட்டு இழுக்கிறது.

19

எல்லோர்க்கும் பெய்யும் மழை

சமீபத்தில் நான், விகடனில் ஒரு செய்தி படித்தேன். மிஸ் சென்னை 99 போட்டியின் கடைசிச் சுற்றில் ஒரு கேள்வி கேட்டார்கள்.

'மனிதர்களுக்குத் தேவையான குணம் எது?'

இந்தக் கேள்விக்கு, 'நேர்மை' என்று பதில் அளித்து, த்ரிஷா என்கிற பெண் கிரீடத்தைத் தட்டிக்கொண்டு போனாள். இதில் என்னை ஆச்சர்யப்படவைத்த விஷயம் என்ன என்றால், இளைய தலைமுறையினர்கூட, நேர்மையான குணத்தை மெச்சுகிறார்கள் என்பதுதான். இப்படி நான் சொல்வதற்குக் காரணம் இருக்கிறது.

பக்கத்து வீட்டுப் பெண் குழந்தை கதை சொல்ல வந்திருந்தாள். நாலு வயது இருக்கும்.

'ஒரு ஊர்ல ஒரு கௌவி இருந்தா. அவ வடை சுட்டப்போ, ஒரு காக்கா வந்து வடையைப் பறிச்சுண்டு போய், ஒரு மரத்துல உக்காந்துச்சு. அந்தப் பக்கத்துல ஒரு நரி வந்துச்சாம். அதுக்கு வடையைப் பார்த்ததும் வாயில் எச்சில் ஊறிச்சாம். அது காக்காவப் பார்த்து, 'காக்கா... காக்கா... நீ நல்ல அழகா இருக்க... உன் குரல் இன்னும் அழகா இருக்கு. ஒரு பாட்டுப் பாடு'ன்னுச்சாம். காக்க, 'கா... கா...'ன்னு கத்த, வடை கீழே விழுந்துச்சாம். நரி எடுத்துண்டு ஓடிச்சாம்!

நரியும் காகமும், வடையும் காகமும், கிழவியும் வடையும், நரியும் வடையும் என்று பலவிதத் தலைப்புகளைக்கொண்ட இந்தக் கதையைச் சொல்லிவிட்டு, சிறுமி போய்விட்டாள்.

அமெரிக்காவில் பிறந்து, அமெரிக்காவிலேயே வளர்ந்த ஒரு சிறு பெண்ணிடம், இந்தக் கதையின் போதனை என்ன என்று ஒரு முறை கேட்டேன். அந்தப் பெண் கொஞ்சமும் தயங்காமல், 'வாய்க்குள் சாப்பாடு வைத்துக்கொண்டு பேசக் கூடாது!' அமெரிக்காவில் உணவை வாயில் வைத்துக்கொண்டு பேசுவது மிகவும் பாவமான செயல் என்பது புரிந்தது.

இன்னொரு சிறுவன் சொன்னான், 'ஏமாற்றினால் நீயும் ஏமாற்றப்படுவாய்' என்று. ஒரு சிறுமி மாத்திரம் 'முகஸ்துதிக்கு மயங்கக் கூடாது' என்றாள்.

உண்மையில், இந்தக் கதையில் நாயகன் யார் என்று எனக்குத் தெரியவில்லை. கிழவியா, நரியா, காகமா அல்லது வடையா? வடைதான் ஊடுசரடாகக் கதை முழுக்க வியாபித்து இருக்கிறது என்று கூறுவார்கள்.

அந்தப் பெண் குழந்தை, கதையின் கடைசி வரியைச் சொல்லும் போது, இரண்டு கால் பெருவிரல்களையும் நிலத்தில் ஊன்றி எம்பி நின்று 'நரி எடுத்துண்டு ஓடிச்சாம்' என்று சொன்னபோது, அதன் முகத்தில்தான் எத்தனை பரவசம். காகம் ஏமாந்ததில் அத்தனை சந்தோஷம்! பாடம்: ஏமாற்றினால் பிழைக்கலாம்.

இன்னும் ஒரு பரம்பரைக் கதை சிறுவர் மத்தியில் உலவு கிறது. ஏழை விறகுவெட்டியின் கோடரி ஒருநாள் ஆற்றில் விழுந்துவிட்டது. ஒரு தேவதூதன் தோன்றி, ஆற்றில் குதித்து ஒரு தங்கக் கோடரியைக் கொண்டுவந்தான். விறகுவெட்டி, அது தன்னுடையது இல்லை என்றதும் இன்னொரு முறை மூழ்கி ஒரு வெள்ளிக் கோடரியைக் கொண்டுவந்தான். விறகுவெட்டி அதையும் மறுக்க, கடைசியில் தேவதூதன் அவன் உண்மையாகத் தொலைத்த இரும்புக் கோடரியைக்கொண்டுவந்து கொடுத்தான். விறகுவெட்டி, அதுதான் தன்னுடையது என்று ஏற்றுக்கொண் டான். கதை இங்கே முடிந்திருக்க வேண்டும். ஆனால், தேவதூதன் என்ன செய்தான்? விறகுவெட்டியின் நேர்மையை மெச்சி தங்கக் கோடரி, வெள்ளிக் கோடரி இரண்டையும் பரிசாகக் கொடுத்தானாம்.

இது போதிக்கும் பாடம் என்ன? நேர்மையைக் கடைப் பிடித்தால், இறுதியில் செல்வம் இருக்கும். இதுவும் ஒரு தப்பான போதனைதான்! நேர்மைக்கும் செல்வத்துக்கும் ஒருவிதத் தொடர்பும் இல்லை. உண்மையில் பார்த்தால், நேர்மையாக இருப்பவர்கள் செல்வம் சேர்ப்பது அரிதான காரியம்.

திருக்குறிப்பு நாயனார் என்று ஒருவர். இவருக்கு வேலை, அடியார்களின் ஆடைகளை இலவசமாகச் சலவை செய்து தருவது.

கடவுளுக்கு வேலை செய்பவர்

அப்படி ஒருநாள் ஒரு தொண்டரின் கந்தையைத் துவைத்து, உலர்த்தித் தருவதாக வாக்குக் கொடுக்கிறார். தோய்த்துவிட்டார். உலர்த்துவதற்கு இடையில் மழை வந்துவிட்டது. வாக்கைக் காப்பாற்ற முடியவில்லை. என்ன செய்திருக்க வேண்டும்? 'போய்யா... உலர்த்துவதற்கு இடையில் மழை வந்துவிட்டது. என்னை என்ன பண்ணச் சொல்லுகிறாய்?' என்று கேட்டிருக்க வேண்டாமோ? மாறாக, மன்னிப்புக் கேட்டுத் தண்டனையாகக் கல்லில் தன் தலையை முட்டிக்கொண்டாராம். மனசாட்சி என்பது இதுதான்!

நம்மில் பலர் நேர்மையாக இருப்பதற்குப் பின்விளைவு களின் பயம்தான் காரணம். பிடிபட்டு விடுவோமோ என்ற பயத்தில் நேர்மையாக இருப்பது, அப்பா பார்த்துவிடுவாரோ என்ற பயத்தில் சிகரெட் பிடிக்காமல் விடுவது, ஆசிரியரிடம் அகப்பட்டு விடுவோம் என்ற பயத்தில் மாணவன் பரீட்சை பேப்பரை யோக்கியமாக எழுதுவது, மனைவியிடம் மாட்டிக்கொள்வோம் என்ற பயத்தில் கணவன் ஒழுக்கமாக நடந்துகொள்வது... இவை எல்லாம் உண்மையில் 'நேர்மை' என்ற பதத்தில் அடங்கும் என்று கூற முடியாது.

அந்த ஆப்பிரிக்கன் எழுத்தறிவு இல்லாத கடைநிலை ஊழியன். எப்போது பார்த்தாலும் அவனுக்குப் பணக் கஷ்டம். ஒரு வெள்ளைத் தாளில், சம்பள முன் பணம் கேட்டு, யாரையாவது பிடித்து விண்ணப்பம் எழுதியபடியே இருப்பான். இவனுக்கு ஆறு குழந்தைகள். கடைசியில் பிறந்தது இரட்டைக் குழந்தைகள். நிறுவனத்தில், குழந்தைகளுக்கான படிப் பணம் உண்டு. மாதா மாதம் ஆறு குழந்தைகளுக்கான படிப் பணத்தையும் பெற்று விடுவான்.

ஒருநாள் இவனுடைய இரட்டைக் குழந்தைகள் இறந்து விட்டன. ஒரே நாளில் இரண்டு குழந்தைகளையும் பறி கொடுத்தவன் செய்த முதல் காரியம், இறந்த குழந்தைகளுக்கான படியை வெட்டச் சொல்லி எழுதத் தெரிந்த ஒருவரைக்கொண்டு கடிதம் எழுதியதுதான்!

என்னுடைய 20 வருடச் சேவகத்தில் குழந்தைப் படியை வெட்டச் சொல்லிக் கோரும் விண்ணப்பத்தை நான் கண்டது இல்லை. இந்த ஊழியன் இருக்கும் கிராமம் 200 மைல் தூரத்தில் இருந்தது. இவனுடைய குழந்தைகள் இறந்த விவரம் நிர்வாகத்தின் காதுகளை எட்டும் சாத்தியக்கூறே கிடையாது. எப்போதும் கஷ்டத்தில் உழலும் இவன், இப்படித் தானாகவே சம்பளப் படி வெட்டும்படி சொன்னது ஏன்?

அ. முத்துலிங்கம்

நிர்வாகம் கண்டுபிடித்துவிடும் என்ற பயமாக இருக்கலாம். உரிமை இல்லாத பணத்தைப் பெறுவதில் உள்ள குற்ற உணர்வாக இருக்கலாம். இல்லாவிடில், இறந்துபோன அருமைக் குழந்தை களின் சம்பாத்தியத்தில் சீவிப்பது அவனுக்கு மனவருத்தத்தைத் தந்திருக்கலாம்.

எதுவோ, படிப்பறிவு சொட்டும் இல்லாத இந்த ஏழைத் தொழிலாளி, வேதங்கள், வியாக்கியானங்கள் ஒன்றுமே படிக்காதவன், இந்தச் செயலைச் செய்தான். இவனுடைய நடத்தைக்கான காரணத்தை நான் கடைசிவரை கண்டுபிடிக்க முடியவில்லை.

நேர்மையின் தரம்...தேசத்துக்குத் தேசம், மக்களுக்கு மக்கள் மாறுபடும். உதாரணமாக, அமெரிக்காவில் ஒரு வைத்தியரிடம் சோதனைக்கு நாளும் நேரமும் குறித்துவிட்டுப் போகாமல் விட்டால், உங்களைத் தேடி பில் கட்டணம் வந்துவிடும். நீங்கள் அந்த வைத்தியரின் அரை மணி நேரத்தைக் களவாடிவிட்டீர்கள் என்று அதற்கு அர்த்தம். மாறாக, ஆப்பிரிக்கக் கண்டத்தின் பல நாடுகளில் உங்களுடைய தோட்டத்துக்குள் ஒருவர் வந்து மாங்காய் பறித்துக் கொண்டு போகலாம். ஒருவரும் கேட்க முடியாது. அங்கே இயற்கை தானாகக் கொடுக்கும் செல்வம் பொதுவானது. அப்படி என்றால், உலகம் முழுவதும் ஒப்புக்கொள்ளும் நேர்மையின் இலக்கணம் என்ன?

எல்லாக் கேள்விகளுக்கும் விடை திருவள்ளுவரிடத்தில் இருக்கும். அவர் என்ன சொல்கிறார்? மனிதனுடைய நற்பண்புகளுக்கு எல்லாம் ஆதாரம்...வாய்மை. அதாவது உண்மைத் தன்மை. நேர்மைக்கு வேர் வாய்மை. அது இல்லாமல் நேர்மையாக இருக்க முடியாது. ஆங்கிலத்தில் Transparency துலாம்பரத் தன்மை அல்லது ஒளிவுமறைவற்ற தன்மை என்றும், Accountability கணக்குக் காட்டும் அல்லது பதில் கூறும் தன்மை என்று சொல்வதும் இதைத்தான். உதாரணத்துக்கு, ஒரு பெரிய டெண்டரைப் பகிரங்கமாக, ஒளிவுமறைவின்றிச் செயல்படுத்தும்போது, அங்கே பொய்க்கு வேலை இல்லாமல் போய்விடுகிறது. கள்ளம் கரைந்து போகிறது!

அன்று முதல் இன்று வரை நேர்மையானவர்களால்தான் உலகம் இயங்குகிறது. அயோக்கியர்களோடு ஒப்பிடும்போது இந்த உலகத்தில் நேர்மையானவர்கள் மிகச் சிலரே. ஒரு கோலியாத்துக்கு ஒரு சிறுவன் டேவிட் போதும். நூறு கௌரவர் களை ஐந்து பாண்டவர்கள் சமன் செய்துவிடுவார்கள்.

நல்லார் ஒருவர் உளரேல் அவர்பொருட்டு
எல்லோர்க்கும் பெய்யும் மழை.

ஒரு சிலரின் உழைப்பில்தான் உலகம் உய்கிறது. சாரதி சிலர், பயணிகள் பலர். மூன்று போக விதை நெல்லைக் கண்டுபிடித்தவர் சிலர், அனுபவிக்கும் விவசாயிகள் அநேகர். கணினியையும் இணையத்தையும் உண்டாக்கியவர் சிலர். அதன் பயனை அனுபவிப்போரோ கோடிக்கணக்கில்!

பாராட்டையோ, புகழையோ, சொர்க்கத்தையோ, செல்வத்தையோ எதிர்பாராமல் கடைப்பிடிப்பதுதான் நேர்மை. பின்விளைவுகளின் பயத்தினால் செய்யாமல், தார்மீக சம்மதத்துக்காகச் செய்வது. அதுதான் உண்மையான நேர்மை!

மிஸ் சென்னை 99 மிகவும் சரியாகச் சொன்னதுபோல், மனிதனுக்கு அவசியமான, உன்னதமான பண்பு இது. நம் குழந்தைகளுக்கு 'நரியும் காகமும்' கதை சொல்வதை இனிமேல் நிறுத்திவிடுவோம். 'விறகுவெட்டி'க் கதையையும் ஆற்றிலேயே விட்டுவிடுவோம். நேர்மையாக நடப்பதால் ஏற்படும் மன சாந்திக்காக, நம் சந்ததியினரை அப்படி இருக்கத் தூண்டுவோம். படிப்பறிவு இல்லாத ஓர் ஏழை ஆப்பிரிக்க ஊழியனுக்குச் சாத்தியமாக இருந்தது. இது நமக்கும் சாத்தியமாகும்!

20

எழுத்தாளரும் புகைப்படமும்

ஏதாவது பத்திரிகையிலிருந்து புகைப்படம் கேட்டு எழுதினால் உடனேயே சிக்கல் தொடங்கி விடும். சில மாதங்களுக்கு முன்னர் இப்படி ஒரு பத்திரிகை கேட்டதும் நான் என்னிடம் இருந்த படம் ஒன்றை அனுப்பிவைத்தேன். அவர்களுக்கு அது பிடிக்கவில்லை. வேறு படம் இருக்கிறதா என்று எழுதிக் கேட்டார்கள். இன்னும் சில படங்களைத் தேடி எடுத்து அனுப்பினேன். மறுபடியும் 'கனதி காணாது' என்று நிராகரித்தார்கள். இதுக்காக நான் ஒரு ஸ்டூடியோவுக்குப் போய்ப் படம் எடுத்து அனுப்ப முடியுமா? இருப்பதைத்தானே அனுப்ப முடியும்.

பல வருடங்களுக்கு முன்னரும் இப்படித்தான் ஒரு பத்திரிகை ஆசிரியர் என்னுடைய கட்டுரையுடன் பிரசுரிப்பதற்காக ஒரு படம் கேட்டார். நான் அனுப்பிய படங்கள் ஒன்றுமே அவருக்குப் பிடிக்கவில்லை. என்ன காரணம் என்றும் அவர் சொல்லவில்லை. வெளியே போய் ஒரு பிரபலமான ஸ்டூடியோவில் படம் எடுத்து அனுப்புவதென முடிவு செய்தேன். வார்டன் ஃபின்ச் சந்திப்பில் ஒரு நல்ல ஸ்டூடியோ இருப்பதாகக் கேள்விப்பட்டு அங்கு போனேன். வாசலிலே சோபியா லோரனின் பெரிய புகைப்படம் ஒன்று ஆள் உயரத்தில் நின்று வரவேற்றது. கடையின் உரிமையாளர் ஓர் இத்தாலியர். சோபியா லோரன் கனடா வந்தபோது தான் எடுத்ததாகச் சொன்னார். அவர் சொன்னதில் அரைவாசி உண்மை இருக்கக்கூடும்.

நான் போன விசயத்தைச் சொல்லி எனக்குப் பத்துப் படங்கள் எடுத்துத் தர வேண்டும் என்று கேட்டேன். பல்வேறு பின்னணிகளில் புத்தக அட்டைக்குப் பயன்படுத்தக்கூடிய விதமான படங்கள் என்றும் கூடுதல் தகவல் தந்தேன். இதைவிடப் பெரிய விதமான புகைப்படங்களைக் கையாண்டவர்போல நான் சொன்னதைச் சிரத்தையாகக் கேட்கவில்லை. ஏனென்றால் அவருக்குப் புகைப்படங்கள் பற்றிய அத்தனை விசயங்களும் தெரியும். அப்பொழுதெல்லாம் எண்மிய காமிராக்கள் இல்லை. அப்போதுதான் அவை வரத் தொடங்கியிருந்தன. இருந்தும், நின்றும் குனிந்தும் வளைந்தும் சரிந்தும் என்னைப் பல நிலைகளில் புகைப்படம் பிடித்தார். பத்துப் படங்களைத் தேர்ந்து வைத்துக் கொண்டு அவ்வப்போது ஆசிரியர்கள் கேட்கும்போது அவற்றை கொடுத்துவந்தேன்.

அந்த விதமான நடவடிக்கையும் பல நாட்கள் நீடிக்க வில்லை. படத்துக்கு நிற்பதுபோல நிற்கிறீர்கள் என்றார்கள். வேறு எப்படி நிற்பது ? வங்கியில் கடன் கேட்டு நிற்பதுபோலவா ? சிரிப்பு செயற்கையாக இருக்கிறது இன்னொரு குற்றச்சாட்டு. கண்ணீருக்கு கிளிசரின் இருப்பதுபோலச் சிரிப்புக்கு ஏதாவது இருக்கிறதா தெரியவில்லை. எழுதுவது மட்டும் போதாது நடிக்கவும் தெரிய வேண்டும் என எதிர்பார்த்தார்கள். படத்துக்கு நின்று காமிராவுக்காகச் சிரிக்கும்போது அது கோணலாக வந்தது. பின்னர் ஒரு கட்டத்தில் அவற்றை அனுப்புவதை நிறுத்தினேன். டிஜிட்டல் காமிரா வந்த பின்னர் வேண்டிய படங்கள் எடுத்து வைத்துக்கொண்டு கேட்டவர்களுக்கெல்லாம் கொடுத்தேன். எல்லாப் பத்திரிகைகளிலும் ஒரே மாதிரி படங்கள் பிரசுரமாகின. என்னுடைய கட்டுரைகள் தரும் அலுப்பைவிடப் படங்கள் வாசகர்களுக்கு அலுப்பைத் தந்தன.

ஒருமுறை பிரபலமான ஒரு புகைப்படக்காரரைச் சந்தித்தேன். அவரிடம் இருந்த காமிராவின் விலை அப்பொழுதே 8,000 டொலர்கள் என்றார். அதிலே கூட என் முகம் என் முகமாகத்தான் வந்தது. பெரிய முன்னேற்றம் கிடையாது. ஒரு கிளிக்கில் இரண்டு படம் எடுக்கும். ஒரு படத்தில் கண் மூடி இருந்தால் மறுபடத்தில் கண் திறந்து இருக்கும். அவர் காமிராவைக் காலையில் அல்லது மாலையில்தான் வெளியில் எடுப்பார். சூரிய வெளிச்சத்தில் எடுத்தால் முகம் வெள்ளையடித்ததுபோல இருக்கும் என்பார்.

இந்தப் புகைப்படக்காரர் ஒரு மாலை நேரத்தில் சூரியன் மறையச் சில நிமிடங்கள் இருந்தபோது ஒரு படம் எடுத்துத் தந்தார். ஒளியும் இருளும் மாறிமாறிப் புகைப்படத்தில் விழுந்திருக்கும். பல படங்களை எடுத்து ஒன்றைத் தேர்வு செய்து தந்திருந்தபடியால் அது நேர்த்தியாக இருந்தது. அதை வைத்துக்

கொஞ்ச காலம் ஓட்டினேன். நான் மாறிக்கொண்டு வந்தேன். படம் மாறவில்லை. ஆகவே அதையும் பயன்படுத்துவதை நிறுத்தவேண்டியதாகிவிட்டது.

சமீபத்தில் நடந்ததுதான் நான் முற்றிலும் எதிர்பார்க்காதது. பிரபலப் பத்திரிகை அவசரமாகக் கேட்டதால் என் இருப்பிலிருந்து 20 படங்களை அனுப்பிவைத்தேன். அவர்களுக்கு ஒன்றுமே பிடிக்கவில்லை. 'இதுதான் என் முகம்' என்று எழுதினேன். 'முகத்தை மாற்ற வேண்டாம். காமிராக்காரரை மாற்றுங்கள்' என்று எழுதினார்கள்.

மறுபடியும் வேறு ஒருவரைப் பிடித்து அவருடைய விலை உயர்ந்த காமிராவில் 60 படங்கள் பிடித்து அதில் இருபதைத் தேர்வு செய்து அனுப்பிவைத்தேன். அதையும் நிராகரித்தார்கள். என்ன விசயம் என்றால் பத்திரிகையில் 'வடிவமைப்புப் பிரிவு' என ஒன்றிருக்கிறது. இது ஒரு தனி ராச்சியம். அங்கே ஆசிரியருக்குச் செல்வாக்குக் கிடையாது. அவர்கள் வைத்ததுதான் சட்டம். ஏன், ஏது என்று கேட்கமாட்டார்கள். நிராகரிப்பதுதான் அவர்களுடைய வேலையின் பிரதானமான அம்சம். நான் என்ன நடிகரா? எழுத எடுத்த நேரத்திலும் பார்க்க மூன்று மடங்கு நேரம் படம் எடுப்பதில் செலவழிந்து போனது. இறுதியில் அவர்கள் சொன்னார்கள்: மரத்தின் கீழ் எடுக்கவேண்டாம்; வீட்டு வாசலில் எடுக்க வேண்டாம்; பொது இடமாக, கனடாவின் பின்புலத்தில் எடுத்தால் நல்லாயிருக்கும். இந்தப் பெரிய கனடாவை எப்படி பின்புலமாக வைப்பது?

மறுபடியும் நாங்கள் காரில் சுற்றுலா சென்றோம். இடம் இடமாகச் சுற்றி அலைந்தோம். ஸ்டார்பக் கோப்பிக் கடையில் நல்ல பின்னணி கிடைத்தது. தலை விரித்துவிட்ட கனடியப் பெண்மணியிடம் நான் கோப்பி வாங்கும்போது ஒரு படம் எடுத்துவிட்டார். இரண்டாவது படம் எடுக்க முன்னர் நாங்கள் வெளியேற்றப்பட்டோம். உணவகத்துக்குச் சென்று பெண்ணிடம் ஆணை கொடுக்கும்போது படம் எடுக்க வேண்டும் என்றேன். அவர் தலையைப் பின்னுக்கு இழுத்தார். அவரைத்தான் எடுக்கப் போகிறோம் என நினைத்தார். அவரும் எதிர்ப்புத் தெரிவித்தார். கனடிய வாத்துகள் கூட்டமாக அகப்பட்டன. அதிலும் பார்க்கச் சிறந்த பின்னணி எங்கே கிடைக்கும். ஒரு வாத்தும் எதிர்ப்பு தெரிவிக்கவில்லை. சில படங்களில் வாத்து என்னிலும் அழகாகத் தென்பட்டது.

மழை பிடித்தது. அது விட்டவுடன் அவசரஅவசரமாகச் சில படங்கள் எடுத்துக்கொண்டோம். எண்ணிப்பார்த்தபோது 50 படங்கள் தேறிவிட்டன. செயற்கையாக இருந்த படங்களைக்

கழித்தோம். ஒரு மாதிரி 15 படங்கள் தேறின. அனுப்பிவைத்தேன். கிடைத்ததற்குப் பதில் இல்லை. கடிதம் எழுதினேன். பதில் இல்லை. வாரம் முடிந்ததும் பத்திரிகை வெளிவந்தது. நான் கனவிலும் நினைத்திராத காரியம் நடந்திருந்தது.

அட்டையில் என் உருவத்தை ஓவியர் வரைந்திருந்தார். நாங்கள் அனுப்பிய அத்தனை படங்களிலும் ஆக மோசமான ஒரு படத்தை மிக மோசமான ஓர் ஓவியருக்குக் கொடுத்திருக்க வேண்டும். அவர் என்னை வரைந்திருந்தார். என்னைப்போலவே இல்லை. என் பக்கத்து வீட்டுக்காரரைப்போலக்கூட இல்லை. இனிமேல் பிறக்கப் போகும் ஒருவருடைய படம்போல இருந்தது. அந்தப் படத்தில் உள்ளவர் அணிந்திருந்த உடைபோல ஒன்று என்னிடம் இல்லை. 18ஆம் நூற்றாண்டு இங்கிலாந்து அரசனின் வாசல் காப்போன் நிராகரிக்கக்கூடிய ஓர் உடை. அவர் கற்பனையில் உருவாக்கியது. இவருக்கு நான் என்ன தீங்கிழைத்தேன் என யோசிக்கவைத்தது.

அடுத்த பிறவியில் பிரதி வடிவமைப்பாளராகப் பிறக்க வேண்டும் என தீர்மானித்துவிட்டேன். எழுத்தாளர் எத்தனை படம் அனுப்பினாலும் அதில் மோசமானது எது என்று என்னால் எளிதாகக் கண்டுபிடிக்க முடியும்.

21

எதிர்பாராத அடி
நடிகை பத்மினியுடன் ஒரு சந்திப்பு

நான் எங்கு போவதானாலும் குறித்த நேரத்துக்குப் போய்விடுவேன். எனக்கு ஒருவரையும் காக்கவைத்துப் பழக்கமில்லை. ஆனபடியால் கனடா விமான நிலையத்துக்கு நான் ஐந்து நிமிடம் முன்பாகவே சென்றுவிட்டேன். ஆனால், அன்று பார்த்து விமானம் 25 நிமிடங்கள் முன்னதாக வந்து என்னை லேட்டாக்கிவிட்டது. பார்த்தால் அங்கே ஏற்கெனவே பெரும்கூட்டம் திரண்டிருந்தது.

நான் நடிகை பத்மினியை நேரே கண்டவன் அல்லன்; சினிமாவில் பார்த்ததுதான். ஆகையால் அடையாளம் கண்டுபிடிக்க முடியுமா என்ற ஐயம் இருந்தது. மிகச் சாதாரண உடையில் மேக்கப்கூட இல்லாமல் இருந்தார். வரவேற்க வந்தவர்களும் இன்னும் ஏர்போட்டில் கண்டவர்களுமாக அவரைச் சூழ்ந்துவிட்டார்கள். அவருக்கு எழுபது பிராயம் என்று நம்ப முடிகிறதா. ஆனாலும் அவரைச் சுற்றி ஓர் ஒளி வீசியது. அவருக்குக் கிடைத்த 'உலக நாட்டியப் பேரொளி' பட்டம் சரியானதுதான் என்று அந்தக் கணத்தில் எனக்கு உறுதியானது.

என் நண்பர் ஒருவர் பத்மினிக்கு மிகவும் வேண்டப்பட்டவர். அவருடைய தயவில் கனடாவில் ஏற்பாடு செய்யப்பட்ட ஒரு நாட்டிய நிகழ்ச்சிக்குத் தலைமை தாங்க பத்மினி வருகிறார். இந்தச் சமயம் மூன்று நாட்கள் பத்மினி என் வீட்டில் தங்குவதாக ஏற்பாடு.

பத்மினி வந்து கனடா மண்ணில் இறங்கிச் சரியாக அரை மணி நேரத்துக்குள் அவரிடம் ஒரு கேள்வி கேட்கப்படு கிறது. உலகத்திலேயே அகலமான 401 அதிவேக சாலையில், ஏர்போர்ட்டில் இருந்து இருபது மைல் தூரத்திலும் என் வீட்டில் இருந்து ஐம்பது மைல் தூரத்திலும் கார் பயணிக்கும்போது அந்தக் கேள்வி கேட்கப்படுகிறது. வெளியே பனிகொட்டுகிறது. அந்தப் பனிப் புதையலில் கார் சறுக்கியபடி அப்பவும் வேகம் குறையாமல் நகர்கிறது.

பத்மினியைச் சந்திக்க வந்த பெண்மணியின் மனதில் இந்தக் கேள்வி முப்பத்தைந்து வருடங்களாக இருந்ததாம். இப்பொழுது வட்டியும் குட்டியும் போட்டு மிகவும் கனத்தோடு அது வெளியே வருகிறது. 'நீங்கள் ஏன் சிவாஜியைக் கல்யாணம் செய்துகொள்ளவில்லை?'

இதுதான் கேள்வி. மூடத்தனத்துக்குச் சமமான பிடிவாதத்துடனும் பிடிவாதத்துக்குச் சற்றுக் கூடிய வெகுளித்தனத்துடனும் ஓர் ஐம்பது வயது அம்மையார் இந்தக் கேள்வியைக் கேட்டார். பத்மினி என்னைப் பார்க்கிறார். பிறகு கேள்வி கேட்டவரைப் பார்க்கிறார்; பதில் பேசவில்லை. அந்தக் கேள்வியும் நாலு பக்கமும் கண்ணாடி ஏற்றிய காருக்குள் ஒரு வட்டம் சுற்றிவிட்டுக் கீழே விழுந்துவிடுகிறது. பத்மினி தங்கியிருந்த மூன்று தினங்களிலும் இதே கேள்வியை அவரிடம் வெவ்வேறு நபர்கள் இருபது தடவைகளாவது கேட்கிறார்கள்.

இவர்களுக்கு வேறு கேள்விகளே இல்லையா? ஆனால், நான் அதிசயப்பட்ட அளவுக்கு பத்மினி ஆச்சரியம் காட்ட வில்லை. இந்தக் கேள்விக்கு மிகவும் பழகிப்போனவர்போலக் காணப்பட்டார்.

சிவாஜியைப் பற்றிப் பேச்சு வரும்போதெல்லாம் அவர் கண்களில் ஒரு சிறு மின்னல் புகுந்துவிடுவதை நான் கவனித்திருந்தேன். நீங்கள் சிவாஜியை முதன்முதல் சந்தித்தது ஞாபகத்தில் இருக்கிறதா என்றார் ஒருவர்.

சிவாஜி இன்னும் சினிமாவுக்கு வரவில்லை. நான் ஏற்கெனவே சினிமாவில் நடித்துப் புகழ் பெற்றிருந்தேன். அப்போது 'ரத்தக் கண்ணீர்' நாடகம் பார்க்கப் போயிருந்தேன். எம்.ஆர்.ராதாவின் நாடகம். அதில் சிவாஜிக்கு பார்ட்டே இல்லை. ஆனால் மேடையில் பின்னால் நின்று உதவி செய்துகொண்டிருந்தார். என்னைக் கண்டதும் தன் வாழ்க்கையில் ஒருமுறையாவது என்னுடன் நடிக்க வேண்டும் என்ற தன் ஆசையை ஒப்பனாகச் சொன்னார். அப்பொழுது எனக்குத் தெரியாது, அவருக்கும்

தெரியாது, நாங்கள் 60 படங்கள் தொடர்ந்து செய்யப்போகிறோம் என்பது.

அவருடன் நடித்த நாட்கள் மறக்க முடியாதவை. எட்டு மணிக்கு ஷூட்டிங் என்றால் 7.55க்கே வந்து உட்கார்ந்து விடுவார். நாங்கள் வழக்கம்போல மேக்கப் எல்லாம் போட்டு வரும்போது நேரம் எப்படியும் ஒன்பது ஆகிவிடும். பொறுமையாக 'என்ன பாப்ஸ், லன்ச் எல்லாம் ஆச்சா?' என்பார்.

ஏதாவது பேசிச் சிரிப்பு மூட்டுவதுதான் அவர் வேலை. சேலைத்தலைப்பைத் தூக்கிப் பிடித்துக்கொண்டு அந்தக் காலத்துக் கதாநாயகி லட்சணமாக நான் ஒயிலாக அசைந்து வரும்போது 'என்னம்மா, துணி காயவைக்கிறாயா?' என்று கிண்டலடித்து அந்த *Shot* ஐ திருப்பித்திருப்பி எடுக்க வைத்து விடுவார். காதல் பாடல் வேளையின்போது இரண்டு பக்கமும் குரூப் நடனக்காரர்களைத் திரும்பித்திரும்பித் தேடுவார். 'என்ன பாப்ஸ், ஆரவாரப் பேய்களைக் காணவில்லை' என்பார். இன்னும் போரடிக்கும் நேரங்களில் 'யாரப்பா, ரொம்ப நாழியாச்சு இருமி. ஒரு சிகரட் இருந்தாக் குடு' என்பார். இப்படிச் சிரிக்க வைத்தபடியே இருப்பார். அடுத்ததாக அழுகை சீன் இருந்தால் வெகு கஷ்டம்தான்.

பத்மினியுடைய முதல் படம் 'மணமகள்'. என்.எஸ். கிருஷ்ணன் எடுத்தது. அதில் மூன்று சகோதரிகளும் நடித்திருந்தார்கள். நான் அப்பொழுது போர்டிங்கில் இருந்து படித்துக்கொண்டிருந்தேன். என்னுடன் படித்தவர்கள் எல்லாம் இந்தப் படத்தைப் பார்த்து விட்டுப் புகழ்ந்து தள்ளினார்கள். எப்படியும் பத்மினியைப் பார்த்து விட வேண்டும் என்ற வெறி பிறந்தது. என்னுடன் படித்த 'சண்' என்ற சண்முகரத்தினம் இந்தச் சதிக்கு உடன்படுவதாகக் கூறினான்.

சண் மெலிந்துபோய், முதுகுத் தோள் எலும்புகள் பின்னுக்குத் தள்ள, நெடுப்பாக இருப்பான். திங்கள் காலை போட்ட உடுப்பை வெள்ளி இரவுதான் கழற்றுவான். ஒருநாள் இரவு களவாக செக்கண்ட் ஷோ பார்க்கும் ஆர்வத்தில் கேட் ஏறிப் பாய்ந்து அவனுடன் புறப்பட்டேன். அந்தப் படத்தில் பத்மினியின் அழகும் ஆட்டமும் நெருக்கமானது. ஓர் இடத்தில் கூந்தல் வழியாக என்னை மாத்திரம் பார்த்துச் சிரிப்பார். அதற்குப் பின்னர் எங்களுக்குத் தமிழ் படிப்பித்த ஆசிரியர் 'செறி எயிற்று அரிவை' என்று சொல்லும் போதெல்லாம் பத்மினியின் நெருங்கிய பற்கள் என் கண் முன்னே தோன்றி இடர் செய்யும்.

திரும்பும்போது பஸ் தவறிவிட்டது. 12 மைல் தூரத்தையும் நடந்தே கடந்தோம். மரவள்ளிக் கிழங்குத் தோட்டங்களைக்

குறுக்கறுத்து, நட்சத்திரங்கள் வழிகாட்ட சண் முன்னே நடந்தான். அங்குசக்காரன்போல நான் பின்னே தொடர்ந்தேன். வானத்திலே நட்சத்திரங்கள் இவ்வளவு கூட்டமாக இருக்கும்போது உற்சாகத்துக்குக் குறைவேது. 'தெருவில் வாராானோ, என்னைச் சற்றே திரும்பிப் பாராானோ' என்று சண் பெருங்குரல் எடுத்துப் பாடினான். சில தெரு நாய்கள் எங்களைத் திரும்பிப் பார்த்ததுமல்லாமல் எங்கள் பயணத்தை இன்னும் துரிதப்படுத்தின.

திரும்பி வந்தபோதும் கேட் பூட்டியபடியே கிடந்தது. அதை வார்டனோ, காவல்காரனோ, வேறு யாரோ ஞாபகமறதியாக எங்களுக்காகத் திறந்து வைத்திருக்கவில்லை. கேரளாவில் இருந்து வந்து எங்களுக்குப் பௌதிகம் படிப்பித்த ஜோஸப் மாஸ்டர்தான் வார்டன். பெருவிரல்கள் மாத்திரம் தெரியும் பாதிச் சப்பாத்து அணிந்திருப்பார். மிகவும் கண்டிப்பானவர். கேட் ஏறி இருவரும் 'தொம் தொம்' என்று குதித்தோம். அன்று வார்டனிடம் பிடிபட்டிருந்தால் இன்று இந்தக் கட்டுரையை எழுதிக்கொண்டிருந்திருக்க மாட்டேன். சண்ணும் ஆழநீர்ப் பாதைகள் பற்றி விரிவுரைகள் செய்துகொண்டிருக்க மாட்டான்.

இந்தக் கதையைக் கேட்டுவிட்டு பத்மினி கலகலவென்று சிரித்தார். இதுபோல இன்னும் எத்தனை கதைகளைக் கேட்டிருப்பாரோ!

முன்னூறு வருடங்களுக்கு முன் மாரிமுத்தாப்பிள்ளை யாழ்ப்பாணத்தில் 'காலைத் தூக்கியவர்' அதற்குப் பிறகு அதைக் கீழே இறக்கவே இல்லை. அங்கே பரதநாட்டியம் படித்த பெண்களின் எல்லை 'காலைத் தூக்கி' ஆடும் நடனம்தான். அது 1959ஆம் ஆண்டு பத்மினி 'ராணி எலிஸபெத்' கப்பலில் சிலோனுக்கு வந்து ஒரு நாட்டியக் கச்சேரி செய்தபோது மாறியது என்று சொல்லலாம். பரதநாட்டியம் கற்பதில் ஓர் ஆசையும் புது உத்வேகமும் அப்போது எங்கள் பெண்களிடம் பிறந்தது. மற்றவர்கள் விஷயம் எப்படியோ என்னுடைய தங்கை நடனம் கற்பதற்குக் காரணமான குற்றவாளி அவர்தான் என்று சொன்னேன். நாற்பது வருடம் லேட்டாக அவர் மன்னிப்புக் கேட்டுக்கொண்டார்.

பத்மினியின் காலத்துக்கு முன்பெல்லாம் தமிழ் சினிமாவில் கதாநாயகன், காதலியைக் கட்டிப்பிடிக்கும்போது, காதலி தன் இரண்டு கைகளையும் முன்னே மடித்துக் கேடயமாக்கித் தன் மார்புகளை ஒரு கோட்டையைப்போலக் காப்பாற்றிவிடுவாள். பத்மினி நடிக்க வந்தச் சமயம் இந்த சம்பிரதாயம் உடைந்து போனது. 'வஞ்சிக் கோட்டை வாலிப'னில் கோட்டை

கொத்தளத்தோடு' பத்மினியைக் கட்டிப்பிடித்து ஜெமினி தன் ஆசையையும் ரசிகர்களின் ஆவலையும் தீர்த்துவைப்பார்.

பத்மினியை அழவைத்த சம்பவம் ஒன்றும் இந்தப் படப் பிடிப்பில்தான் நேர்ந்தது. இத்தனை வருடமாகியும் அதைச் சொல்லும்போது பத்மினியின் கண்கள் கலங்குகின்றன. வழக்கம் போல வாசன் இந்தப் படத்தைப் பிரம்மாண்டமாக எடுக்கத் தீர்மானித்தார். அப்போது பத்மினி தமிழ் சினிமாவில் முன்னணி நட்சத்திரம் அதே சமயம் இந்தி சினிமாவில் கொடிகட்டிப் பறந்தவர் வைஜெயந்தி மாலா.

'தேவதாஸ்' படத்தில் ஐஸ்வர்யா ராயுக்கும், மாதுரி தீட்சித்துக்கும் இடையில் ஒரு போட்டி நடனம் இருக்கிறது அல்லவா? அதுபோல 'வஞ்சிக்கோட்டை வாலிப'னிலும் மிகவும் பிரபலமான ஒரு போட்டி நடனம் வரும். ஹீராலால் என்ற டான்ஸ் மாஸ்டர் இரு நாட்டியத் தாரகைகளுக்கும் நடன அசைவுகள் சொல்லித் தந்தார். இதிலே ஒரு பிரச்சினை. வாசனிடம் ஒரு கொள்கை இருந்தது. அவரிடம் வேலை செய்தவர்கள் எல்லாம் எழுபது வயதைத் தாண்டி இருக்க வேண்டும். மேக்கப், லைட்போய், காமிராக்காரர், வசனகர்த்தா இப்படி எல்லாரும் வாசனுடைய வயதுக்காரர்களாக இருந்தார்கள். ஒரு லைட்டைத் தள்ளிவைப்பது என்றால்கூட அரை மணி நேரம் எடுக்கும். அதனால் படப்பிடிப்பு ஆமை வேகத்தில் நகர்ந்தது. பத்மினிக்கு மற்றப் படப்பிடிப்புகள் இருந்தன. வைஜயந்திமாலா வடக்கிலிருந்து இதற்காகவே வந்திருந்தார். பத்மினி இல்லாத சமயங்களில் வைஜயந்திமாலா ஹீராலாலிடம் ரகஸ்யமாகச் சில அசைவுகளை ஒத்திகை பார்த்து வைத்துக்கொள்வார்.

படப்பிடிப்பு சமயம் பத்மினியின் நடனம் அமோகமாக அமைந்தது. வைஜயந்திமாலா புளகாங்கிதம் அடையவில்லை. அவர் 'சாதுர்யம் பேசாதேடி, என் சலங்கைக்குப் பதில் சொல்லடி' என்று தோளிலே சடை துவழ, காலிலே தீப்பொறி பறக்கப் புயல்போலச் சுழன்றபடி மேடையிலே தோன்றுவார். ஒருமுறை இருவரும் ஆடும்போது பத்மினியின் நிழல் வைஜயந்திமாலாவில் விழுந்தது. பத்மினி மன்னிப்பாக நடனத்தை நிறுத்தி 'என்னுடைய நிழல் உங்கள்மேலே விழுகிறது' என்றார். உடனேயே வைஜயந்தி மாலா ஆங்கிலத்தில் இரண்டு அர்த்தம் தொனிக்க 'It's only a passing shadow' என்றார். தமிழ்நாட்டு முதல் நடிகையை பார்த்து 'நகரும் நிழல்' என்று சொன்னது பத்மினியைப் புண்படுத்திவிட்டது. அந்த இரண்டு வார்த்தைகளுக்காகத் தான் இரண்டு இரவுகள் தொடர்ந்து அழுததாக பத்மினி கூறினார். படம் வெளிவந்தபோது நாட்டியத் தாரகை யார் என்பதில் ஒருவருக்கும் சந்தேகம் இருக்கவில்லை.

கடவுளுக்கு வேலை செய்பவர்

‘எதிர்பாராதது’ படத்தில் சிவாஜி வழக்கம்போலப் பத்மினியின் காதலனாக வருகிறார். சந்தர்ப்பவசத்தால் சிவாஜியின் தகப்பன் நாகய்யாவுக்கு பத்மினி மனைவியாகிவிடுகிறார். காதலன் இப்போது மகன் முறை. சிவாஜி ஒரு சமயம் பத்மினியைப் பழைய நினைவில் அணுகியபோது பத்மினி கன்னத்தில் ஓர் அறை கொடுக்கிறார். படம் எடுத்தபோது அந்த நேர உணர்ச்சி வேகத்தில் பத்மினி நிஜமாகவே அறைந்துவிடுகிறார். சிவாஜியுடைய கன்னம் வீங்கிப்போய் மூன்று நாட்களாக அவர் படப்பிடிப்புக்கு வரவில்லை. மூன்றாவது நாள் சிவாஜியைப் பார்க்க அவர் வீட்டுக்கு பத்மினி வருகிறார். அப்பொழுது ஒரு பியட் கார் சிவாஜிக்குப் பரிசு கொடுத்தார். அதுதான் சிவாஜியுடைய முதலாவது கார்.

பத்மினியின் ஞாபகசக்தி அசரவைக்கிறது. எந்த ஒரு சம்பவத்தையும் கூறமுன்பு அது நடந்த வருடத்தைக் கூறியபடிதான் ஆரம்பிக்கிறார். ‘1944இல் உதயசங்கருடைய ‘கல்பனா’ படத்தின் டான்ஸ் ஆடினேனா’ என்று தொடங்கி அந்த விவரங்கள் எல்லாவற்றையும் தருவார். சினிமா என்றால் தயாரிப்பாளர் பெயர், டைரக்டர் பெயர், நடிகர்கள் பட்டியல் எல்லாமே நினைவில் வைத்திருக்கிறார். அவர் மூளையில் பெரிய தரவுத்தளம் *(data base)* ஒன்று ஒருவித வைரஸ் பாதிப்பும் இல்லாமல் இயங்குகிறது.

விழாவுக்குப் பத்மினியின் அலங்காரம் பிரமாதமாக இருந்தது. இருட்டில் போத்தல் தேனைக் கவிழ்த்துக் குடித்ததுபோல் இதழ்களில் உருகி வழியும் லிப்ஸ்டிக். அவருடைய எடைக்குச் சரிசமமான எடையோடு இருக்கும் சரிகை நிறைந்த சேலை. இரண்டு கைகளிலும் எண்ணிக்கை சரி பார்த்துத் திருப்பித்திருப்பி எண்ணி அணிந்த வளையல்கள். முகத்திலே விழுந்த சிறு சுருக்கத்தை தவிர, ஒரு சிறகு மட்டுமே உதிர்த்த தேவதைபோல, அந்தக் காலத்து ஏ.பி. நாகராஜனுடைய ‘விளையாட்டுப்பிள்ளை’ சினிமாவில் வந்த பத்மினியாகக் காட்சியளித்தார்.

நீண்ட வசனங்களை எல்லாம் பத்மினி மேக்கப் போடும் போதே பாடமாக்கிவிடுவார் என்று கேள்விப்பட்டிருக்கிறேன். இந்த நாட்கள்போல இல்லாமல் அந்தக் காலத்தில் நடிகைகள்தான் (கொடுமை) தங்கள் வசனங்களையும் பேச வேண்டும். ஆனால், விழாவில் மேடை ஏறியதும் அவர் புதிய பத்மினியாகிவிட்டார். கைதேர்ந்த பேச்சுக்காரி மாதிரி விழா சம்பந்தப்பட்டவர்கள் பெயர்கள் எல்லாவற்றையும் ஞாபகத்தில் வைத்துச் சுருக்கமாகப் பேசி முடித்தார். அந்தச் சில நிமிடங்கள் சபையோர்கள்

அவருடைய பிரசன்னத்தில் மயங்கி 'நலம்தானா? நலம்தானா?' என்று கூக்குரலிட்டபடியே இருந்தார்கள்.

சிவாஜியை எப்போது கடைசியாகச் சந்தித்தீர்கள்?

அவர் இறப்பதற்கு இரண்டு வருடங்கள் முன்பு அவரைப் பார்க்கப் போயிருந்தேன். சிவாஜி மெலிந்து ஆள் மாறிப் போயிருந்தார். தண்ணீர் கூட அவர் விருப்பத்திற்குக் குடிக்க முடியாது. ஒரு நாளைக்கு ஒரு கிளாஸ் தண்ணீர்தான். கொஞ்சம் கூடக் குடித்தாலும் உடம்பில் தண்ணீர் கட்டி உப்பிவிடும். மிக ஜாக்கிரதையாக இருக்க வேண்டும். சிவாஜி மாடியிலேயே தங்கியிருந்தார். கீழேயே வருவதில்லை. அவரைப் பார்ப்பவர்கள் மேலே போய்ப் பார்த்துவிட்டு அப்படியே போய்விடுவார்கள். சிவாஜி சாப்பாட்டுப் பிரியர்; என்னைப் போலவே. அவருக்கு விருப்பமான அத்தனை அயிட்டமும் எனக்கும் பிடிக்கும். அன்று மேசை நிறையச் சாப்பாட்டு வகைகள், காடை, கௌதாரி, கோழி, ஆடு, மீன், இறால் என்று எனக்குப் பிடித்தமான அத்தனை கறி வகைகளும் சமைத்திருந்தார்கள்.

அதில் ஒன்றைக்கூட சிவாஜி உண்ண முடியாது. அப்படியும் என் ஒருத்திக்காக அவ்வளவு சமைத்திருந்தார்கள். சிவாஜியை ஒரு நாற்காலியில் உட்காரவைத்து நாலு பேர் அவரை மாடியில் இருந்து தூக்கிவந்தார்கள். அவர் எனக்குப் பக்கத்தில் உட்கார்ந்து கொண்டு 'சாப்பிடம்மா, சாப்பிடு. நல்லா சாப்பிடு' என்றார். உணவின் சுவை அறிந்தவர் அதை ருசிக்க முடியாத கொடுமை. அவருக்குப் பிடித்தமான அத்தனை உணவையும் வெறுமனே பார்த்தபடி இருந்தார்.

அதுதான் கடைசி நினைவு. வேறு ஏதாவது நினைவாக இருந்திருக்கலாம் என்று இப்போது தோன்றுகிறது.

சாதி வெறி பற்றி நான் படிக்காத கட்டுரைகள் இல்லை. டானியலின் 'பஞ்சமர்' நாவலில் தொடங்கி, மாதவய்யாவின் 'கண்ணன் பெருந்தூது' சிறுகதையில் இருந்து, சமீபத்தில் ஜெயமோகனின் 'கடைசிவரை' சிறுகதை வரை படித்தவன்தான். ஆனாலும் சில விஷயங்கள் கேட்கும்போது மனதைத் திடுக்கிட வைத்துவிடுகின்றன.

மாலை ஆறுமணி இருக்கும். பத்மினி மஞ்சள்கரை வைத்த வெள்ளை சுடிதார் அணிந்து காலுக்கு மேல் கால் போட்டு சோபாவில் சாய்ந்து அமைதியாக உட்கார்ந்திருக்கிறார். தேநீர், கோப்பி போன்ற பானம் ஒன்றும் அவர் அருந்துவதில்லை. ஒரு கிளாஸில் பழரசம் மெல்லிய மிடறுகளில் சுவைத்தபடி

இருந்தார். உடம்பும் மனமும் ஒருமித்து மிதக்கும் ஒரு தருணம் அது. அவருடைய சம்பாஷணை எங்கோ தொடங்கி எங்கோ தொட்டுத்தொட்டுச் செல்கிறது. திடீரென்று சொன்னார். 'நான் நாயர் பொண்ணு. அவர் கள்ளர் ஜாதி. நடக்கிற காரியமா?'

நான் திடுக்கிட்டுவிட்டேன். கடந்த இரண்டு தினங்களாக இருபது தடவைகளுக்கு மேலாகக் கேட்கப்பட்ட ஒரு கேள்விக்கு அவர் பதில் கூறுகிறார் என்று எனக்கு அப்போதுதான் புரிந்தது. அவர் கண்கள் பளபளவென்று மின்னிக் காட்டிக்கொடுத்தன.

பத்மினி திரும்பிப்போன அன்று டெலிபோன் மணி ஓசை நின்றது. கதவு மணி ஓய்ந்தது. பத்திரிகை நிருபர்களின் தொல்லை விட்டது. சொல்லியும் சொல்லாமலும் வந்த விருந்தாளிகளின் ஆரவாரம் முடிந்தது. மாடிப்படிகளில் குடுகுடுவென்று ஓடிவரும் ஒலியும் கலகலவென்ற பத்மினியின் ஓயாத பேச்சும் மறைந்து போனது. திடீரென்று வீட்டில் மறுபடியும் இருள் சூழ்ந்தது போன்ற ஓர் உணர்வு.

ஆனாலும் ஒரு லாபம் இருந்தது. நாட்டியப் பேரொளி போனபோது ஒரு சிறு ஒளியை எனக்காக விட்டுப் போய் விட்டார். ரோட்டிலே நடைசெல்லும்போதும் உணவகத்தில் சாப்பிடப் போனபோதும் வீடியோ நிலையத்திலும் சாமான் வாங்கும் கடைகளிலும் என்னைப் பார்த்து இப்போது 'ஹாய்' என்று சொல்கிறார்கள்.

22

ஒரேயொரு நல்ல வசனம்

இலங்கையிலிருந்து என் பழைய நண்பர் கனடா வந்திருந்தார். திடீரென்று அவர் எழுத்தாளராகியிருந்தார். முப்பது வருடங்களாக வருமான வரித்துறையில் உழைத்து உழைத்து இளைப்பாறியவர், பேப்பரில் பேனாவை வைத்து ஒரு வார்த்தை எழுதி அறியாதவர், இப்பொழுது என்றால் வேகவேகமாக எழுதிக் குவித்தார். 'உங்களுக்கு writer's block ஏற்படுவது கிடையாதா' என்றேன். அவர் அது ஒரு ரகஸ்யம் என்றுவிட்டு மர்மமான முறையில் சிரித்தார்.

விளிம்பு இல்லாத சதுரக் கண்ணாடியோடு, விமானச் சீட்டு கட்டித் தொங்கும் இரண்டு சூட்கேஸ்களை ஏற்றிய வண்டியைத் தள்ளிக் கொண்டு வந்தார். உண்மையில் இளமை குறையாமல் துள்ளலுடன் இருந்தார். தொடர்ந்து 30 மணி நேரம் பயணம் செய்தவர்போலத் தெரியவே இல்லை. மின்னஞ்சலில் வந்த படம்போலப் பளிச்சென்று காணப்பட்டார்.

காரின் வலதுபக்கம் ஏறுவதற்குப் பதிலாக நண்பர் இடது பக்கம் ஏறினார். பிறகு, தவறை உணர்ந்து வலது பக்கத்தில் ஏறி அமர்ந்தார். சீட் பெல்ட்டை அவருக்காக இழுத்துக் கட்டிவிட்டேன். (அவர் கனடாவில் தங்கியிருந்த நாலு வாரமும் இப்படி காரின் இடது பக்கம் ஏற முயல்வதும் நான் சிரத்தையாக அவருக்கு சீட் பெல்ட்டைக் கட்டிவிடுவதும் தொடர்ந்து நடந்தது). அப்படி

சீட் பெல்ட்டைக் கட்டாத பட்சத்தில், நான் $500 தண்டம் அழவேண்டியதுடன் இரண்டு கறுப்புப் புள்ளிகளையும் சம்பாதிக்க நேரிடும் என்பது அவருக்குத் தெரியாது.

என்னுடைய கேள்வி சும்மா பேச்சுக்காகக் கேட்டதல்ல. ஏறத்தாழ எல்லா எழுத்தாளர்களையும் இந்த 'எழுத்துத் தடங்கல்' தாக்கியிருக்கிறது. தனிய ஒரு கையினால் தூக்கமுடியாத 'போரும் சமாதானமும்' நாவலை எழுதிய டோல்ஸ்டோய்கூட அடிக்கடி ஏற்பட்ட மூளை அடைப்பினால் எழுதமுடியாமல் தவித்திருக்கிறார். சாமுவேல் டெய்லர் கொலரிட்ச் என்ற ஆங்கிலக் கவி, அவருடைய இருபதாவது வயதுகளிலேயே புகழ்பெற்ற தன் கவிதைகளையெல்லாம் படைத்துவிட்டார். '*Rime of the Ancient Mariner*' என்ற நீண்ட கவிதை அவருடைய படைப்புகளில் மிக உயர்ந்தது பிற்பாடு அவருக்கும் இந்த நோய் பிடித்தது. ஒவ்வொரு பிறந்த தினம் வரும்போதும், 'இன்னும் ஒரு பிறந்தநாள் வந்துவிட்டது. நான் ஒன்றுமே எழுதவில்லை' என்று புலம்புவார்.

எழுத்துத் தடங்கலில் 'தாய் எழுத்துத் தடங்கல்' என்று ஒன்றிருந்தால் அது கம்பனுக்கு ஏற்பட்டதாகத்தான் இருக்கும். ராமாயணம் இயற்றுவதில் ஒட்டக்கூத்தனுக்கும் கம்பனுக்கும் இடையில் மன்னன் குலோத்துங்கன் ஒரு போட்டி வைத்து விட்டான். கம்பனுடைய சோம்பல்தனம் மன்னனுக்குத் தெரியும். ஒட்டக்கூத்தன் சுந்தரகாண்டம் வரைக்கும் பாடி முடித்து விட்டான். கம்பனின் எழுத்தாணியோ முதல் ஓலையைக்கூடத் தாண்டவில்லை. யாரோ மன்னனிடம் இதைப் போய்ச் சொல்லிவிட்டார்கள். அவையில் மன்னன் கம்பனிடம் விசாரித்தான். கம்பனோ தான் யுத்த காண்டம் வரைக்கும் பாடிவிட்டதாகப் புளுகிவிடுகிறான். அரசன் சோதித்துப் பார்ப்பதற்காக எங்கே ஒரு பாடல் சொல்லும் என்றான். கம்பன், குமுதன் என்ற வானரம் மலையைப் பெயர்த்து அணைகட்டும் இடத்தில் வரும் 'குமுதனிட்ட குலவரை' என்று தொடங்கும் பாடலை எடுத்துவிட்டான். சபை திகைத்தது. அந்த அதிர்ச்சியில் மூளை அடைப்பு நீங்கி ராமாயணத்தை கம்பன் பாடத் தொடங்கினான் என்பது கதை.

உண்மையில் கம்பனுக்கு மூளை அடைப்பு ஏற்படவில்லை. அவனுடைய மூளை இயங்கிக்கொண்டே இருந்தது. ஒவ்வொரு பாடலாக அவன் மனம் இயற்றி அடுக்கிக்கொண்டே வந்திருக்கிறது. ஆனால், வெளிப்பார்வைக்கு அவன் ஒன்றுமே செய்யவில்லை. மன்னன் கேட்டதும் தன் மன அடுக்கில் இருந்து ஒரு பாடலை எடுத்து வெளியே விட்டிருக்கிறான். அவ்வளவுதான்.

எழுத்துத் தடங்கல் என்று ஒன்றுமே இல்லை என்கிறார்கள் சிலர். நீங்கள் யாராவது ஒரு தச்சு வேலைக்காரரோ, பாம்பாட்டியோ தனக்கு மூளை அடைப்பு, ஆகவே வேலைக்குப் போக முடியாது என்று சொல்வதைக் கேட்டிருக்கிறீர்களா? அல்லது பராசூட்டில் குதிப்பவர் எனக்கு மூளை வற்றிவிட்டது, வேறு வேலை தாருங்கள் என்று கேட்டிருக்கிறாரா? அது என்ன, எழுத்தாளருக்கு மட்டும் விசேஷமாக ஏற்படக்கூடிய வியாதி? இவர்கள் தனியாகப் பயிற்சி ஏதும் எடுத்திருப்பார்களா?

ஐஸாக் அஸிமோவும் அப்படித்தான். மூளை அடைப்பு என்றால் என்னவென்று கேட்பார். ஐந்நூறுக்கு மேற்பட்ட புத்தகங்களை எழுதிக் குவித்த அமெரிக்கர் இவர். எழுபத்திரண்டு வயது மட்டும் வாழ்ந்து உலகத்திலுள்ள அத்தனை துறைகளிலும் எழுதினார். விஞ்ஞானக் கட்டுரைகள், கதைகள் மட்டுமில்லாமல், பைபிள் பற்றியும் சேக்ஸ்பியர் பற்றியும்கூட எழுதினார். உலகச் சரித்திரத்தில் இத்தனை மாறுபட்ட துறைகளில் இத்தனை நூல்கள் எழுதிய ஒரே எழுத்தாளர் தான்தான் என்று அவரே தன்னைப் பற்றிக் கூறுகிறார். எழுதுவதில் ஏற்படும் உண்மையான பரவசத்தை நிறைய அனுபவித்தவர். நாளுக்குப் பத்து மணி நேரம் குறையாமல் வேலை செய்வார்.

அவர் டைப் செய்யும் பேப்பரின்மேல் அடுத்து என்ன வசனம் தோன்றும் என்று பார்ப்பதற்காகவே தான் எழுதுவதாகச் சொல்வார். இறக்கும் வரைக்கும் எழுதிக்கொண்டே இருந்தார். உலகத்தின் அத்தனை துறைகளையும் தன் அதீத புத்திக்கூர்மையால் வெற்றி கண்டவர், மூளை அடைப்பு என்பது என்ன என்று கடைசி வரை தெரியாமலே இறந்துபோனார்.

தமிழிலே புயல் வீச்சுப்போல இலக்கியம் படைத்துக் கொண்டிருப்பவர் ஜெயமோகன். அவரிடம் ஒருமுறை கேட்டேன், உங்களுக்கு எழுத்துத் தடங்கல் ஏற்பட்டிருக்கிறதா என்று. அவர் சொன்ன பதில் ஆச்சரியம் தந்தது. 'அதற்கு நான் இடம் கொடுப்பதே இல்லை. மனதிலே தோன்றுவதை எழுதிக் கொண்டே போவேன். மூன்றாவது பக்கத்தைத் தாண்டியவுடன் ஒரு உத்வேகம் வந்து என்னை ஆட்கொண்டுவிடும், பிறகு அதுவாகவே எழுதும். அப்படி ஒரு தவம்போல என் எழுத்து நடக்கும். எழுத்து முடிவுக்கு வந்ததும் முதல் மூன்று பக்கத்தைப் படித்துப் பார்த்தால் மிகச் சாதாரணமானதாக இருக்கும். அவற்றை அப்படியே அடித்துவிடுவேன்' என்றார்.

கனடாவில் வாழும் கவிஞர் ஒருவர் சொல்கிறார், தனக்கும் அடிக்கடி எழுத்துத் தடங்கல் ஏற்படும் என்று. அதற்குக் காரணம் போதிய உற்சாகம், ஊக்குவிப்பு இல்லாததுதான் என்கிறார்.

அப்படி யாராவது அவருடைய கவிதையைப் புகழ்ந்தாலோ, ஊக்குவித்துப் பேசினாலோ இவருக்குப் போதும். அன்றிரவே நல்ல கவிதைகளைப் படைத்துவிடுவார்.

மூளை அடைப்பு என்று சொன்னதும் முதலில் யாருக்கும் நினைவுக்கு வருவது ஏர்னஸ்ட் ஹெமிங்வேயாகத்தான் இருக்கும். *'For Whom the Bell Tolls', 'The Old Man and the Sea'* உலகப் புகழ் நாவல்களை எழுதியவர். அவருக்கு அடிக்கடி மூளைத் தடங்கல் நோய் ஏற்பட்டு அவரை மடக்கிவிடும். அவரால் ஒன்றுமே எழுத முடியாமல் போகும். பாரிஸின் உயரமான கட்டடத்தின் உச்சியில்ஏறி நின்றுகொண்டு தனக்குத் தானே சொல்வார், 'கவலைப்படாதே. நீ இதற்கு முன்பும் எழுதியிருக்கிறாய். இனிமேலும் எழுதுவாய். நீ செய்ய வேண்டியதெல்லாம் ஒன்றே ஒன்று. ஒரேயொரு வசனம், நல்ல வசனம் எழுது. அதற்குப் பிறகு எல்லாமே அதிலிருந்து உற்பத்தியாகும்.'

வெற்றித் தேவதை நெருங்கநெருங்க எழுத்தின் ஊற்று அடைக்கத் தொடங்கும். இது ஹெமிங்வே விஷயத்தில் சரியானது. இவருக்கு நோபல் பரிசு 1954ஆம் ஆண்டு கிடைத்தது. எழுத்து தடங்கல் அதிகமானது. 1961ஆம் ஆண்டு தன் இரட்டைக்குழல் துப்பாக்கியை எடுத்து தன் மண்டை ஓட்டில் குறிபார்த்து வைத்துக்கொண்டார். அந்த மண்டை ஓடு பாதுகாத்த அவருடைய மூளைதான் *A Farewell to Arms* நாவலை முப்பதாவது வயதில் படைத்தது. அதன் கடைசிப் பக்கத்தை அவர் 39 தடவை திருப்பித் திருப்பி எழுதினார். பளபளக்கும் வரை கூராக்கினார். அவர் உருவாக்கிய நாவலின் கதாநாயகன் ஹென்றி கோழையல்ல; துணிச்சலாக வாழ்க்கையைச் சந்தித்தவன். ஆனால், அவரோ எஞ்சியிருக்கும் தன் வாழ்நாளை எதிர்கொள்வதற்குப் போதிய தைரியம் இல்லாமல் துப்பாக்கியின் விசையை இழுத்துத் தன் எழுத்துக்கும் வாழ்க்கைக்கும் ஒரு முடிவைத் தேடிக்கொண்டார்.

ஹெமிங்வே சொன்னதுபோல ஆரம்ப வசனப் பிரச்சினை பலருக்கும் இருந்தது. ஒரு நல்ல துவக்கம் கிடைத்துவிட்டால் பாதி தூரம் கடந்தது போலத்தான். லட்சம் கிரந்தங்கள் பாடிய கச்சியப்பருக்கு ஆரம்ப வார்த்தை கிடைக்கவில்லை. ராமாயணம் படைத்த வால்மீகிக்கும் இதே பிரச்சினைதான். முதல் வரி வரவே இல்லை. என் நண்பர் ஒருவர் பெரும் நாவல் ஒன்றை மனதிலே தயார் பண்ணிவிட்டார். இன்னும் ஆறுமாதமாக எழுதத் தொடங்கவில்லை. ஏன் என்று விசாரித்தால் முதல் வசனத்துக் காகக் காத்திருப்பதாகக் கூறினார்.

இந்த முதல் வசன வரம் கிடைப்பதற்காக எழுத்தாளர்கள் என்னவும் செய்வார்கள். விக்டர் ஹியூகோ என்ற பிரெஞ்சு

எழுத்தாளர் உலகப் புகழ்பெற்றவர். '*The Hunchback of Notre Dame*', '*Les Miserables*' போன்ற நாவல்களை எழுதியவர். அவருக்கும் இதே பிரச்சினை. தன்னுடைய வேலைக்காரனைக் கூப்பிட்டுத் தன் ஆடைகளை எல்லாம் களைந்து அவனிடம் கொடுத்து அனுப்ப விடுவார். அவர் கூப்பிடும் வரைக்கும் அவன் திரும்பி வரவே கூடாது. அவரிடம் மிஞ்சியிருப்பதெல்லாம் பேப்பரும் பேனாவும் தான். வெளியே போக முடியாது. என்ன செய்வது? எழுதியே தீர வேண்டும்.

ஆனால், சிலருக்கு எழுதுவதற்குத் தடையாக இருப்பது அவர்களுடைய ஆடைகள் அல்ல; புகழ்தான். எக்கச்சக்கமாகப் புகழ் சம்பாதித்துக்கொண்டவர்கள் புதிதாக எழுதுவதற்கு யோசிப்பார்கள். எங்கே தான் எழுதுவது முன்பு எழுதியதிலும் பார்க்க மோசமாக அமைந்துவிடுமோ என்ற பயம்தான் காரணம். *JD. Salinger* என்பவர் ஒரேயொரு புத்தகம் எழுதி உலகப் புகழ்பெற்றார். அதுவும் இளவயதில், அதற்குப் பின்னர் அவர் எழுதவே இல்லை. *Harper Lee* என்ற அமெரிக்கப் பெண்மணி ஒரு புத்தகம் எழுதினார். பெயர் '*To Kill a Mocking Bird*'. இது எதிர்பாராத வெற்றியைத் தந்தது. நாற்பது மொழிகளில் மொழிபெயர்க்கப் பட்டது. உலகமெங்கும் 15 மில்லியன் கொப்பிகள் விற்றுத் தள்ளின. இதை எழுதிய ஆசிரியருக்கே ஆச்சரியம் தாங்கவில்லை. அவரால் அதற்குப் பின்னர் ஒரு புத்தகம்கூட எழுத முடியவில்லை.

இப்படி பயத்தினால் எழுதுவதை நிறுத்தியவர்கள் நிறைய உண்டு. ஆனால் தமிழ் எழுத்தாளர்கள் பலர் அப்படியில்லை. கேட்கும்போதெல்லாம் எழுதிக் கொடுத்தார்கள். சமீபத்தில் ஒரு பேட்டியில் சுஜாதா 'பெரும்பாலான கதைகள் பத்திரிகைகளின் அவசரத்துக்காக எழுதியவை. இதனால் கதையின் தரம் சிலவேளை பாதிக்கப்பட்டிருக்கலாம்' என்று சொல்கிறார். புதுமைப்பித்தனுடைய பல கதைகளும்கூட அவசரத்துக்காக எழுதியவைதான். அதனால் சில கதைகள் மோசமாக அமைந்ததும் தவிர்க்க முடியாதது. இந்த 'அவசரம்' என்பது எழுத்தாளருடைய மூளை ஊற்றுக்கு அவசியம். அந்த வகையில் தரம் போனாலும் இது மூளை அடைப்பு வராமல் பார்த்துக்கொள்ளும்.

கடந்த நாற்பது வருடங்களாக வெங்கட் சாமிநாதன் தண்ணீர் பாய்வதுபோலத் தடையில்லாமல் எழுதுகிறார். இது எப்படி சாத்தியம்? எழுதுவதற்குமுன் அவர் பெரிய தயாரிப்பெல்லாம் செய்வதாகப் படவில்லை. எழுதியதைத் திருப்பிப் படிக்கும் சங்கதியும் கிடையாது. அடிப்பதோ, திருத்துவதோ இல்லை. ஆற்றிலே தண்ணீர் ஓடிக்கொண்டே இருக்கும். அதிலே ஒரு

குடம் நீர் மொண்டு கொடுப்பதுபோலச் சுலபமாக எழுதித் தந்து விடுகிறார். இது எப்படி என்று சமீபத்தில் அவரிடமே கேட்டேன்.

'கட்டுரை கேட்கும்போது கெடு வைத்துவிடுவார்கள். கெடுவுக்கு முதல் எழுதி முடிக்க வேண்டும் என்பது என் கொள்கை. மூளையிலே கட்டுரையின் வடிவத்தை நிர்ணயித்து, தர்க்கங்களை அடுக்கிக்கொண்டே போவேன். கெடு தேதி நெருங்கியதும் ஒரே அமர்வில் எழுதி முடித்துவிடுவேன். ஒவ்வொரு காரியத்துக்கும் கெடு என்று ஒன்று வைத்துவிட்டால் *Writer's block* உங்களை நெருங்காது' என்றார்.

முன்னாள் அமெரிக்க ஜனாதிபதி பில் கிளிண்டன் எழுதிய 'என் வாழ்க்கை' என்ற சுயசரிதைப் புத்தகம் வெளிவந்திருக்கிறது. 957 பக்கங்கள். படுத்திருந்தபடி அந்தப் புத்தகத்தை வயிற்றின் மேல் வைத்துப் படித்தால் விலா எலும்பு முறிந்துவிடும். அவ்வளவு பாரம். அதை எழுதும்போது அவருக்கு *writer's block* ஏற்பட்டதா என்று கேட்டார்கள். அவர் சில அசௌகரியமான இடங்களில் தடை ஏற்பட்டது என்றும் தான் அதைத் தாண்டி எழுதியதாகவும் கூறுகிறார். எப்படித் தாண்டினார் என்பதை மட்டும் அவர் சொல்லவில்லை.

என்னுடைய நண்பர் கனடாவை விட்டுத் திரும்புமுன் இந்த மர்மத்தை விடுவித்தார். நண்பர் போய்ச் சேரவேண்டிய இடம் வந்த பிறகும் அவர் அசையாமல் இருந்தார். நான் அவருடைய சீட் பெல்ட்டைக் கழற்றிவிட்டேன். 'எந்த ஒரு கட்டுரைக்கும் ஒரு முடிவு இருக்கும் அல்லவா? அந்தக் கடைசி பாராவை முதலில் எழுதிவிட வேண்டும். அப்புறம் அந்த இறுதி பாராவுக்கான காரணத்தை யோசித்தால் விஷயம் பொங்கிக்கொண்டு வரும். அப்படியே எழுதிவிடுங்கள். மூளைத்தடங்கல் என்ற சமாச்சாரத்துக்கே இடமில்லை' என்றார்.

அட, இப்படியும் ஒன்று இருக்கிறதா என்று அடக்க முடியாத வியப்புடன் நண்பரைப் பார்த்தேன். இன்னும் இரண்டு நாட்களில் அவர் திரும்பிப் போய்விடுவார். அன்று இரவு தான் எழுதப் போகும் கட்டுரையின் கடைசிப் பாராவை அவர் மூளை ஏற்கெனவே தீர்மானித்திருக்கும். கார் சீட்டில் அவர் உடம்பு ஏற்படுத்திய பள்ளம் நிரம்புமுன் துள்ளி ஓடி மறைந்துவிட்டார்.

23

தொன்மையில் இல்லை, தொடர்ச்சியில்

(கம்ப்யூட்டர் பற்றி ஒரு கட்டுரை வேண்டும் என்று காலச்சுவடு கேட்டதும் நான் உடனேயே சம்மதித்தேன். காரணம் கம்ப்யூட்டர் பற்றிய என்னுடைய அறிவு ஓர் ஆமையினுடையதற்குச் சமம்; அல்லது அதற்கும் கொஞ்சம் கீழே. இதனிலும் பார்க்கச் சிறந்த தகுதி வேறென்ன வேண்டும். கணினி நிபுணர்களையும் ஆர்வலர்களையும் கேட்டால் அவர்கள் சொல்லித்தருவார்கள். அப்படி நினைத்தேன். உண்மையில் அது அவ்வளவு சுலபமானதாக இல்லை. ஒரு கணினி பயனாளர் என்ற முறையில் நான் படும் இன்னல்களையும் கணித்தமிழ் படும் இன்னல்களையும் கணினி ஆர்வலர்கள் படும் இன்னல்களையும் தொகுத்தாலே போதும் என்று பட்டது.

தன்னலம் பாராது, ஒரு சதம் ஊதியம் பெறாமல், ஒருவித ஆதாயமும் எதிர்பாராமல், இருந்த காசையும் தொலைத்துத் தம் நேரத்தையும் செலவழித்து, மனைவி மக்களுடைய வெறுப்பையும் சம்பாதித்து, தமிழைக் கணினியில் ஏற்றப் பாடுபட்ட அத்தனை தமிழ் உள்ளங்களையும் இந்தக் கட்டுரை மூலம் நான் நினைத்துக்கொள்கிறேன்.

பிரதானமாக, தம் பிறந்த நாட்டிலிருந்து துரத்தப் பட்டு, சொந்த நாட்டைப் பறிகொடுத்து உலகம் எங்கும் சிதறிப்போயிருந்தாலும், கம்ப்யூட்டர் வலைகளில் தனி ஆவேசத்தோடு தமிழைத் தவழவிடுவதன் மூலம் தாம் இழந்த ஒரு நாட்டை மீண்டும் கண்டு பிடித்து அதில் மகிழ்ச்சி காணும் ஈழத்து தமிழர்களை மறக்க முடியாது.)

1993ஆம் ஆண்டு பொஸ்டனில் ஓர் இலங்கையரைச் சந்தித்தேன். அவர் தமிழ்ச் செயலி ஒன்று

தயாரித்திருக்கிறார் என்று கேள்விப்பட்டு அவரைத் தேடிப் போனேன். தமிழை எப்படியும் கணினியில் பார்க்க வேண்டும் என்ற அவா எனக்கு. அவர் வீட்டுக்குப் போய்க் காசு கொடுத்து அந்தச் செயலியை வாங்கினேன். அவர் பணம் வாங்க மறுத்தாலும், ஒருத்தருடைய உழைப்புக்குக் கொடுக்கவேண்டிய மரியாதை என்று சொல்லி வற்புறுத்திக் கொடுத்தேன். அவர் என்னைத் தன் அறைக்குள் அழைத்துச் சென்று தன்னுடைய கம்ப்யூட்டரில் ஒரு விசயம் காட்டினார். அவர் ஒரு தமிழ் அகராதி தயாரித்துக்கொண்டிருந்தார். வார்த்தை, அதற்குப் பொருள், மேற்கோள் வசனங்கள், அந்த வார்த்தையுடன் தொடர்பான வேறு வார்த்தைகள், அதற்கு நிகரான ஆங்கில வார்த்தை, இப்படி பெரும் வேலை அங்கே நடந்துகொண்டிருந்தது. இன்னும் ஒரு விசேஷமும் இருந்தது. ஒரு பட்டனை அமுக்கினால் அந்த வார்த்தையின் தமிழ் உச்சரிப்பு ஒலித்தது. எனக்கு ஒரே சமயத்தில் மகிழ்ச்சியும் அதிர்ச்சியும்.

அமெரிக்காவில் நல்ல சம்பளம் பெறும் அதிகாரி அவர். எதற்காகத் தன் நேரத்தை விரயம் செய்து, தனியாக இந்த பிரம்மாண்டமான வேலையில் இறங்கியிருக்கிறார். ஒரு நாளைக்குத் தான் எப்படியும் இருபது வார்த்தைகள் செய்வதாகச் சொன்னார். அகராதியின் உபயோகம் முற்றிலும் கணினியிலேயே இருக்கும்; சொல்திருத்தியாகவும் பயன்படுத்தலாம் என்றார் அடக்கமாக. சிலமாதங்கள் கழித்து அவருடன் தொடர்பு கொள்ள முயன்றபோது அவர் அவுஸ்திரேலியா போய்விட்டதாகச் சொன்னார்கள். அத்துடன் அவருடைய தொடர்பும் எனக்குத் துண்டித்துப்போனது.

அப்போது ஆங்கில அகராதியை முதன்முதல் படைத்த சாமுவேல் ஜோன்ஸனின் ஞாபகம்தான் எனக்கு வந்தது. சேக்ஸ்பியருக்கு அடுத்தபடி ஆங்கில இலக்கியத்தில் அடிபடும் பெயர் இவருடையதுதான். தனி ஆளாக எட்டு வருடங்கள் பாடுபட்டு, பண உதவி எல்லாம் வற்றிவிட்ட தரித்திர நிலையில், அவர் அகராதியை உருவாக்கினார். 40,000 வார்த்தைகள், 140,000 மேற்கோள்கள் என்று பிரம்மாண்டமான தயாரிப்பு. அதன்பின் 173 வருடங்கள் கழித்துதான் ஒக்ஸ்போர்டு ஆங்கில அகராதி பெரும் கல்விமான்கள் குழுவினால் தயாரிக்கப்பட்டு வெளியானது.

எனக்குத் தோன்றிய சிந்தனை இதுதான். எந்த ஒரு துறையின் வளர்ச்சியும் பல்கலைக்கழகங்களிலோ, பெரும் அறிஞர் குழுவிலோ தங்கியிருப்பதில்லை. அர்ப்பணிப்பு சுபாவமுள்ள தனி நபர்கள்தான் பெரும் பாய்ச்சல்களை நிகழ்த்தியுள்ளார்கள். விஞ்ஞானம், இலக்கியம் என்று இன்னும் பல துறைகளிலும் ஆதாரம் காட்டலாம்.

பொஸ்டன் நண்பரிடம் செயலியை வாங்கியவுடன் என் தமிழ் பிரச்சினை தீர்ந்துவிடவில்லை; அப்போதுதான் ஆரம்பமாகியது. சில வருடங்கள் செயலி நன்றாகவே வேலை செய்தது. ஒரு முழுப் புத்தகம் அதில் அடித்து முடித்தேன். கம்ப்யூட்டரின் தரம் மாறும்போது அல்லது உலாவிகள் மாறும்போது பிரச்சினைகள் கிளம்பின. பிறகு கனடாவில் ஒரு செயலியை வாங்கிக் கொஞ்சக் காலம் ஓட்டினேன். மறுபடியும் பிரச்சினை.

ஒருத்தர் 'முரசு அஞ்சல்' பற்றிச் சிறப்பாகச் சொன்னார். ஒரு செயலியை வாங்கினேன். இதை வேலை செய்யவைப்பதற்கு அரைமணி நேரமும், ஓர் எட்டு வயதுப் பையனின் உதவியும் போதுமானதாயிருந்தது. தமிழ் எழுத்துக்கள் அழகாக உருண்டு உருண்டு வந்து இறங்கின. அதுவும் சில வருடங்களே. ஒரு பழைய நெட்ஸ்கேப் 4.04இல் நல்லாக வேலைசெய்தது. உலாவியை மேம்படுத்தினால் தகராறு. ஒரு முறை நண்பருக்கு மின்னஞ்சல் அனுப்பினேன். 'இ' எழுத்தைக் காணவில்லை. அப்பொழுது 'இனாவைக் காணவில்லை' என்று ஒரு கட்டுரைகூட எழுதினேன். அந்தக் காலங்களில் 'இ' வரும் இடங்களில் எல்லாம் இனாவை வெட்டி ஒட்டி, வெட்டி ஒட்டிக் கட்டுரையை முடிப்பேன்.

இன்னொருமுறை கணினி தரம் மாற்றம் அடைந்தபோது 'ஆ' வரவில்லை. கதையிலே வரும் ஆலமரத்தை அரசமரமாக்கினேன். ஆவென்று அழுதான் என்று எழுதாமல் ஓவென்று அழுதான் என்று எழுதினேன். ஆனால், 'ஆனால்' என்ற வார்த்தையைத் தவிர்த்து எவ்வளவு தூரத்துக்கு ஓட முடியும். இப்படி நான் பட்ட அல்லல்கள் நீண்டுகொண்டே போயின.

ஒரு பிரச்சினையைத் தீர்க்கும்போது இன்னொன்று வந்து புகுந்துகொள்ளும். கம்ப்யூட்டர் கம்பனிகளும் சும்மா இருப்பதில்லை.'அட எல்லாமே தமிழில் வேலை செய்கிறது' என்று ஆசுவாசமாக மூச்சு விடுவது அவர்களுக்கு எப்படியோ தெரிந்து விடுகிறது. உடனேயே கம்ப்யூட்டரை மேம்படுத்திவிடுவார்கள். 'பொ' அடித்தால் ஒற்றைக் கொம்பு ஒரு வரியிலும் பா அடுத்த வரியிலும் வரும். 'ணீ' வரவே வராது. கண்ணிலே கண்ணீர் விழுந்தாலும் வார்த்தையிலே கண்ணீர் விழாது.

உலகத்துத் தமிழ்க் கணினி ஆர்வலர்கள் எல்லாம் முதன்முறையாக ஒன்றுசேர்ந்து தரப்படுத்தப்பட்ட தமிழ் திஸ்கி எழுத்துருவைக் கொண்டுவந்தார்கள். இதற்காக உழைத்தவர்களில் பலர் ஈழத்துத் தமிழர்கள். எப்படியும் உலகம் முழுவதும் பயன்படுத்தும் ஒரு தமிழ் எழுத்துரு கிடைக்க வேண்டும் என்ற ஆர்வம்தான் காரணம். அப்பொழுது பார்த்துத் தமிழ்நாடு தாப், தாம் என்ற இரண்டு எழுத்துருக்களை

அங்கீகரித்தது.பிரச்சினைகள் குறைந்தபாடில்லை.மின்னஞ்சல்கள் அனுப்பும்போது அதைப் பெறுபவர்கள் வாசிக்க முடியாது சிரமப்பட்டார்கள். எப்பொழுதுதான் எல்லோரும் ஒரே குறியீடுகள் கொண்ட செயலிகளில் எழுதுவார்கள்; கட்டுரை, கதைகள் என்று ஒருவருக்கொருவர் தடையின்றி அனுப்பலாம்; மின்னஞ்சல்கள் பரிமாறலாம் என்று நான் ஏங்குவேன்.

கணினியில் தமிழ் வேலை செய்வதில் ஏன் இவ்வளவு பிரச்சினை என்பதை அறிவதற்காக நான் சில கணினித்துறை நிபுணர்களிடமும் ஆர்வலர்களிடமும் பேசினேன். இவர்கள் எல்லாம் உலகத்தின் பல பாகங்களிலும் நல்ல தொழில்நிலையில், வசதியான சூழ்நிலையில் வாழ்பவர்கள். இவர்களுடைய தமிழ்ப் பற்று என்னைப் பிரமிக்கவைத்தது. தமிழ்க் கணினித் தொழில்நுட்பத்தை எப்படியும் முன்னெடுத்துச் செல்லவேண்டும் என்று ஒரே இலட்சியத்தில் இவர்கள் கடுமையாக உழைத்தார்கள்.

அப்படியான ஒருவர்தான் முத்து நெடுமாறன்.மலேசியாவில் பிறந்து வளர்ந்தவர். இருபது வருடங்களுக்கு மேலாகத் தகவல் தொழில்நுட்பத்துறையில் அனுபவம் கொண்ட இவர்தான், பிரபலமான முரசு அஞ்சல் மென்பொருளைச் சந்தைப் படுத்தியவர். இன்றைய முன்னணி இதழ்கள், வலைப்பக்கங்கள், பயனாளர்கள் எல்லாம் உபயோகப்படுத்துவது இவருடைய எழுத்துருக்களைத்தான்.

இவர் உலகத் தமிழ்த் தகவல் தொழில்நுட்ப மன்றத்தின் (உத்தமம்) தலைவராக இருக்கிறார். இந்த மன்றத்தின் நோக்கம் தமிழ்த் தகவல் தொழில்நுட்ப முன்னேற்றத்திற்கு உழைப்பது 1997இல் தொடங்கி இன்றுவரை நடந்த தமிழ் இணைய மாநாடு களில் பெரும் பங்காற்றி வருவதுடன், முதன்முதலாக, தமிழில் குறுஞ்செய்தி அனுப்பும் சேவையையும் நடைமுறைப்படுத்தி யுள்ளார். இவருடைய மிகப் பெரும் சாதனை மென்பொருள். அதன் தரமும் சேவையும் உலகளாவியது.

இவரைத் தொடர்ந்து பலர் தமிழ் எழுத்துருக்கள் செய்ய ஆரம்பித்தார்கள். சில நிலைத்து நின்றன, இன்னும் சில மறைந்துபோயின. தமிழ் எழுத்துருவைக் கண்டுபிடித்ததன் நோக்கமே ஒருவருடன் ஒருவர் தமிழில் தொடர்புகொள்வது. அந்த நோக்கத்துக்கு எதிர்த் திசையில் காரியங்கள் நடந்தன. நூற்றுக்கணக்கான எழுத்துருக்கள் உண்டானதும் ஒவ்வொருவரும் ஒவ்வொன்றைப் பிடித்துக்கொண்டார்கள். ஒருவருடன் ஒருவர் தொடர்புகொள்வது சாத்தியமில்லாமல் போனது.

அப்பொழுது ஒருவர் இந்த பிரச்சினைகளைத் தீர்க்க வென்று புறப்பட்டார். சுரதா யாழ்வாணன் என்ற ஈழத்துத்

தமிழர். சொந்த நாட்டிலிருந்து துரத்தப்பட்டு அகதியாக ஜேர்மனியில் தஞ்சம் புகுந்து, இருபத்திரண்டு வருடங்களாக அங்கே வாழும் கணினி நிபுணர். தமிழில் அவருக்கு உள்ள பற்றை அளவிட முடியாது. வேலையிலிருந்து திரும்பியதும் தமிழ் நிரலி எழுதுவதற்காக கம்ப்யூட்டரின் முன் உட்காருவார். உடனேயே மனைவி, பிள்ளைகளின் ஞாபகம் மறந்துபோகும். நாலு மணிக்கு விடியும்போது இன்னொரு நாள் பிறந்துவிட்டதை உணர்ந்து மறுபடி வேலைக்குச் செல்வார். இவருடைய செயலிகள் இருபதுக்கு மேலாக இலவசமாகக் கிடைக்கின்றன. இந்தச் செயலிகள் மூலம் எந்த ஓர் எழுத்துருவையும் இன்னொரு எழுத்துருவுக்குச் சில நிமிடங்களிலேயே மாற்றிவிடலாம். புதுப்புது எழுத்துருக்கள் உண்டாகும்போதெல்லாம் அலுக்காமல் அவற்றை மாற்றும் செயலிகளைத் தயாரித்துவிடுகிறார். எனக்கு எங்கேயிருந்து, என்ன எழுத்துருவில் மின்னஞ்சல் வந்தாலும் இவருடைய மாற்றி மூலம் படித்துவிடுவேன்.

எதற்காக இந்தச் செயலிகளை இலவசமாக வழங்குகிறீர்கள் என்று கேட்டேன். 'எத்தனையோ எங்களுக்கு இலவசமாகக் கிடைக்கிறது. கூகிளில் இலவசமாகத்தானே தேடுகிறோம். என் நண்பர்களும் பிறரும் பல செயலிகளையும் நிரல்களையும் இலவசமாகத் தந்து உதவியிருக்கிறார்கள். உங்கள் கதைகளை நான் இலவசமாகத்தானே இணையத்தளங்களில் படித்தேன். நானும் இந்த உலகத்துக்குத் திருப்பி ஏதாவது இலவசமாக விட்டுப்போக வேண்டும் அல்லவா?' என்றார். அவருடைய தயாள குணம் என்னை நெகிழவைத்தது.

ஒரு பக்கத்திலே தமிழ்ச் செயலிகளை மேம்படுத்தும் வேலை நடந்தது. இன்னொரு பக்கத்தில் எழுத்துருக்களை ஒன்றிலிருந்து ஒன்றுக்கு மாற்றும் வேலை நடந்தது. அப்பொழுது புதுவிதமாக ஒருத்தர் சிந்தித்தார். அச்சுயந்திரங்கள் வந்தபொழுது எப்படி அச்சுப் பிரதிகளும் வாசிப்பும் பெருகியதோ அதேபோலத் தமிழ்க் கணினி வந்தபிறகு புத்தகங்கள் வெளியிடுவதிலும் வாசிப்பிலும் ஒரு மறுமலர்ச்சி ஏற்பட்டது. அதிலும் புலம்பெயர்ந்த தமிழர்கள் பெரும் பசியோடு புத்தகங்களை விலைகொடுத்து வாங்கினார்கள். இந்த வளர்ச்சிக்கு எப்படி ஈடு கொடுப்பது? புத்தகங்களை எப்படிப் பாதுகாப்பது, அதிலும் எங்கள் பழம்பெரும் இலக்கியங்களை எப்படிக் கணினியில் ஏற்றுவது, வாசிப்பைப் பரவலாக்குவது என்று அவர் யோசித்தார்.

அறுநூறு வருடங்களுக்கு முன்பு குட்டன்பேர்க் என்ற ஜேர்மன்காரர்தான் முதன்முதலில் அச்சுப்பிரதிகள் செய்தார். ஆயிரக்கணக்கான பைபிள்களை அடித்து வினியோகித் தார். பெரும் வாசிப்புப் புரட்சி அப்போது ஏற்பட்டது.

குட்டன்பேர்க்கைக்கௌரவிக்கும் முகமாக 1971இல் 'குட்டன்பேர்க் திட்டம்' என்று ஒரு திட்டம் ஆரம்பிக்கப்பட்டது. ஆங்கிலத்தில் உள்ள சிறந்த புத்தகங்களை எல்லாம் மின்புத்தகங்களாக இந்தத் திட்டத்தின்கீழ் ஏற்றினார்கள். இந்த ஏற்பாட்டினால் இப்பொழுது விலை மதிப்பிட முடியாத 15,000 ஆங்கிலப் புத்தகங்களை வாசகர்கள் உலகின் எந்த மூலையில் இருந்தாலும் கணினி வழியாக இலவசமாகப் படிக்க முடிகிறது.

முனைவர் க. கல்யாணசுந்தரம் சுவிட்ஸர்லாந்தில் வசிக்கும் ஒரு வேதியியல் அறிஞர். இதேபோல ஒரு திட்டத்தை அவர் 'மதுரைத் திட்டம்' என்ற பெயரில் 1998ஆம் ஆண்டு தைப்பொங்கல் அன்று தொடங்கினார். திருக்குறள் முழுவதையும் அவர் தன்னந்தனியாகத் தமிழில் தட்டச்சு செய்து இந்தத் திட்டத்தில் ஏற்றினார். உலகெங்குமிருந்து 350 தன்னார்வத் தொண்டர்கள் கலந்துகொண்டார்கள். இதுவரை 200 புத்தகங்கள் ஏறிவிட்டன. இவற்றில் பழந்தமிழ் இலக்கியங்களும், நவீன இலக்கியங்களும் இன்னும் சில அரிய புத்தகங்களும் அடங்கும். திருமூலர், திருக்குறள், கம்பராமாயணம், சங்க இலக்கியங்கள், நாலாயிரம் திவ்ய பிரபந்தம், பாரதியார், கல்கி என்று படிப்பதற்கு இவை கிடைக்கின்றன. கனடாவில், ஒரு குளிர்கால இரவில் நான் வீட்டைவிட்டு ஓர் அடிகூட நகராமல், எட்டுத்தொகைகளில் ஏழாவதான நெடுநல்வாடையை என் கணினியில் இறக்கி இலவசமாகப் படித்தேன். இது எப்படி சாத்தியமானது? இந்தத் தொண்டர்களின் உழைப்புக்கு விலைபோட முடியுமா? என்னுடைய கணக்குப்பிரகாரம் ஒரு மில்லியன் டொலருக்கு அதிகமாகவே வந்தது.

திரு. சி.வை. தாமோதரம்பிள்ளையும், திரு. உ.வே. சாமிநாதையரும் 19ஆம் நூற்றாண்டின் பிற்பகுதியில் அரிய பழந்தமிழ் நூல்களை ஏட்டுச் சுவடிகளில் கண்டுபிடித்துத் திருத்தமாக்கிப் பதிப்பித்துத் தமிழ் இலக்கியத்தில் ஒரு மறுமலர்ச்சி ஏற்படக் காரணமாயிருந்தனர். பெரும் பல்கலைக் கழகங்கள் செய்யவேண்டிய காரியத்தை இவர்கள் தனியாகவும் செவ்வையாகவும் செய்து முடித்தனர். இந்த முயற்சி இல்லை யெனில் விலைமதிப்பற்ற பழந்தமிழ் நூல்கள் பலவற்றை நாம் இழந்திருப்போம். கம்ப்யூட்டரில் சேமிக்கப்படாத தமிழ் நூல்களும் எதிர்காலத்தில் அழிந்துபோகும் என்பது உண்மை. உலகளாவிய மதுரைத்திட்ட தன்னார்வலர்கள் கணினித் தமிழுக்கு அர்ப்பணித்த உழைப்பு எவ்விதத்திலும் இந்த முன்னோடிகளின் சேவைகளுக்குக் குறைந்ததல்ல என்றுதான் எனக்குப் படுகிறது.

இன்னும் சிலர் தமிழ் எழுத்துச் சீர்திருத்தத்துக்கு இதுவே சரியான நேரம் என்று நினைக்கிறார்கள். தமிழ்க் கணினி உலகில்

நன்றாக அறியப்பட்ட ஆவரங்கால் ஸ்ரீவாஸ் ஓர் ஈழத்துக்காரர். முப்பது வருடங்களாக லண்டனில் வசிக்கும் இலத்திரனியல் பொறியியலாளர். யூனிகோட் அடிப்படைக் கோட்பாடும் தொல்காப்பியக் கோட்பாடும் தர்க்கரீதியில் ஒன்று என்று சொல்லும் இவர் தமிழ் எழுத்துச் சீர்திருத்தத்தை மேலெடுத்துப் போக யூனிகோட்தான் சிறந்த வழி என்கிறார். இவர் உருவாக்கிய பல எழுத்துருக்கள் இன்று உலகம் முழுக்கப் பாவனையில் இருக்கின்றன. திஸ்கி குழுவில் பாடுபட்டவர்களில் இவரும் ஒருவர். இவருடைய ஆவரங்கால் எழுத்துரு திஸ்கியிலும் யூனிகோட்டிலும் செயல்படும் இப்பொழுது உலகம் முழுவதும் பிரபலமான ஏகலப்பை யூனிகோட் எழுத்துருவில் ஆவரங்கால் உள்ளடங்கி இருக்கிறது என்று சொல்லும் இவருடைய எழுத்துருக்கள் எல்லாமே இலவசமாகக் கிடைக்கின்றன.

இந்த வேலைகள் இப்படி போய்க்கொண்டிருக்கும்போது, இன்னொரு குழு ஒரு பிரதானமான பிரச்சினையைத் தீர்ப்பதற்கு அணுகியது. வெங்கட்ரமணனும் அவருடைய குழுவினரும் பல வருடங்களாக லினக்ஸ் இயங்குதளத்தின் மேம்பாட்டுக்காக உழைத்துவருகிறார்கள். இது ஒரு திறமூல இயங்குதளம். இதன் குறியீடுகள் மறைக்கப்படாதவை; யாரும் உபயோகிக்கலாம். வெங்கட்ரமணன் அவர் வீட்டில் கம்ப்யூட்டருக்கு முன் உட்கார்ந்து அடிக்கும்போது நான் பார்த்திருக்கிறேன். தேனீக்கள் சுழல்வது போல அவருடைய விரல்கள் சுழலும். எந்த விரல் எங்கே இருக்கிறது என்று சொல்ல முடியாது. முழுக்கமுழுக்கத் தமிழிலேயே அவருடைய கம்ப்யூட்டர் இயங்கும். மைக்ரோசொஃப்ட் பக்கம் அவர் போவதே இல்லை.

இந்த லினக்ஸ் இயங்குதளம் இலவசமாகவே கிடைக்கிறது. இது விண்டோஸிலும் பார்க்கச் சிறப்பாக வேலை செய்கிறது என்பது பல நிபுணர்களின் கருத்து. இதில் தமிழ் யூனிகோட் எழுத்துருக்கள் திறமாகச் செயல்படுகின்றன என்பதையும் ஒப்புக்கொள்கிறார்கள். ஆனால், ஏதாவது பிரச்சினை என்றால் அதைத் தீர்ப்பதற்கு உத்திரவாதம் இல்லை; வைரஸ் வந்து தாக்கினால் யார் பொறுப்பு என்ற கேள்விகளையும் எழுப்புகிறார்கள்.

மைக்ரோசொஃப்ட் என்பது பெரும் விருட்சம். தமிழ் என்பது இப்போது தழைக்கும் கொடி. பலம் பெறும் வரை மைக்ரோசொஃப்டைச் சார்ந்து தமிழ் நிற்பதே நல்லது. அதே லினக்ஸ்ஸை விட்டும் வெகுதூரம் போய்விடக்கூடாது என்ற பொதுவான கருத்தே நிலவுகிறது.

ஒரு பக்கத்தில் தமிழ்க் கணினி அமோகமான வளர்ச்சியடைய இன்னொரு பக்கத்தில் சில பாதகமான விளைவுகளும் ஏற்பட்டன. தமிழில் சொற்கூட்டலையோ, இலக்கணத்தையோ கவனிப்பது வெகுவாகக் குறைந்துவிட்டது. ஆறுமுகநாவலர் காலத்தில் அச்சான புத்தகங்களைப் பார்த்தால் ஒரு விஷயம் தெரியவரும். கடைசிப் பக்கத்தில் பிழைதிருத்தம் என்று போட்டிருக்கும். பிழையான வார்த்தை, சரியான வார்த்தை, பக்க எண் என்று கொடுத்திருப்பார்கள். இப்பொழுது வரும் புத்தகங்களில் அப்படியான ஒரு பக்கத்தைக் காண முடியாது. சொற்பிழை இல்லை என்ற அர்த்தமல்ல; அவற்றைச் சேர்த்தால் அதுவே அரைப் புத்தக சைசுக்கு வந்துவிடும். அப்படிப் பிழை மலிந்திருக்கும்.

ஆனால் ஆங்கிலத்தை எடுங்கள். ஒரு ஞாயிற்றுக்கிழமை விசேஷப் பதிப்புப் பத்திரிகை என்றால் குறைந்தது 200 பக்கங்கள் இருக்கும். அதாவது 4,00,000 வார்த்தைகள். ஆனால், ஒரு சொற்பிழையைக் கூடக் காண முடியாது. ஆங்கிலத்தில் கம்ப்யூட்டரின் சொல்திருத்தி இந்த வேலையைச் செவ்வனே செய்துவிடும். தமிழுக்கு மட்டும்தான் இந்தக் கதி. ஒரு சொல்திருத்தி தமிழில் வந்துவிட்டால் இந்தப் பிரச்சினையைத் தீர்த்துவிடலாம்.

சொற்கள்தான் பிரச்சினை என்றால் இலக்கணத்தின் நிலை இன்னும் மோசமாக இருக்கிறது. *Editor* என்ற வார்த்தைக்கு ஒரு தமிழ்ப்பதம் உண்டு என்று சொல்கிறார்கள். பிரதிமேம்படுத்துநர். இதனிலும் நீளமான வேறு வார்த்தை அகப்படாததால் இதையே நாமும் பயன்படுத்துவோம். தமிழிலே இலக்கணத்தை யார் சரி பார்க்கிறார்கள்? மலையாளத்தில் எழுதுவதுபோல 'நாய் போனான்' என்று எழுதினால்கூடப் பதிப்பித்து விடுகிறார்கள். இந்த நீண்ட பெயரைச் சுமந்துகொண்டிருக்கும் பிரதிமேம்படுத்துநர் என்ன செய்கிறார் என்பதே தெரிவதில்லை.

சமீபத்தில் *நியூ யோர்க்கர்* பத்திரிகையில் ஒரு செய்தி வாசித்தேன். அவர்கள் பத்திரிகையில் இலக்கணத்துக்கு என்று ஒரு தனியான எடிட்டர் இருப்பார். எந்தப் பெரிய கொம்பன் எழுத்தாளரும் அவருடன் சமரசமாகிப் போவாராம். மூன்று வார்த்தை வசனத்தில் நாலு பிழை கண்டுபிடிப்பாராம் இந்த எடிட்டர். தமிழில் அப்படி வேண்டாம், ஆனால், பேருக்காவது ஒருவர் இலக்கணத்தைச் சரிபார்க்கலாம். ஆங்கிலக் கணினிகளில் இலக்கணத்திருத்தி வந்துவிட்டது. இன்னும் மேம்படுத்திக் கொண்டே இருக்கிறார்கள். தமிழில் இது மிகவும் அவசியம். இன்றும் தொல்காப்பியருடைய இலக்கணம்தான் முடிவுத் தேதி இல்லாமல் ஓடிக்கொண்டிருக்கிறது. புதிப்பிக்கப்பட்ட இலக்கணத்திருத்தி வர வேண்டும். அல்லாவிட்டால் இப்பொழுது

தமிழ் இன்னும் பத்து வருட காலத்திலேயே படிக்கமுடியாமல் போய்விடும்.

இன்னொரு முக்கியமான அம்சம் தமிழில் தேடுபொறி உண்டாக்குவது. நண்பர் ஜெயமோகன் எழுதிய 'காடு' நாவல் வெளிவந்தபோது அதை வாங்கிய முதல் வாசகர்களில் நானும் ஒருவன். நாவலைத் திறந்து படித்தால் முதல் வசனத்திலேயே 'மிளா' என்று ஒரு வார்த்தை வந்து என்னை மிரளவைத்தது. ஒரு மிருகம் என்று தெரிந்தது. ஆனால், என்ன மிருகம் என்று தெரியவில்லை. இலங்கை நண்பர்களிடமும், இந்திய எழுத்தாளர்களிடமும் விசாரித்தேன். ஒருவருக்கும் தெரியவில்லை. என்னிடம் ஐந்து தமிழகராதிகள் இருந்தன. அவற்றிலும் பலனில்லை. நானும் விடுவதாயில்லை . ஆங்கில கூகிளில் போய் *kerala animal population* என்று எழுதித் துளைத்துத்துளைத்துத் தேடியபோது திடீரென்று விடை கிடைத்தது. *1993* கணக்கெடுப்பு *mlavu (Sambha deer) 10,665* என்று வந்தது. சம்பா மான்தான் மிளா என்பதைக் கண்டுபிடித்து விட்டேன் அப்பொழுது யோசித்தேன் தமிழில் ஒரு தேடு யந்திரம் இருந்தால் எப்படி இருக்கும் என்று. வெகு விரைவிலேயே தமிழில் தேடு யந்திரம் வந்துவிடும் என்பது அப்போது எனக்குத் தெரிந்திருக்கவில்லை.

யூனிகோட்டின் வருகையினால் தமிழில் தேடுபொறி கிடைத்திருக்கிறது. முடக்குத் தெருக்கள், குச்சு ஒழுங்கைகள் என்று தாண்டி யூனிகோட் என்ற நெடுஞ்சாலைக்குத் தமிழ் வந்து விட்டது. இன்றுவரை இருந்த வேறுபாடுகளை எல்லாம் தவிர்த்து ஒருங்கிணைந்த குறியீட்டு முறை தமிழுக்குக் கிடைத்திருக்கிறது. இது ஒரு வரப்பிரசாதம். உலக மொழிகள், இந்திய மொழிகள் எல்லாவற்றிற்கும் ஒரேயொரு குறியீட்டு முறைதான். 'இந்த முறையில் தமிழுக்கு என்று தனி இடம் இருக்கிறது. அது சரியாகவும் சிறப்பாகவும் இயங்குகிறது. யூனிகோட்டில் எழுதி இணையத்தில் பதிவான கட்டுரைகளை கூகிள் தேடுதளங்களில் தேடலாம். இது முதன்முறையாகத் தமிழில் சாத்தியமாகியிருக்கிறது. தமிழுக்கு ஒரு சொந்தவீடு கிடைத்துவிட்டது. வாடகைவீடு இனிமேல் இல்லை. தமிழிலே அனுப்பும் செய்தி தமிழிலேயே கிடைக்கும். நல்ல பாதுகாப்புக்கும் உறுதி இருக்கிறது. தமிழின் எதிர்காலம் யூனிகோட்தான்.' இப்படி சொல்கிறார் முத்து நெடுமாறன்.

கூகிள் தமிழ்த் தேடுபொறியில் முதன்முதல் சோதிப்பதற்காக நான் அடித்துப் பார்த்த வார்த்தை 'நல்லூர்' *36* பதிவுகள் கிடைத்தன. என் மகிழ்ச்சிக்கு அளவே இல்லை. நான் கடைசியாக இவ்வளவு சந்தோசப்பட்டது என் மனைவி விசா அட்டையைத் தொலைத்தபோதுதான். யூனிகோட்டின் பெருமையை தீர்க்க

தரிசனமாக உணர்ந்து 'திசைகள்' இணையத்தளத்தை இரண்டு வருடம் முன்பாகவே துணிந்து தொடங்கியவர் மாலன். கனடாவில் மகேன் நடத்தும் 'எழில்நிலா' பக்கமும் மிகவும் பிரபலமானது. 'அப்பால் தமிழ்', 'மரத்தடி' என்று புதிய யூனிகோட் இணைய தளங்கள் பல இன்று வந்துள்ளன.

யூனிகோட் கூட்டுமையம் (Unicode Consortium) உலக மொழிகள் அனைத்துக்கும் ஒதுக்கிய இடங்கள் 65,500. அதில் தமிழுக்கு மாத்திரம் கிடைத்த இடங்கள் 128. சில நிபுணர்கள் இது போதாது தமிழுக்கு 512 இடங்கள் வேண்டும் என்று கேட்கிறார்கள். இன்னொருவர், சிங்களம் சில சலுகைகள் கிடைத்து யூனிகோட் குறியீட்டு முறையில் வேகமாக முன்னேறிக்கொண்டிருக்கிறது; தமிழ் பின்னுக்கு நிற்கிறது. காரணம் சிங்களத்துக்கு ஒரு நாடு உண்டு; தமிழுக்கு நாடு கிடையாது. யூனிகோட் முறையில் தமிழை மேலே நகர்த்துவதற்கு ஒரு நாடு தேவை என்கிறார்.

சமீபத்தில் இந்திய அரசின் கீழ் இயங்கும் 'சிடாக்' (Centre for Development of Advanced Computing) நிறுவனமும், மத்திய அரசின் தொலைத்தொடர்பு மற்றும் தொழில்நுட்பத்துறை அமைச்சும் சேர்ந்து புதுவருடம் அன்று சென்னையில் குறுந்தகடு ஒன்றை வெளியிட்டிருக்கிறார்கள். இந்தச் செய்தியைக் கேட்டதும் நான் பெருமகிழ்ச்சி அடைந்தேன், இதிலே பலதரப்பட்ட பயனுள்ள செயலிகளை இணைத்திருந்தார்கள். 92 யூனிகோட் எழுத்துருக்கள், 46 தாப் எழுத்துருக்கள், 65 தாம் எழுத்துருக்கள், ஒளிவழி எழுத்துணரி, சொல்திருத்தி, தமிழகராதி என்று பல உபயோகமான அம்சங்கள். தமிழகராதி சிறப்பாக உள்ளது. ஆனால், அது தாப்பில் தொழில்படுகிறது என்றார் ஒருவர். இது தவிர இந்தக் குறுந்தகட்டில் கொடுத்த சில பொதிகள் தனி ஆர்வலர்களால் உருவாக்கப்பட்டது என்றும் அவர்களுக்கு அங்கீகாரமோ, மரியாதையோ கொடுக்கப் படவில்லை என்றும் சொன்னார்கள். என்னுடைய ஆரம்ப மகிழ்ச்சியை இது வெகுவாகக் குறைத்தது.

ஆனால், இந்த வெளியீட்டு விழா எங்களுக்குச் சொல்லும் சேதி இன்னும் குழப்பத்தைக் கொடுக்கிறது. 92 வகையான புது யூனிகோட் எழுத்துரு உபயோகத்துக்குத் தமிழ் பயனர்கள் ஆயத்தம் என்ற நம்பிக்கை கிடைக்கிறது. அதே சமயம் சொல்திருத்தியும் அகராதியும் இன்னும் பல எழுத்துருக்கள் தாப்பிலும் தாமிலும் வெளியானது அந்த நம்பிக்கையைப் பெரிதும் குலைக்கிறது. தமிழ்க் கணினித்துறை எங்கே செல்கிறது, யூனிகோட் இருக்கும் பக்கமா அல்லது அதற்கு எதிர்த்திசையிலா என்பது தெரியவில்லை.

ஒரு நல்ல பகல் வெளிச்சத்தில் கம்ப்யூட்டரின் முன்பக்கம் எது, பின்பக்கம் எது என்று கண்டுபிடிக்கும் திறமைக்கு மேலாக

என்னிடம் ஒன்றும் இல்லை. இந்தக் கட்டுரையை எழுதுவதற்காக உலகத்தின் பல பாகங்களில் வதியும் கணினி நிபுணர்களுடன் தொலைபேசியில் பேசினேன். சிலரை நேரில் சந்தித்தேன். இன்னும் சிலருடன் மின்னஞ்சலில் கருத்துகள் பரிமாறிக்கொண்டேன். இவர்கள் எல்லோருமே ஒருமுகமாகத் தமிழின் எதிர்காலம் யூனிகோட் குறியீட்டில்தான் தங்கியிருக்கிறது என்பதில் உறுதியாக இருந்தார்கள். ஒருவராவது யூனிகோட் தமிழுக்குச் சரிவராது என்று சொல்லவில்லை. கணிப்படம் போன்ற சில துறைகளில் இன்னும் கொஞ்சம் வேலை இருக்கிறது என்றார்கள். பழைய கம்ப்யூட்டரில் இருப்பவர்களைத் திடீரென்று புதிய கணினிகளுக்கு மாற்ற முடியாது என்றார்கள். உடனேயே அரசு யூனிகோட்டுக்கு மாற வேண்டும் என்றும் ஒருவரும் சொல்ல வில்லை. ஆனால், குறைந்தபட்சம் இன்ன தேதியில் இருந்து அரசு மாறும் என்று அறிவிக்க வேண்டும் என்று எதிர்பார்க்கிறார்கள். அப்பொழுது ஒரு நம்பிக்கை பிறக்கும். தமிழ் எங்கே போகிறது என்பதில் ஒருவருக்கும் சந்தேகம் இராது. அதற்கான முயற்சிகளில் பலரும், முக்கியமாக உலகமெங்கும் பரந்திருக்கும் தமிழ்க் கணினி ஆர்வலர்கள், ஊக்கமாக இறங்குவார்கள். சொந்த வீடு கிடைத்துவிட்ட பிறகு எவ்வளவு நாளைக்கு வாடகை வீட்டில் தமிழ் தங்கியிருக்கப் போகிறது.

என்னுடைய பொஸ்டன் நண்பர் ஒரு நாளைக்கு 20 சொற்கள் என்ற ரீதியில் இன்றைக்கும் எங்கோ அவுஸ்திரேலியாவின் ஒரு நகரத்தில் நடுநிசி தாண்டி வேலை செய்துகொண்டிருக்கலாம். அவருடைய கணினி அகராதி 2020ஆம் ஆண்டு வெளிவரலாம்; வராமலும் போகலாம். வந்தாலும் வராவிட்டாலும் அவருடைய பெயர் ஒரு ஜனாதிபதி விருதுக்கோ, சாகித்திய விருதுக்கோ, தமிழ்நாடு விருதுக்கோ இன்னும் வேறு வெளிநாட்டு விருதுக்கோ தமிழுக்குப் பெரும் தொண்டு ஆற்றியவர் என்ற வகையில் பரிந்துரை செய்யப்படப் போவதில்லை. நாவல், கவிதைகள், சிறுகதைகள், நாடகம், மொழிபெயர்ப்பு என்று பல துறைகளிலும் இன்று இலங்கையிலும் இந்தியாவிலும் இன்னும் வெளிநாடுகளிலும் பல விருதுகளும் பரிசுகளும் வழங்கப்படுகின்றன. தமிழைக் கணினித்துறையில் மேல் நகர்த்தியவர்களுக்கு ஏதாவது பரிசு உண்டா என்று பார்த்தால், கிடையாது.

தமிழின் எதிர்காலம் தன்னலம் பாராமல், தம் சொந்த நேரத்தைச் செலவுசெய்து, தமிழைக் கணினியில் ஏற்றப் பாடுபடும் நிபுணர்களின் கையில்தான் இன்றுள்ளது. ஆனால் எவ்வளவுதான் ஆய்வாளர்களும் ஆர்வலர்களும் பாடுபட்டாலும் ஏழுகோடி தமிழ் மக்களைக் கொண்ட மாநில அரசு ஆதரவு இல்லாமல் தமிழைக் கணினித்துறையில் முன்னெடுத்துச் செல்ல

முடியாது. பேராசிரியர் கா. சிவத்தம்பியின் வார்த்தைகளைக் கடன் வாங்கி 'தமிழின் மேன்மை அதன் தொன்மையில் இல்லை, தொடர்ச்சியில்' என்று சொல்லும்போதுதான் அந்த உண்மை தெரியவருகிறது. எனக்கு என்ன தோன்றுகிறதென்றால் எவ்வளவு சீக்கிரம் முடியுமோ அவ்வளவு சீக்கிரம் யூனிகோட் என்னும் கம்ப்யூட்டர் ரயிலில் தமிழ் ஏறி உட்கார்ந்துவிட வேண்டும். அல்லாவிடில் ஸ்டேசனில் தவறவிட்ட குழந்தைபோலத் தமிழ் நிற்கும்; ரயில் போய்க்கொண்டே இருக்கும்.

24

ரோறா போறா சமையல்காரன்

எனக்கு ஒரு சமையல்காரர் தேவை. அப்படி ஒருவர் கிடைத்தால் அவருடைய வேலை மிகவும் சுலபமானதாக இருக்கும் என்று என்னால் உத்தரவாதம் தர முடியும். அவர் சமைக்க வேண்டியது என் ஒருவனுக்கு மட்டுமே. அதுவும் காலை உணவை நானே தயாரிக்கும் வல்லமை பெற்றிருந்தேன். ரோஸ்டரில் அமத்தித் துள்ளிவிழும் ரொட்டியில் வெண்ணெய் தடவி உண்பதற்கு நான் சரியாக நாலு நிமிடம் எடுத்துக்கொள்வேன். மதிய உணவும் இரவு உணவும்தான் பிரச்சினை.

பாகிஸ்தானின் வடமேற்கு மூலையில் இருக்கும் பெஷாவாரில்தான் நான் அப்போது வசித்தேன். மனைவி வருவதற்கு ஆறுமாத கால அவகாசம் இருந்தது. அதற்கிடையில் நான் எப்படியும் ஒரு சமையல்காரரை ஏற்பாடு செய்தாக வேண்டும். இங்கே சமையல்காரர் தேவை என்று யாரும் விளம்பரம் செய்வதில்லை. வாய் வழியாக விசாரித்துத்தான் ஒருவரைப் பிடிக்க முடியும்.

பெஷாவார் வாழ்க்கையில் பல நூறு வருடங்களைப் பின்னோக்கித் தள்ளிவிட்டது போன்ற உணர்வே எனக்குத் தோன்றும். அதிகாலை நேரங்களில் குதிரைக் குளம்படிச் சத்தம் கேட்டுத்தான் எனக்கு விழிப்பு ஏற்படும். டக்குடக்கென்று இந்தக் குதிரைகள் நடந்து செல்லும்போது நான் ஐந்து நூற்றாண்டுகளைக் கற்பனையில் கடந்து விடுவேன். இன்னும் சில நேரங்களில் வேகமாக ஓடும்

குதிரையின் குளம்படிகள் என் சன்னலின் கீழ் கேட்கும். பக்கத்து நாட்டு அரசனிடம் இருந்து ஒரு தூதுவன் அவசர ஓலை கொண்டு வருகிறான் என்று எண்ணிக்கொள்வேன்.

மணநாளில் பெண் தன் கணவன் வீட்டுக்குப் பல்லக்கில் வந்து இறங்குவதையும் நான் மேல் மாடியில் நின்றவாறு பார்த்திருக்கிறேன். இனசனம் புடைசூழ, மங்கல வாத்தியங்கள் முழங்க, நாலு தடியான பேர் வழிகள் பல்லக்கைத் தூக்கி வருவார்கள். ஒரு வெள்ளையான கால் முதலில் வெளியே தெரியும். பிறகு சரிகை வைத்த முகத்திரை அணிந்த பெண் ஒருத்தி வெளிப்படுவாள். சிறு அசைவிலேயே அவள் பெரும் அழகி என்பது எனக்குத் தெரிந்துவிடும்.

காலை நேரங்களில் ரோடுகளில் அலுவலகப் போக்குவரத்து கனத்துவிடும். அப்பொழுதுகூட ஒற்றைக் குதிரை பூட்டிய தட்டை வண்டி ஆசனத்தில் நின்றுகொண்டு குதிரை ஓட்டும் வாலிபர்கள் பென்ஹர் படத்து ரதப் போட்டியை என் ஞாபகத்துக்குக் கொண்டு வருவார்கள். இன்னும் பலவிதமான புதிய மொடல் கார்களும் ஓட்டோக்களும் ஸ்கூட்டர்களும் வண்ணச் சித்திரங்கள் வரைந்த பஸ்களும் சைக்கிள்களுமாகச் சாலை நெருக்கியடிக்கும். ஷட்டில் கொக்கை கவிழ்த்து வைத்தது போல கறுப்பு பர்தா அணிந்த பெண்களும் வெள்ளை உடை ஆண்களும் நடைபாதையை நிறைப்பார்கள்.

பெரும் வசதிகள் கொண்ட நகரமாக பெஷாவார் இருந்தாலும் எனக்கு ஒரு சமையல்காரர் கிடைப்பது வரவரச் சிரமமாகிவிட்டது. அலுவலகத்திலும் பல பேரிடம் சொல்லி வைத்திருந்தேன். என் வீட்டு சொந்தக்காரரிடம் முறையிட்டபோது அவருடைய புத்திமதி ரஸ்யப்போரில் இடம்பெயர்ந்து வரும் ஆப்கானியர்களில் அருமையான சமையல்காரர்கள் இருப்பார்கள், அவர்களில் ஒருவரைப் பிடிக்க வேண்டும் என்பதாக இருந்தது.

ஒருநாள் காலை என் வீட்டு மாடியில் நின்று பார்த்தபோது சற்றுத் தூரத்தில் வெள்ளம் பாய்ந்துவந்த கால்வாயில் சிறுவர்கள் எருமைகளைக் கழுவிக்கொண்டிருந்தார்கள். ஒரு சிறுவன் பெரிய கறுத்த எருமை ஒன்றின் கழுத்தைக் கட்டிப்பிடித்தபடி தலைகீழாகத் தொங்க மற்றவர்கள் அவனையும் சேர்த்துக் குளிப்பாட்டினார்கள். இதைச் சற்றும் பொருட்படுத்தாமல் அதே நீரில் பெரிய அலகுகள் கொண்ட, உடல் சிறுத்த நீர்ப் பறவைகள் மேலே பறப்பதும் டைவ் அடித்துக் கீழே இறங்குவதுமாக இருந்தன.

அந்த நேரம் பார்த்து வீட்டு அழைப்பு மணி அடித்தது. வந்தது மும்தாஜ். (உங்களுக்கு மும்தாஜ் என்று ஒரு சினிமா

நடிகையைத்தான் தெரியும். ஆனால் பெஷவாரில் மும்தாஜ் என்பது ஆண் பெயர்). மும்தாஜ் என்னுடன் வேலை செய்பவன். அவன் உடல் அலுவலத்தில் இருந்தாலும் உள்ளம் ஆயிரம் அடி உயரத்தில் பறந்துகொண்டிருக்கும். இராசாளிகளைப் பிடித்து வருடாவருடம் வரும் அராபிய வணிகர்களிடம் விற்பதுதான் அவன் முக்கிய தொழில். கறுப்புத் தொப்பி போட்டுப் பழக்கிய ஒரு பெண் இராசாளியை விற்றால், அந்த லாபம் ஒரு வருடத்துச் சம்பளத்துக்கு ஈடாகிவிடும் என்று சொல்வான்.

மும்தாஜுக்குப் பக்கத்தில் ஒரு கிழவர் செங்குத்தாக நின்றுகொண்டிருந்தார். முரட்டுத் துணியில் செய்த சால்வார் கமிஸ் அணிந்து, அதனிலும் முரடான ஒரு சால்வையினால் போர்த்தி அதன் நுனியைப் பின்னால் எறிந்திருந்தார். கொய்யாப் பழம் பழுப்பதுபோல அவர் கண்கள் மஞ்சளாகிக்கொண்டு வந்தன. ஒரு சமையல்காரருக்கான தோற்றம் அவரிடம் இல்லை. என்னைக் கண்டதும் அவர் ஒரு பட்டாளக்காரனைப்போலக் காலை உதைத்து விறைப்பாக நின்று ஒரு சல்யூட் அடித்தார். அடித்துவிட்டுச் சிவத்த முரசு தெரியப் பளீரென்று சிரித்தார்.

நேர்முகக் கேள்விகள் ஆரம்பமாயின. பதில்கள் ஒரு வார்த்தை அல்லது இரண்டு வார்த்தைகளில் மட்டுமே அவரிடம் இருப்பில் இருந்த 15 ஆங்கில வார்த்தைகளில் பதில் சொல்லக்கூடிய கேள்விகளையே நான் கேட்க வேண்டும் என்று எதிர்பார்த்தார். அவருடைய கிராமம் ஆப்கானிஸ்தானிலுள்ள ரோறா போறா. பின்னொரு காலத்தில் இந்த ஊர் உலகப் புகழ் பெறும் என்பதோ, அமெரிக்க வல்லரசின் B 52 விமானங்கள் இந்தச் சிறு கிராமத்தின்மீது ஆயிரக்கணக்கான குண்டுகளை வீசி அதைத் தரைமட்டமாக்கும் என்பதோ அப்போது கிழவருக்குத் தெரியாது. நானும் யூகித்திருக்க வாய்ப்பில்லை. அவருடைய இரு மகன்களும் ரஷ்யப் போரில் இறந்துவிட்டனர். அவர் எஞ்சி இருக்கும் ஒரு மகளுடன் தங்குவதற்காக பெஷாவார் வந்திருந்தார்.

அப்பொழுதுதான் அவர் கொண்டுவந்திருந்த சாக்கு மூட்டையைப் பார்த்தேன். அதற்குள்ளிருந்து ஒரு வத்தகப் பழத்தை எடுத்து என்னிடம் கொடுத்து, அது தன்னுடைய தோட்டத்தில் விளைந்தது என்று சொன்னார். அது சாடையாக வெடித்து உள்ளே இருந்த சிவப்பு தெரிந்தது. பெஷாவாரில் இருந்து ரோறா போறா எண்பது மைல் தூரத்தில் இருந்தது. என் வீட்டிலிருந்து இரண்டே நிமிட நேர தூரத்தில் இருந்த சந்தையில் இந்தப் பழங்கள் மலைபோலக் குவிந்து, மலிவு விலைக்குக் கிடைத்தன. இந்த மனிதர் என்றால் தன் தோட்டத்தில் விளைந்த பழத்தை இத்தனை மைல் தூரம் சுமந்து வந்திருந்தார்.

'உங்களுக்கு என்ன சமைக்கத் தெரியும்?' என்று கேட்டேன். அதற்கு அவர் 'எல்லாம் தெரியும்' என்று பதில் கூறினார். அந்தப் பதிலின் நீளம் போதாது என்றோ என்னவோ அவர் சொல்லாமல் விட்ட மீதியைச் சிரிப்பாக வெளிப்படுத்தினார்.

மும்தாஜ் பல மொழிகளில் தேர்ச்சி பெற்றவன். கிழவருடைய சில வாசகங்களை எனக்கு மொழிபெயர்த்தான். திடீர்திடீர் என்று தன் பங்குக்கும் சில வேண்டுகோள்களை வைத்தான். ஒரு கட்டத்தில் எனக்கு எது மும்தாஜ் சொல்வது, எது கிழவர் சொல்வது என்று தெரியாமல்போய்க் குழப்பமானது. இந்தக் கிழவருக்கு நான் வேலை கொடுக்க வேண்டிய அவசியத்தையும் அவர் படும் துயரத்தையும் இன்னும் ரகஸ்யமான சில குடும்ப நிலவரங்களையும் பகிரங்கப்படுத்தினான். அந்த விவரங்களுக்கும் இந்தக் கிழவருடைய சமைக்கும் திறனுக்கும் என்ன தொடர்பு என்பதுதான் எனக்குத் தெரியவில்லை.

நேர்முகப் பரீட்சை முடிவுக்கு வந்தது. அவர் பதில்கள் சுருக்கமாக இருந்தன. சிரிப்புகள் நீளமானதாக அமைந்தன. நான் ஏதோ பட்டாளத்துக்கு ஆள் சேர்க்கிறேன் என்று அவரிடம் யாரோ தவறுதலாகச் சொன்னதுபோல அவர் இன்னும் விறைப்பாகவே என் முன்னால் நின்றார். அவருடைய சமைக்கும் திறன் பற்றிய என் அறிவு நேர்முகப் பரீட்சையின் ஆரம்பத்தில் இருந்ததுபோலவே அதன் முடிவிலும் இருந்தது. இன்னொரு முறை 'உங்களுக்கு என்ன சமைக்கத் தெரியும்?' என்று கேட்டேன். அவர் 'எல்லாம் தெரியும்' என்றார். இந்த வசனம் ஒன்றையே அவர் ரோறா போறாவில் இருந்து பயணம் செய்ய எடுத்துக் கொண்ட அத்தனை மணித்தியாலங்களிலும் மனனம் செய்திருந்தார்போலப் பட்டது.

என் மனம் இரண்டாகப் பிளந்து ஒரு பாதி மற்றொரு பாதியுடன் மோதிக்கொண்டது. என்னுடைய முகக் குறிப்பில் இருந்து காரியம் நல்லாகப் போகவில்லை என்பதைக் கிழவர் எப்படியோ ஊகித்துக்கொண்டார். இந்த விவகாரத்தை ஒரு சுபமான முடிவுக்குக் கொண்டுவருவதற்கான ஒரு யுக்தி திடீரென்று தோன்றி அவர் முகத்தில் ஓர் ஒளி அடித்தது. ஆறில் நின்ற கடிகாரமுள் சட்டென்று ஒன்பதுக்கு நகர்ந்ததுபோலக் கிழவர் விறைப்பாகப் பக்கவாட்டில் திரும்பினார். குனிந்து தன் கமிசின் ஓரத்தைப் பிடித்து உருட்டி உருட்டி வயிற்றுக்கு மேலே கொண்டுவந்து நிறுத்திவிட்டு, சால்வாருக்குள் கையை நுழைத்து எதையோ இழுத்து எடுத்தார். வியப்பின் அடுத்த நிலைக்குச் செல்ல நான் என்னைத் தயாராக்கிக்கொண்டேன். தண்ணீரிலும் வியர்வையிலும் இன்னும் வேறு திரவத்திலும் நனைந்து

விடாமல் பாதுகாப்பதற்காகக் கண்ணாடித்தாளில் சுற்றிவைத்த ஒரு கடித உறையைப் பத்திரமாக எடுத்து என்னிடம் தந்தார்.

அந்தக் கடிதம் மிகப் பழசாக இருந்தது. உறையைத் திறந்து கடிதத்தை மெதுவாக இழுத்தால் அது எட்டாக மடிக்கப்பட்டு எந்த நேரமும் தனித்தனியாகப் பிரிந்து பறந்துவிடும் ஆபத்தில் இருந்தது. மடிப்புகளை பக்குவமாக நீவி விரித்தேன். முழுக் கடிதமும் என் கையில் ஓர் உயிர்ப் பிராணிபோலத் துடித்தபடி கிடந்தது. தேதியைப் பார்த்தேன். நான் பிறந்த அதே வருடம். கிழவர் இளைஞனாக இருந்தபோது சேவை செய்த ஆங்கிலத் துரை எழுதியது. தன்னிடம் பணியாற்றிய ஒருவரின் விசுவாசத்திற்கும் திறமைக்கும் அத்தாட்சி தருவதற்காகப் பல ஆண்டுகளுக்கு முன்பு ஒரு வெள்ளைக்காரர் ரைப்ரைட்டர் முன் உட்கார்ந்து அச்சடித்த கடிதம். '*To whom it may concern*' என்று அது ஆரம்பித்தது.

'இதனால் சகலருக்கும் அறியத்தருவது,

இந்தக் கடிதத்தை நீங்கள் படிக்கிறீர்கள் என்றால் குலாம் முகம்மது நிஸாருதீன் உங்களிடம் வேலைக்கு விண்ணப்பித்திருக்கிறார் என்று அர்த்தம். இவர் என்னிடம் இரண்டு வருட காலம் சமையல்காரராக வேலை பார்த்தார். இவருக்குச் சமைக்கத் தெரியாது. மிகவும் நல்லவர். மற்ற என்ன வேலை கொடுத்தாலும் செய்வார் என்றே நினைக்கிறேன்.

வில்பிரெட் ஸ்மித் (ஒப்பம்)'

ரத்தினச் சுருக்கம் என்று சொல்வார்களே அப்படி இருந்தது. கடிதத்தை இருந்த மாதிரியே ஒடிந்துவிடாமல் மடித்து, கவருக்குள் வைத்து அவரிடம் நீட்டினேன். உலகத்தில் புழங்கும் அத்தனை மொழிகளிலும் ஒன்றைக்கூடப் படிப்பதற்கோ எழுதுவதற்கோ வேண்டிய திறமை பெற்றவர் அல்லர் கிழவர் என்பது பளிச்சென்று தெரிந்தது. அதில் என்ன எழுதியிருக்கிறது என்று அறியச் சிறு முயற்சிகூட எடுக்காமல் இத்தனை வருடங்களாகப் பாதுகாத்து வந்த கடிதத்தை, வலக்கையின் கீழ் இடதுகையைப் பொருத்தியபடி திரும்பவும் பெற்றுக்கொண்டார். பெரும் எதிர்பார்ப்போடு என் முகத்தை நோக்கினார். இருபது செக்கண்டுகளுக்குள் வேலையைத் தனக்கென்று எடுத்துக் கொள்ளும் உத்தேசம் அவர் கண்களில் தெரிந்தது. முகத்தில் வென்றுவிட்ட மகிழ்ச்சி. வாயின் அகலத்தை இரண்டு இன்ச் அதிகமாக்கிச் சிரித்தார். அவர் சுமந்துவந்த வத்தகப் பழம் வெடித்ததுபோல அந்தச் சிரிப்பு சிவப்பாக இருந்தது.

25

கூஸ்பெர்ரிஸ்

ஏறக்குறைய இருபது வருடங்களுக்கு முன்னர் நான் அந்தக் கதையைப் படித்தேன். அண்டன் செக்கோவ் எத்தனையோ சிறுகதைகள் எழுதினார். அதில் ஒன்றுதான் அவருடைய '*Gooseberries*'. நல்ல சிறுகதை. ஆனால் ஆகச் சிறந்தது எனச் சொல்ல முடியாது. சமீபத்தில் நண்பர் ஒருவர் அமெரிக்காவிலிருந்து தொலைபேசியில் அழைத்து அந்தச் சிறுகதை பற்றிப் பேசினார். அதை இன்னொருமுறை திரும்பவும் படிக்கச் சொன்னபடியால் படிக்க நேர்ந்தது. நண்பர் சொன்னது சரி. சில விமர்சகர்கள் கூறியதும் உண்மைதான். இதுதான் செக்கோவ் எழுதியவற்றில் ஆகச் சிறந்த சிறுகதை என்று எனக்கு இப்போது தோன்றுகிறது.

நான் கனடா வந்து இத்தனை வருடங்களாகி விட்டன. இன்றுவரை செக்கோவ் குறிப்பிட்ட கூஸ்பெர்ரி பழத்தைச் சாப்பிட்டது கிடையாது. நான் வழக்கமாகப் போகும் சூப்பர்மார்க்கெட்டில் பழங்கள் அடுக்கிவைத்திருக்கும் பகுதியில் தேடினேன். இந்தப் பழம் எப்படி தோற்றமளிக்கும் என்பதுகூட எனக்குத் தெரியாது. பழம் கிடைக்கவில்லை. பலநாள் தேடிய பின்னர் மானேஜரிடம் சென்று 'உங்கள் பழப்பிரிவில் கிரான்பெர்ரி, ஸ்ட்ரோபெர்ரி, புளூபெர்ரி, ராஸ்ப்பெர்ரி எல்லாம் கிடைக்கிறது. ஆனால் கூஸ்பெர்ரி கிடைப்பதில்லையே. ஏன், ஒருவரும் அதை இங்கே சாப்பிடுவதில்லையா?' என்றேன்.

மானேஜர் என்னை விநோதமாகப் பார்த்தார். 'வருடத்தில் இரண்டு மாதங்கள்தான் கனடாவில் கூஸ்பெர்ரி கிடைக்கும். அதுவும் சிலநாட்கள் மட்டுமே. அதிகம் பேர் சாப்பிடுவதில்லை என்பதால் நாங்கள் பெரிய சிரமமெடுப்பதில்லை. ஏப்ரல், மே மாதங்களில் சிலவேளைகளில் கிடைக்கலாம்' என்றார். ஏப்ரல் மாதம் பிறந்தவுடனேயே இதே வேலையாகத் தினம்தினம் போய் கூஸ்பெர்ரி வந்துவிட்டதா என்று கேட்டுத் தொந்தரவு செய்யத் தொடங்கினேன். அவரும் இல்லை இல்லை என்று சொல்லி அலுத்துவிட்டார். நான் கிட்டத்தட்ட தேடுதலைக் கைவிட்ட சமயம் ஒருநாள் வழக்கம்போல சூப்பமார்க்கெட்டின் உள்ளே நுழைந்ததும் மானேஜர் கைகளை உயரத் தூக்கி அசைத்து என்னை அழைத்துப் பழங்கள் வந்துவிட்டன என்று சத்தமாகச் சொன்னார். நிறையப் பழவகைகள் அங்கே இருந்தன. ஆனால் நான் தேடுவது எப்படி இருக்கும் என எனக்குத் தெரியவில்லை. நான் கற்பனை செய்துவைத்த பழம்போலவே அது இல்லை. ஒரு றம்புட்டான் பழ சைஸில், சருகுபோன்ற பச்சைநிறக் கோதுடன் காட்சியளித்தது. வீடு வந்து கோதை உரித்தபோது உள்ளே பழம் சிவப்பாக உருண்டையாக இருந்தது. வாயிலே போட்டதும் விதை இல்லாத பழம் என்பதினால் உடனேயே கரைந்தது. ஆகவே விதையைத் துப்பும் சங்கடம் இல்லை. கடித்தவுடன் முதலில் புளிப்புச் சுவைதான் தெரிந்தது. வாயில் கரையும்போது இனிப்பு தூக்கலாகி விழுங்கும்போது மெல்லிய கைச்சல் சேர்ந்தது. மூன்று சுவையும் கொண்டது, அதுதான் அதன் பிரத்தியேகக் குணம் என்று நினைக்கிறேன்.

சமீபத்தில் உலகத்தின் பல பாகங்களிலுமிருந்து 25 புத்தி ஜீவிகள் கலந்துகொண்ட கருத்தரங்கு ஒன்றை அமெரிக்காவின் அஸ்பென் நிறுவனம் ஏற்பாடு செய்திருந்தது. 1949இல் ஆரம்பிக்கப்பட்ட அஸ்பென் நிறுவனத்தின் தலைமையகம் அமெரிக்காவின் வாசிங்டன் நகரில் உள்ளது. உத்தமமான மானுட சமுதாயத்தை உருவாக்கும் நோக்கோடு தனிமனிதத் தலைமைத்துவ ஆற்றலை வளர்ப்பதற்காகத் தொடங்கப்பட்ட நிறுவனம் அது. அங்கே அண்டன் செக்கோவ் எழுதிய 'Gooseberries' சிறுகதை விவாதத்திற்கு எடுக்கப்பட்டது என்பது செய்தி. அந்தச் சிறுகதையின் சுருக்கம் இதுதான்:

இவானும் அவருடைய நண்பனும் ஒரு பண்ணை முதலாளியின் வீட்டில் இரவைக் கழிக்கிறார்கள். அப்பொழுது இவான் தன்னுடைய தம்பியின் கதையைச் சொல்ல ஆரம்பிக்கிறார். மற்ற இருவரும் கேட்கிறார்கள்.

'நாங்கள் குடியானவர்கள், ஏழைகள். நானும் தம்பியும் சிறுவர்களாக இருந்தபோது பண்ணைச் சூழ்நிலையிலேயே

வளர்ந்தோம். என் தம்பி தன்னுடைய 19வது வயதில் அரசாங்கத்தில் ஒரு சின்ன வேலையில் சேர்ந்தான். தம்பி வேலையை வெறுத்தான். ஒரு பணக்காரப் பண்ணை வாழ்வுக்குத் திரும்பிவிட வேண்டும் என்பதுதான் அவன் லட்சியம். பண்ணை வாங்குவதற்காகச் சிறிதுசிறிதாகக் காசு மிச்சம்பிடித்தான். பிச்சைக்காரன்போல உடையணிந்தான். பாதி வயிறு சாப்பிட்டான். பண்ணை வீடு வாங்குவதுதான் கனவு. நான் சில வேளைகளில் பணம் கொடுப்பேன். அவன் அதையும் சேமிப்பு வங்கியில் போட்டு விடுவான். எந்த நேரம் அவனிடம் பேசினாலும் பண்ணைவீடு வாங்க வேண்டும்; அதில் ஒரு குளம் இருக்கும்; வாத்து நீந்தும்; கூஸ்பெர்ரி தோட்டத்தில் நிறைய பழங்கள் தொங்கும் என்பான்.

என் தம்பிக்கு 40 வயது ஆனபோது பேப்பர்களில் விளம்பரங்களைப் படிக்கத் தொடங்கினான். ஓர் அழகில்லாத வயதான பணக்கார விதவையை மணந்தான். அவளை அரைப்பட்டினி போட்டுக் கொன்றுவிட்டான். அவள் சொத்தும் இவனுக்குச் சேர்ந்தது. ஐந்து வருடம் தேடி இறுதியில் 300 ஏக்கர் பண்ணை வீட்டை என் தம்பி வாங்கினான். அவன் நினைத்ததுபோல வாத்து நீந்தும் குளம் இல்லை, கூஸ்பெர்ரி தோட்டம் இல்லை. ஆனால் ஆறு இருந்தது. என் தம்பி தயங்காமல் கூஸ்பெர்ரி தோட்டம் ஒன்றை உண்டாக்கினான்.

கடந்த வருடம் நான் என் தம்பியைப் பார்க்கப் போனேன். நான் போனபோது அவன் பின் மதியத் தூக்கத்தில் கிடந்தான். அவன் படுக்கையறைக்குப் போனேன். முழங்கால்வரை கம்பளியால் போர்த்தியபடி நித்திரையில் ஆழ்ந்துபோய்க் கிடந்த அவனைக் கண்ணுற்றேன். கொழுத்துப்போய், கன்னங்களில் தசைகள் இழுபட, உதடுகள் தொங்க, ஏறக்குறைய கிழப்பருவம் எய்தியிருந்தான். தான் மிகவும் மகிழ்ச்சியாயிருப்பதாகச் சொன்னான். அவனைச் சுற்றியுள்ளவர்கள் அவனை 'மேன்மை தங்கிய கனவானே' என்று அழைத்தார்கள். அவன் அதைப் பெரிதும் விரும்பினான். அந்தப் பிராந்தியத்தில் அவன் அரசன்தான். அவனுடைய பிறந்த நாளின் போது அரைவாளி வொட்கா மதுவைக் கிராமத்தினருக்கு இலவசமாக அளித்தான். அது பெரிய கொண்டாட்டம். அவன் அரசாங்க உத்தியோகத்திலிருந்த போது ஓர் அபிப்பிராயம் சொல்ல நடுங்குவான். இப்பொழுது நிறைய அபிப்பிராயங்கள் அவனிடம் இருந்தன.

என்னுடைய மக்கள் என்னை நேசிக்கிறார்கள் என்றான். என் விரல் அசைந்தால் என் விருப்பம் நிறைவேறும் என்று பெருமைப்பட்டான். அன்று மாலை சிற்றுண்டி வழங்கியபோது சமையல்காரி தோட்டத்தில் முதன்முதலாகப் பழுத்த கூஸ்பெர்ரி

பழங்களையும் பரிமாறினாள். என் தம்பி அவற்றை இரண்டு முழு நிமிடங்கள் உற்றுப் பார்த்தான். கண்களில் நீர் துளிர்த்தது. அவனால் பேச முடியவில்லை. பழங்களை வாயில் போட்டால் ஒரே புளிப்பு. ஆனால் தம்பி 'ஆஹா என்ன ருசி' என்று சொல்லி சாப்பிட்டான். இரவிரவாகத் தூங்காமல் படுக்கையிலிருந்து நடந்து நடந்து மேசைக்கு வந்து பழங்களை எடுத்துத் தின்றபடியே இருந்தான்.'

தன் தம்பியின் கதையை இப்படி இவான் சொல்லி முடித்தார். நண்பனும் பண்ணை முதலாளியும் கதையை முழுவதுமாகக் கேட்டனர். இவான் தொடர்ந்தார்: 'என்னுடைய தம்பியின் வாழ்க்கையில் சோம்பேறித்தனமும் அகந்தையும் இருந்தது. அந்த ஏழைக் குடியானவர்களின் அறியாமையையும் விலங்குகள் போன்ற கேவலமான வாழ்க்கையையும் என்னால் மறக்க முடியவில்லை. அவர்கள் ஒரே வாழ்க்கையைத் தலைமுறை தலைமுறையாக வாழ்கிறார்கள். அவர்கள் வாழ்நாளைக் குடியில் கழிக்கிறார்கள்; குழந்தைகள் பசியில் இறக்கிறார்கள். ஒரு மனிதன் சந்தோசமாய் இருந்தான் என்றால் அதன் காரணம் அது இல்லாதவர்கள் மௌனமாக இருப்பதுதான். ஏழைகள் காத்திருக்க வேண்டும். காலம் கனியும் என்று நான் சொல்வதுண்டு. ஆனால் ஏன் அவர்கள் காத்திருக்க வேண்டும்? இப்பொழுதெல்லாம் எனக்கு செல்வந்தர் வீட்டு யன்னல்களைப் பார்க்கும்போது எரிச்சல் வருகிறது. அவர்கள் உணவு மேசையைச் சுற்றி அமர்ந்து மகிழ்ச்சியாக உணவு உண்கிறார்கள். அதைக் காண வெறுப்பு மேலிடுகிறது.

'நான் மட்டும் இளைஞனாக இருந்தால்... நான் மட்டும் இளைஞனாக இருந்தால்' என இவான் பிதற்றினார். பின்னர் எழுந்துநின்று தன் நண்பனையும் பண்ணை முதலாளியையும் பார்த்துச் சொன்னார். 'நீ செல்வந்தனாக, இளவயதினனாக இருக்கும்போதே நல்லது செய்யத் தவறாதே. இங்கே ஒரு சொட்டு நன்மை, அங்கே ஒரு சொட்டு உதவி அல்ல. ஏதாவது பெரிதாகச் செய். மிகப்பெரிதாக.'

மூன்று பேரும் திடீரென்று மௌனமாகித் தங்கள் படுக்கைகளுக்குப் போனார்கள். பண்ணை முதலாளி கீழ்ப் படுக்கையறையில் படுத்துக்கொண்டார். நண்பர்கள் இருவரும் மேல் மாடியில் தங்கள் தங்கள் அறைகளில் படுத்தார்கள். இவான் போர்வையை இழுத்துமூடித் தூங்கினார். அவருடைய சுங்கானில் இருந்து கிளம்பிய புகை மணம் அடுத்த அறையில் படுத்திருந்த அவருடைய நண்பனைத் தொந்தரவு செய்தது. இந்த மணம் எங்கேயிருந்து வருகிறது எனத் தெரியாமல் தூங்காமல் வெகு நேரம் உழன்றான் நண்பன்.

கடந்த பிப்ரவரி மாதம் ஜோர்டன் நாட்டில் மடபா நகரில் நடந்த கருத்தரங்கில் இந்தக் கதையை விவாதத்துக்கு எடுத்துக்கொண்டார்கள். அதை 25 புத்திஜீவிகள் அரைநாளாக விவாதித்தார்கள். அவர்கள் முடிவு என்னவென்று கேட்டேன். 'உலகத்திலே ஏழ்மையை ஒழிக்க முடியாது. ஏழைகள் இருக்கும் சமுதாயத்தில் செல்வந்தர்களும் இருப்பார்கள். அவர்கள் கடமை ஏழைகளின் நிலையை உயர்த்துவது. ஆனால் சின்னச் சின்ன உதவிகளால் பிரயோசனம் இல்லை; பெரிதாக ஏதாவது செய்ய வேண்டும். ஈகைக்கு வயது தடை யில்லை. இளமையிலும் உதவலாம். முதுமையிலும் உதவலாம்.'

விவாதம் நடந்தபோது வேறொருவரும் நினைக்காத ஒன்றை ஒருவர் கூறினார். சிறுகதையின் கடைசி வசனம், இவானின் சுங்கானில் இருந்து கிளம்பிய புகை நண்பனின் அறையை அடைந்து அவனைத் தொந்தரவு செய்தது. அவனால் தூங்க முடியவில்லை. ஆனால் எங்கேயிருந்து இந்த மணம் வந்தது என்று அவனுக்குத் தெரியவில்லை. ஒருவருடைய இன்பம் மற்றவருக்குத் துன்பம். அது எங்கிருந்து வருகிறது என்பது தெரியாததுதான் ஆகப்பெரிய அவலம். இதைத்தான் பாரதியார் 'கஞ்சி குடிப்பதற்கிலார். அதன் காரணங்கள் இவையெனும் அறிவுமிலார்' என்று சொன்னார்.

செக்கோவினுடையது ஐந்து பக்கச் சிறுகதை. அதில் ஒரு பக்கம் முழுக்க உபதேசம். ஆனால் உபதேசம் என்று தெரியாதபடி சாமர்த்தியமாகப் புனைவுடன் பின்னியிருப்பார். செக்கோவும் ரோல்ஸ்ரோயும் நண்பர்கள். ரோல்ஸ்ரோய் செக்கோவிலும் பார்க்க 32 வயது மூத்தவர். அவர்கள் அடிக்கடி சந்தித்துக் கொள்வதுண்டு. செக்கோவ் மரணப்படுக்கையில் கிடந்தபோது ரோல்ஸ்ரோய் சென்று அவரைப் பார்த்திருக்கிறார். செக்கோவின் எழுத்தை அவ்வப்போது அன்புடன் கடிந்துகொள்வார். உன்னுடைய பாத்திரங்கள் இங்கேயிருந்து அங்கேயும், அங்கே யிருந்து இங்கேயும் நகர்ந்தபடியே இருக்கிறார்கள். அவர்கள் உன்னை எங்கே அழைத்துச் செல்கிறார்கள் என்பதல்லவா முக்கியம். இப்படியெல்லாம் சொல்வார். ரோல்ஸ்ரோய் எழுத்தாளனுடைய படைப்பில் அறம் இருக்க வேண்டும் என்பதை வலியுறுத்தியவர். செக்கோவினுடைய ஆரம்பகாலக் கதைகளில் அற விசாரம் கிடையாது; அதில் அவருக்கு நம்பிக்கை யும் இல்லை. செக்கோவ் இறப்பதற்கு ஆறு வருடங்களுக்கு முன்னர் இந்தக் கதையை எழுதினார். ரோல்ஸ்ரோயுடைய தாக்கத்தில் பிறந்தது இந்தக் கதை என்பதைப் பலரும் ஏற்றுக் கொண்டிருக்கிறார்கள்.

‘தேவைக்கு அதிகமாக உன்னிடம் இருந்தால் அது மற்றவர்களிடம் இருந்து திருடியது.’ இதைத்தான் ரோல்ஸ்ரோய் சொன்னார். மகாத்மா காந்தியும் அதையே சொன்னார். ஒரு நல்ல சிறுகதை வாசிக்கவாசிக்கப் புதிய பொருள் கொடுக்க வேண்டும். மனதிலே வாழ்க்கை பற்றிய விசாரணையை எழுப்பியபடியே இருக்க வேண்டும். ஆவி படிந்த கண்ணாடியைத் துடைத்து விட்டதுபோல ஒரு சிறுகதையைப் படித்து முடித்ததும் மனது துலக்கமாக வேண்டும். அதை இந்தச் சிறுகதை செய்கிறது.

நான் கூஸ்பெர்ரி வாங்கிய அன்று காசாளரிடம் பணம் கட்டியது நினைவுக்கு வந்தது. எனக்குத் தெரிந்த அந்தப் பெண் தன் மகனுடன் தனியே வாழ்ந்தார். புருசன் விட்டுவிட்டுப் போய்விட்டதால் வீட்டிலே கஷ்டமான சூழ்நிலை. நான் வரிசையில் நின்று என்னுடைய முறை வந்ததும் வண்டியில் உள்ள சாமான்களை ஒவ்வொன்றாக எடுத்து ஓடும் பெல்ட்டில் வைத்தேன் காசாளர் மந்திரக் கோடுகளை மெசினில் காட்டி விலையைப் பதிந்துகொண்டு வந்தவர் கூஸ்பெர்ரியைத் தூக்கிக் கண்ணுக்கும் கிட்டவாகப் பிடித்து ‘இது என்ன பழம்?’ என்று கேட்டார். ‘உங்களுக்குத் தெரியாதா? எத்தனை வருடங்களாக இங்கேவேலைசெய்கிறீர்கள்?’ என்றேன். ‘பதினைந்து வருடங்களாக’ என்றவர் ‘இந்தப் பழங்கள் வருடத்தில் சில நாட்களே இங்கு விற்பனைக்கு வரும். வாங்குபவர்களும் குறைவு’ என்று முடித்தார்.

‘நீங்கள் இந்தப் பழத்தைச் சாப்பிட்டிருப்பீர்களே’ என்றேன். ‘இல்லை, அது எப்படி இருக்கும்?’ என்றார். நான் ‘தெரியாது. இன்றுதான் வாங்கிப் போகிறேன். பல நாட்களாக மானேஜரிடம் பழம் வந்துவிட்டதா என்று நச்சரித்துக்கொண்டே இருந்தேன். வீட்டுக்குப் போய்த்தான் ருசித்துப்பார்க்க வேண்டும்’ என்றேன். ‘ஏன், இதில் என்ன விசேஷம்? ஏதாவது வியாதியைக் குணப்படுத்துமா?’ என்று கேட்டார். நான் ‘அப்படி ஒன்றுமில்லை. இந்தப் பழத்தைப் பற்றி 20 வருடங்களுக்கு முன்னர் ஒரு சிறுகதை யில் படித்திருக்கிறேன். சுவை எப்படியிருக்கும் என்று அறிய ஓர் ஆசை. அவ்வளவுதான்’ என்றேன்.

‘சரி, இங்கே வேலை செய்துகொண்டு இந்தப் பழத்தைச் சாப்பிடாமல் இருப்பது எப்படி? இன்றே நானும் கொஞ்சம் பழங்கள் வாங்கிப் போவேன்’ என்று சொல்லிவிட்டு விலைப் பட்டியலில் அதன் விலையைப் படித்தார். நான் கடன் அட்டையைக் கொடுத்துக் காசைக் கட்டிவிட்டு வண்டியைத் தள்ளிக் கொண்டு வெளியே போவதற்குத் தயாராக இருந்தேன். காசாளர் மெசினிலிருந்து எனக்குத் தரவேண்டிய சாமானின் பட்டியலைக் கிழித்துத் தந்தார். பின்னர் ‘நான் இங்கே மேலும்

பத்து வருடங்கள் வேலை பார்த்தாலும் என் சம்பளப் பணத்தில் இந்தப் பழத்தை வாங்கித் தின்பதற்குக் கட்டுப்படியாகாது' என்றார்.

'இதைத்தான் செக்கோவ் 110 வருடங்களுக்கு முன்னர் எழுதிவைத்தார்' என்று சொல்லிவிட்டு வண்டியைத் தள்ளிக் கொண்டு தானாகத் திறக்கும் கதவை நோக்கி நகர்ந்தேன். நான் ஏதோ உக்கிரேனியன் மொழி பேசியதுபோல ஒன்றும் புரியாமல் திகைத்துப் போய் என்னையே பார்த்துக்கொண்டு நின்றார் அந்தப் பெண்மணி.

26

பூமியின் பாதி வயது

இந்தமுறை புது வருடம் பிறந்தபோது வழக்கமான தொலைபேசி வாழ்த்துக்களும் வாழ்த்து அட்டைகளும் வந்தன. பலர் மின்னஞ்சல் வாழ்த்துத் தெரிவித்திருந்தனர். அதிலே ஆறுமாத காலமாக வேலை தேடிக்கொண்டிருக்கும் ஓர் இளம் நண்பர் விநோதமான வாழ்த்து ஒன்று அனுப்பியிருந்தார்.

இந்தப் புதுவருடத்தில்

உங்கள் முடி உதிராமல் இருக்கட்டும்,
உங்கள் பங்குச்சந்தை விலை இறங்காமல் இருக்கட்டும்,
உங்கள் வீட்டுக் கடன் வட்டி உயராமல் இருக்கட்டும்,
உங்கள் பயோடேட்டா நீளம் குறையாமல் இருக்கட்டும்.

அவருடைய கடைசி வசனம் எனக்குச் சிரிப்பை வரவழைத்தது. தமிழருக்கும் பயோடேட்டாவுக்கும் ஒத்துவராது. அது இன்று தொடங்கிய சமாச்சாரம் அல்ல. 'அடக்கம் அமரருள் உய்க்கும் அடங்காமை ஆரிருள் உய்த்துவிடும்' என்று வள்ளுவர் பாடி வைத்தபோதே ஆரம்பமாகிவிட்டது. குண்டூசிக்குக்கூட விளம்பரம் செய்ய வேண்டிய காலம் இது. அப்படியிருக்க வேலை தேடும்போது தன்னைத்தானே விளம்பரம் செய்யவேண்டியது

அவசியம். அந்த இளம் நண்பருடைய தகைமைகள் மதிப்பானவை. ஆனால் அவருடைய அடக்கமான குணத்தினால் அவர் எழுதும் சுயவிபரக் குறிப்பில் போதிய பலம் இருக்காது. அதனால் அவருக்கு வேலை கிடைப்பதும் தள்ளிப் போய்க்கொண்டே இருக்கிறது.

கம்பரை எடுத்துக்கொள்வோம். பத்தாயிரம் பாடல்கள் பாடியவர். உலகக் கவிகளில் ஒருவர். அவர் எப்படி ராமாயணத்தை ஆரம்பிக்கிறார். ஓயாமல் சத்தம் போடும் பெரிய பாற்கடலை ஒரு பூனையானது முழுவதையும் நக்கிக் குடித்துவிட முயல்வது போல நானும் ராமாயணத்தைச் சொல்ல ஆசைப்படுகிறேன் என்று தொடங்குகிறார். எத்தனை பெரிய கவி, ஆனாலும் எவ்வளவு அடக்கம். இவர் குலோத்துங்கச் சோழனிடம் வேலை கேட்டு எப்படி விண்ணப்பித்திருப்பார்? தெரியவில்லை. ஆனால், இன்று கம்பர் இருந்து அவர் ஒரு வேலைக்கு விண்ணப்பம் எழுதினால் அவருக்கு மலிவுப் பதிப்பு நாவல் வெளியிடும் அச்சகத்தில் மெய்ப்புப் பார்க்கும் வேலைகூடக் கிடைக்குமா என்பது சந்தேகம்தான்.

எனக்குப் பிடித்த கவி காளமேகம். அடக்கம் என்ற நோய்க்கு ஆள்படாதவர். ஒரு சுயவிபரக் குறிப்பு எழுதுவது எப்படி என்று அவரிடம்தான் கற்க வேண்டும். தன்னை விளம்பரம் செய்ய அவர் தயங்கியதே கிடையாது. ஆசு, மதுரம், சித்திரம், வித்தாரம் என்ற நால்வகைக் கவிகளையும் கரைகண்ட அதிமதுரக் கவிராயர் 'நீவிர் யாவரோ?' என்று கேட்க காளமேகம், "தூது அஞ்சு நாழிகை/ சொற்சந்த மாலை ஆறு நாழிகை அந்தாதி ஏழு நாழிகை கோவை பத்து நாழிகை பரணிபாட நாள் முழுதும் பாரகாவியமோ ஓரிரு தினத்திலே பாடும் வல்லமை படைத்த நான் திருமலைராயன் முன்னே/திருட்டுக் கவிராயரைப் பிடித்துக் காதறுத்து வெற்றிக் கொடி நாட்டும் காளமேகம்' என்று இறுமாப்பாகப் பதில் கூறுகிறார்.

இந்த நூற்றாண்டிலே சுயவிபரக்குறிப்பு எழுதி பிழைக்கக் கூடிய ஒரேயொரு கவி காளமேகம்தான். பாரதி புதுவையில் இருந்து திரும்பிவந்த பிறகு மறுபடியும் எட்டயபுரம் ராஜாவிடம் வேலைக்கு மனுப்போட்டிருக்கிறார். அப்பொழுதே பாரதி பெரிய கவி. பாஞ்சாலி சபதம், கண்ணன் பாட்டு, குயில் பாட்டு என்று இன்னும் நூற்றுக்கணக்கான பாடல்கள் எழுதிவிட்டார். இதுதவிர எண்ணிறந்த கட்டுரைகள், மொழிபெயர்ப்புகள். பாரம்பரியமான தமிழ்ப் பண்பாட்டின்படி அவருடைய சுயவிபரக்குறிப்பு வெகு அடக்கமானதாகவே இருந்திருக்கும். அவர் விண்ணப்பித்த வேலை கிடைக்காமலே மூன்று வருடத்தில் அவர் இறந்துபோவார்.

மேல்நாடுகளில் சுயவிபரக்குறிப்புகள் எழுதுவதற்குத் தனி கம்பனிகள் இருக்கின்றன. என்னுடைய நண்பன் ஒருவனுக்கு எவ்வளவு தேடியும் வேலை கிடைக்கவில்லை. அவனுடைய படிப்பு தகைமைகள், அனுபவம் எல்லாவற்றையும் ஒரு கடித உறையின் பின்பக்கத்தில் எழுதிமுடித்துவிடலாம். அரைப் பக்கம்கூடத் தேறாது. அவன் என்ன செய்வான்? ஒரு 65 டொலர் காசு கொடுத்து தன் சுயவிபரத்தை ஒரு கம்பனியைக் கொண்டு தயாரித்தான். அவர்கள் 'வானை வளைப்பேன், வில்லை உடைப்பேன், வற்றாத சமுத்திரத்தை உருட்டிக் குடிப்பேன்' என்ற வகையாகப் பீற்றி அவனுடைய விண்ணப்பக் கடிதத்தை 18 அங்குல நீளத்துக்கு நீட்டிவிட்டார்கள். படித்துப் பார்த்தபோது அவனுக்கே அது தன்னுடைய சுயவிபரம் என்பது புலப்பட வில்லை. ஆனால், அவனை நேர்முகம் கண்ட கம்பனி நிர்வாகிக்கு அவனைப் பிடித்துக்கொண்டது. வேலையும் கிடைத்தது.

ஆனால், அதற்காக அளவு மீறிப் புளுகக் கூடாது. எதற்கும் ஓர் எல்லையுண்டு. சுப்ரதீபக் கவிராயர் என்று ஒருவர் இருந்தார். இவர்தான் கூளப்பநாயக்கன் காதலைப் பாடியவர். மனுசன் புளுகத் தொடங்கினால் அதற்கு ஒரு வரையறை கிடையாது. அவர் கூளப்ப நாயக்கனுடைய சுயவிபரக்குறிப்பைத் தருகிறார், எவ்வளவு புளுகு என்பதை நீங்களும் உங்களுடைய ஐந்து வயதுப் பிள்ளையும் ஒரே சமயத்தில் கண்டுபிடித்துவிடலாம். கூளப்ப நாயக்கன் ஒரு சிற்றரசன். அவன் நடந்துபோனால் ஓர் இலையான்கூடத் திரும்பிப் பார்க்காது. ஒரு சாம்ராஜ்ஜியத்தின் பேரரசரைப் பாடுவதுபோலக் கவிராயர் அவரை உச்சியில் வைத்துக் கொண்டாடுவார்.

அவன் பல்லக்கில் ஏறி அமர முன்னரே அவன் படைகள் போய் எதிரிகளை விழுத்தித் திரும்பிவந்துவிடும்.

அவன் அரண்மனையில் பொன்னும் வச்சிரமும் மின்னும். முன் கதவு பொன்னாலும் பின் கதவு முத்துக்களாலும் நிறைந்திருக்கும்.

சிங்கள ராசாக்கள் கப்பம் கட்ட வாயிலில் நிற்பார்கள். சீனர்கள் திறையுடன் காத்திருப்பார்கள்.

யானைக்குட்டிகள் அரண்மனை முகப்பில் ஓடிப்பிடித்து விளையாடும். அசோகச் சக்கரவர்த்தியே வெட்கும்படியாக கவிராயர் அவரைப் புகழ்ந்து தள்ளிவிடுகிறார்.

அரை உண்மை என்று ஒன்றிருக்கிறது. சுயவிபரக் குறிப்புகள் எழுதும்போது அரை உண்மைகள் மிக முக்கியம். உதாரணமாக கனடாவின் CN கோபுரத்தைக் கட்டும்போது

அதில் செங்கல் எடுத்துக்கொடுக்கும் வேலையாளராக நீங்கள் வேலை செய்திருக்கலாம். அதை நீங்கள் இப்படி எழுத வேண்டும். 'ஒன்ராறியோ வாவியின் வடக்குக் கரையோரத்தில் உள்ள உலகத்தின் மிக உயர்ந்த கட்டடமாகிய சிழி கோபுர நிர்மாணக் குழுவில் முக்கிய அனுசரணையாளராக இருந்தேன்.' இதுதான் எழுதும் முறை. சூக்குமம். இது தெரியாதவர்களுக்குத் தகைமைகள் எவ்வளவு இருந்தாலும் வேலை கிடைப்பது கஷ்டம்தான்.

சமீபத்தில் ஒரு புத்தகம் படித்தேன். அதில் புகழ்பெற்ற சில கலைஞர்கள் அவர்கள் காலத்தில் எப்படி வேலை கேட்டு விண்ணப்பித்தார்கள் என்ற தகவலைக் கூறி அவர்களுடைய அசல் விண்ணப்பக் கடிதங்களையும் கொடுத்திருந்தார்கள். அதிலே முக்கியமான இரண்டு விண்ணப்பச் சுருக்கங்களைக் கீழே தருகிறேன்.

Franz Schubert என்பவர் சிறந்த இசைமேதை. 18ஆம் நூற்றாண்டில் வியன்னா நகரத்தில் வாழ்ந்தவர். மேற்கத்திய இசையின் போக்கை திசை திருப்பியவர் என்று இவரைப் புகழ்வார்கள். இசைநாடகம், இசைக்கோவை அத்துடன் 600க்கும் மேற்பட்ட பாடல்களைப் படைத்தவர். இவருடைய சில படைப்புகள் போல இதற்கு முன்னும் இல்லை பின்னும் இல்லை என்று சொல்வார்கள். பிறந்தநாள் முதல் வறுமையில் உழன்ற இவர் பேரரசர் இரண்டாம் ஃபிரான்ஸிசிடம் வேலை கேட்டு இப்படி விண்ணப்பித்தார்:

மாட்சிமை பொருந்திய மன்னர்பிரானுக்குக் கீழ்க்காணும் அடியேன் துணை இசை நடத்துநர் பதவியை யாசித்துச் சமர்ப்பிக்கும் விண்ணப்பமானது:

கீழ்க்கண்டவர் பிறந்தது வியன்னா நகரில். அவர் ஐந்து வருடங்கள் அரசு கல்லூரியில் வேலை பார்த்தார்.

அவர் அன்ரன் ஸலியேரி என்ற மேதையிடம் இசை இயற்றுவதில் பயிற்சி பெற்றார்.

அவருடைய பெயர் வியன்னாவில் மட்டுமல்ல ஜேர்மனி யிலும் பிரபலமானது.

அவர் மாதாகோயிலில் வாத்தியக் குழு இசை அமைத்திருக்கிறார். அவருக்குத் தற்போது வேலை இல்லை.

தங்களிடம் நிரந்திர உத்தியோகம் கிடைத்து அவருடைய அரிய இசை ஆசைகள் எல்லாம் நிறைவேறும் பட்சத்தில் தங்களுக்கு முழுத் திருப்தி கிடைக்க இடையறாது உழைப்பார்.

தங்களுக்குக் கீழ்ப்படிந்த விசுவாசம் நிறைந்த உண்மையான சேவகன். மன்னர் இந்தக் கடிதத்துக்குப் பதில்கூட எழுதவில்லை. அவருக்கு வேலையும் கிடைக்கவில்லை. இன்னும் இரண்டு வருடங்களில் இசைமேதை மேகநோய் பிடித்து இறந்து போவார்.

இரண்டாமவர் எப்படி வேலைக்கு விண்ணப்பித்தார் என்பதைப் பார்ப்பது சுவையானது. இவர் 15ஆம் நூற்றாண்டுக் காரர். பெயர் லியார்னடோ டாவின்ஸி. இவரைத் தெரியாதவர்கள் இருக்க முடியாது. விலைமதிக்க முடியாத மோனலிஸா ஓவியத்தை வரைந்தவர். இன்னும் பல ஓவியங்கள் இன்றும் அவர் பெயரைச் சொல்லுகின்றன. அவருடைய இன்னொரு புகழ்பெற்ற ஓவியம் 'யேசுவின் கடைசிப் போசனம்'. அவர் காலத்தில் அரசராக இருந்த லொடொவிக்கோ ஸ்ஃபோஸாவிடம் அவர் வேலைகேட்டு அனுப்பிய மனுவின் சுருக்கம்:

போருக்கான போலி ஆயுதங்களைத் தயார்பண்ணும் பலரது முயற்சிகளின் நடுவே என்னுடைய சில ரகஸ்யங்களைத் தங்களுக்குச் சொல்லுகிறேன்.

நான் பாரம் குறைந்ததும் வலிமையானதும் இலகுவில் நிறுவக்கூடியதுமான பாலங்களைக் கட்டுவேன்.

முற்றுகையின்போது ஏணிகளையும் தோணிகளையும் உண்டாக்குவேன்.

நேராகச் செல்லும் அல்லது வளைந்துசெல்லும் சுரங்கப் பாதைகளை ஓசைப்படாமல் செய்துமுடிப்பேன்.

எதிரிகளைப் பயங்கரமாகத் தாக்கி பேரழிவு உண்டாக்கும் பீரங்கிகளைத் தயாரிப்பேன்.

எதிரிப் படைகளின் வியூகத்தைக் கிழிக்கும் பேராற்றல் கொண்ட எறி இயந்திரங்களைக் காவிச்செல்லும் கவச வாகனங்களை உண்டாக்குவேன்.

கடலிலே கப்பல்களைத் தாக்கவும் அவற்றை எதிரியிடமிருந்து காப்பாற்றவும் வல்லமை பொருந்திய யந்திரங்களை உருவாக்குவேன்.

சமாதான காலங்களில் கட்டடங்களையும் கால்வாய்களையும் கட்டுவேன்.

இவற்றைத்தவிர ஓவியமும் வரைவேன்.

அந்தக் காலத்தில் நாட்டில் எந்த ஒரு மூலையிலாவது போர் நடந்துகொண்டே இருக்கும். அரசர்களுக்குப் போர் ஆயுதங்களும்

உபகரணங்களும் அவசியம். அரசருக்கு என்ன தேவையோ, என்ன முக்கியமோ அதில் தன் ஆற்றலை மிகைப்படுத்திக் கடைசிக் கடைசியாக ஏனோதானோவென்று தன் ஓவியத் திறமை பற்றிக் கூறி முடிக்கிறார் டாவின்ஸி. கேட்கவே தேவை இல்லை. அரசரிடம் இருந்து அவருக்கு உடனேயே வேலைக்கு அழைப்பு வந்தது. பதினேழு வருடங்கள் அரசரிடம் வேலை பார்த்தார்.

ஆதியிலிருந்து பூமியின் பாதி வயதுக் காலம் கோடிக்கணக் கானவர்கள் வேலை கேட்டு விண்ணப்பம் செய்திருக்கிறார்கள்; இனிமேலும் செய்வார்கள். இந்த விண்ணப்பதாரிகளில் என் நண்பனும் ஒருவன். வேலைக்குத் தொடர்ந்து மனுப்போடுபவர்களுக்கு மேலே சொன்ன உபாயங்களும் விண்ணப்ப மாதிரிகளும் பயனுள்ளவையாக இருக்கும். என் நண்பனுக்கும் அவற்றை அனுப்பிவைப்பேன். எப்படி விண்ணப்பம் தயாரித்தால் வேலை கிடைக்கும் என்பது அவனுக்குப் புரியும்; முக்கியமாக என்னமாதிரி எழுதினால் கிடைக்காது என்பது தெரியவரும். இந்த விசயத்தில் சுப்ரதீபக் கவிராயரும், காளமேகமும்கூட அவனுக்குக் கைக்கொடுப்பார்கள். இந்த வருடம் முடிவதற்கிடையில் அவனுடைய பயோடேட்டா பத்து சைஸ் எழுத்துருவில் மேலும் 18 அங்குலம் நீளமாக வளரட்டும்.

27

சுட்டுப்போன பல்ப்

விமானத்திலே கிடைத்த சஞ்சிகை ஒன்றில் சமீபத்தில் ஓர் அனுபவக் கட்டுரை படித்தேன். இதை எழுதியவர் ஒரு வெற்றிபெற்ற வழக்கறிஞர். சீராகப் போன அவருடைய வாழ்க்கை திடீரென்று சரியத் தொடங்கியது. தொழிலில் நட்டம் ஏற்பட்டது. மனைவி விவாகரத்துக் கோரினார். அவருடைய மகன் வீட்டை விட்டு விலகினான். நண்பர்கள் எதிரிகளானார்கள். அவர் நம்பிக் கடன் கொடுத்தவர்கள் கடனைத் திருப்பித்தராமல் ஏமாற்றினார்கள். எல்லாம் இழந்து இனி இழப்பதற்கு ஒன்றுமே இல்லை என்ற நிலையில் அவர் தற்கொலை செய்ய முடிவெடுத்தார். அப்பொழுது அவர் காதில் ஒரு குரல் கேட்டது. 'நீ உன்னைச் சுற்றி இருப்பவர்கள் எல்லோரையும் எதிரிகளாகவே நினைக்கிறாய். உலகம் முழுக்க உன்னைக் கவிழ்க்கச் சதிசெய்வதாக எண்ணுகிறாய். உனக்கு நன்மை செய்தவர்கள் இந்த உலகத்தில் இருக்கிறார்கள். ஒரு மாற்றத்துக்கு அவர்களைத் தேடிப்பிடித்து நன்றி கூறு. ஒன்றையும் எதிர்பார்க்காமல் செய்.' இப்படி அந்தக் குரல் சொன்னது.

அவருக்கு ஒன்றுமே தோன்றவில்லை. கெடுதி செய்தவர்களின் பெயர்களே அவர் நினைவுக்கு வந்தது. யோசிக்கயோசிக்க ஒன்றிரண்டு நன்மை செய்தவர்களின் பெயர்கள் ஞாபகத்தில் வந்தன. அவருடன் முன்னெப்போதோ வேலை செய்த ஒருவர் அவருக்கு உதவி செய்திருந்தார். பழைய ஆசிரியர் ஒருவர் அடுத்ததாக நினைவுக்கு வந்தார்.

இவர் அவர்களை அழைத்து நன்றி சொன்னபோது அவர்கள் அடைந்த மகிழ்ச்சியில் சரி பாதி இவருக்கும் கிடைத்தது. ஒன்றுமே எதிர்பார்க்காமல் ஒவ்வொருவராகத் தேடி நன்றி சொன்னார். அப்படியே செய்துகொண்டு வந்தபோது இவர் எதிர்பாராத ஒன்று நடந்தது. கடன் வாங்கியவர்கள் கடனைத் திருப்பித் தந்தார்கள். மகன் திரும்பி வந்தான். மனைவி மன்னித்தார். அவருடைய தொழில் முன்னேற்றம் அடைந்து லாபம் ஈட்டத் தொடங்கியது.

இதைப் படித்தபோது நானும் இப்படிச் செய்துபார்த்தால் என்னவென்ற எண்ணம் எனக்குத் தோன்றியது. சிலபேரை, எனக்கு ஏதோ ஒரு விதத்தில் எப்போவோ உதவி செய்தவர்களை, ஒவ்வொருவராகத் தேடி நன்றி கூறினால் நல்லாயிருக்குமே என்று நினைத்தேன், யோசித்தபோது மனதில் ஒரு பெயரும் வரவில்லை. நெடு நேரம் யோசித்தபின்னர் என்னோடு சிறுவயதில் படித்த ஒரு நண்பர் லண்டனில் இருப்பது நினைவுக்கு வந்தது. அந்தச் சின்ன வயதிலேயே எனக்கு உதவி செய்தவர், ஆனால் நான் அவருடன் பேசி 50 வருடங்களுக்கு மேலாக இருக்கும். இப்பொழுதுதான் கூகிள், முகப் புத்தகம் என எத்தனையோ வழிவகைகள் இருக்கின்றனவே, எப்படியோ தேடிக் கண்டுபிடித்து அவரைத் தொலைபேசியில் அழைத்தேன். அவரால் நம்ப முடியவில்லை . ‘எப்படி இருக்கிறீர்கள் ?’ என்று விசாரித்தேன். அழைத்தது நான்தானா என்பதைத் திரும்பத் திரும்பக் கேட்டு உறுதி செய்தார். தன்னுடைய உடம்பில் உள்ள ஒவ்வொரு அங்கத்தையும் சொல்லி அது தனக்குக் கொடுக்கும் பிரச்சினைகளை வர்ணித்தார். வருடங்கள் இத்தனை கழிந்தாலும் ஒருவருடைய குணம் பெரிதும் மாறிவிடுவதில்லை .

சிறுவயதில் படித்தபோது இவர் எப்போதும் வகுப்பில் முதல் மாணவர். நான் மூன்றாவதோ, நாலாவதோ, ஐந்தாவதாகவோ வருவேன். ஒருமுறையாவது அவரைத் தள்ளிவிழுத்தி முதலாவதாக வர வேண்டும் என்ற விருப்பம் எனக்கிருந்தது. அது நடக்கவே இல்லை. ஏதாவது பாடத்தில் சந்தேகம் வந்தால் அவரிடம்தான் கேட்பேன். பொறுமையாக நிதானமாகச் சொல்லிக்கொடுப்பார். தனக்குப் போட்டியாக நான் வரக்கூடும் என்று அவர் நினைத்ததே இல்லை. முதலாவதாக வரும் மாணவரை வகுப்பில் ஒருவருக்கும் பிடிப்பதில்லை. அவரும் ஒதுங்கியே இருக்கப் பழகிக்கொண்டார். ஆனால் என்னிடம் ஏற்பட்ட நட்பு எப்படியோ மாணவப் பருவம் முழுக்க நீடித்தது.

அவருடைய முறைப்பாடுகளைத் தினம் பொறுமையாகக் கேட்பது நான்தான். அவருக்கு என்னைப் பிடித்த காரணம் அதுவாக இருக்கலாம். நாங்கள் எல்லோரும் தலைக்கு

நல்லெண்ணெய் வைப்பதுதான் வழக்கம். அவர்கள் வீட்டில் தேங்காயெண்ணெய் தான் வைப்பார்கள். அவருடைய தாயார் இந்த விசயத்தில் கண்டிப்பானவர். தேங்காயெண்ணெயைத் தலையிலே தினமும் தப்பி வைப்பதால் அது அவர் தலையில் காதுப்பக்கமாக ஊறி ஒரு கோடாக கீழே இறங்கும். ஒன்றிரண்டு இலையான்கள் அவருடைய தலையை சுற்றிப் பறப்பதைக் காணலாம். பண்டைக் காலத்துப் பெண்டிர் சூடிய மலரை வண்டுகள் மொய்க்கும் என்று படித்திருந்தேன். 'வண்டார் குழலி உமை நங்கை, பங்கா நங்கை மணவாளா' என்று சிலர் கேலி செய்யும்போது நண்பர் தாயாரை மனதுக்குள் திட்டுவார்.

நான் அவர் வீட்டுக்குச் சில நாட்களில் போனதுண்டு. பெரிய மதிலில் உள்ள சின்ன கேட் எப்பவும் பூட்டியிருக்கும். வெளியே நின்று கத்தினால் உள்ளே கேட்காது. சிலவேளை திறப்பார்கள், அநேகமாகத் திறக்கமாட்டார்கள். வீடு நிறையக் கட்டில்களும் கதிரைகளும் வாங்குகளுமாக இருக்கும். அவர் தாயார் தரையில் அமர்ந்து கண்ணாடியைப் பார்த்துத் தலைவாரிக் கொண்டிருப்பார். இரண்டு முழங்கால்களையும் நிமித்தி வைத்துச் சுவரில் சாய்ந்து இருப்பார். முகம் பார்க்கும் கண்ணாடி தொடைகளுக்கு நடுவில் சொருகியிருக்கும். கையிலே பேன் சீப்பு. அவருக்கு என்னில் நல்ல விருப்பம். தன்னுடைய மகன் மூடன், மூளையில்லாதவன் என்று என்னிடம் பலமுறை சொல்லிப் புலம்பியிருக்கிறார். 'அவன் சுட்டுப்போன பல்ப். இனி ஒன்றுமே செய்ய ஏலாது' என்பார். வகுப்பில் எப்பவும் முதலாவதாக வரும் மகனை அப்படித்தான் ஏசுவார். மகனிடம் வேறு என்ன எதிர்பார்த்தாரோ தெரியவில்லை. 'ஆடு செத்துப்போச்சுது என்று சொன்னால், தலையும் செத்துப் போச்சுதோ என்று கேட்பான். இவன் எப்படித்தான் படிச்சு முன்னுக்கு வரப்போறானோ தெரியாது' என்று திட்டுவார். வகுப்பில் எத்தனாம் பிள்ளை என்று என்னைக் கேட்டுவிடுவாரோ என்ற பயத்தில் நான் இருப்பேன்.

நான் நண்பருடன் தொலைபேசியில் 20 நிமிடம் பேசியிருப்பேன். அதற்குள் நாலு தடவை 'என்ன விசயம்?' என்று கேட்டுவிட்டார். 'உங்கள் குரலைக் கேட்க வேண்டும் என்று விருப்பமாயிருந்தது' என்று சொன்னேன். அவரால் நம்ப முடியவில்லை. ஆனால் அவர் குரலிலே மட்டற்ற மகிழ்ச்சியை உணரக்கூடியதாக இருந்தது. 'ஒரு முறை உங்கள் அம்மா உங்களை அடித்தாரே. ஒரு கையில் விளக்கும் ஒரு கையில் தண்ணீரும் எடுத்துப் போனதற்கு. ஞாபகமிருக்கிறதா?' என்றேன். அவர் சிரி சிரியென்று சிரித்தார் 'உண்மைதான். இன்றுகூட ஏன் அடித்தார் என்பது எனக்குத் தெரியாது. அப்படிச் செய்தால் ஒரு சாவு அந்த வீட்டில் விழும் என்று நம்பிக்கை. அப்படி ஒன்றும் நடக்கவே

கடவுளுக்கு வேலை செய்பவர்

இல்லை. வீணாக அடி வாங்கினேன். உங்களுக்கு எல்லாமே நினைவில் இருக்கிறது' என்றார். 'சுட்ட பல்ப் என்று திட்டுவாரே. அது ஏன்?' என்று கேட்டேன். 'அம்மாவைத் திருப்திப்படுத்தவே முடியாது. அவர் சாகும்வரைக்கும் வாழ்க்கையில் நான் தோல்வி என்றே நினைத்தார்' என்றார். 'இப்ப எப்படியிருக்கிறீர்கள்?'

'இப்பொழுதுதான் நான் சுட்ட பல்ப். என்னால் ஒருவருக்கும் ஒரு பிரயோசனமும் கிடையாது' என்றார். உடனேயே நான் கதையை மாற்றி 'அடிக்கடி இனிமேல் பேசலாம்' என்றேன். 'கட்டாயம் அழையுங்கள். காத்திருப்பேன். நீண்ட காலத்துக்குப் பிறகு இன்றுதான் நான் நிறையச் சிரித்தேன்' என்றார்.

நண்பரை அழைத்தது பெரிய அதிர்ஷ்டம் எனக்கு அடிக்க வேண்டும் என்று நினைத்து அல்ல. சிறுவயது நண்பர் ஒருவருடன் பேசும்போது கிடைக்கும் மகிழ்ச்சிக்கு ஈடு கிடையாது. கனடாவில் இருந்து லண்டனுக்குத் தொலைபேசியில் அழைக்கும்போது 15 தானங்களை அழுத்த வேண்டும். அதற்கு ஐந்து செகண்டுகள்கூட ஆகவில்லை. அந்தத் தொலைபேசிக்குச் செலவழித்த காசும் சொற்பமானது. என்னுடைய நண்பர் எப்படி கலகலவென்று சிரித்தார். அவருக்கு வேறு யாரும் அப்படி ஒரு மகிழ்ச்சியைக் கொடுத்திருக்க முடியாது. பழைய நட்பு அப்படிப்பட்டது. ஏன் இதை நான் முன்னரே செய்யவில்லை என்று யோசித்தேன். காரணம் புரியவில்லை.

அடுத்த நாள் எனக்கு வருமான வரித்துறையில் இருந்து பழுப்பு நிற உறையில் ஒரு கடிதம் வந்தது. வருமானவரித் துறைக் கடிதம் என்றால் அதை நான் உடனே உடைப்பதில்லை. கைநடுக்கம் நின்றபிறகுதான் உடைப்பேன். கடிதத்தைப் படித்த எனக்கு ஆச்சரியம். கடிதத்துடன் 335 டொலருக்கு ஒரு காசோலை இணைத்திருந்தது. மூன்று வருடங்களுக்கு முன்னர் நான் கட்டிய வருமானவரிக் கணக்கில் அவர்கள் ஒரு தவறு செய்துவிட்டார்கள். 335 டொலர் மேலதிகமாக என்னிடம் அறவிட்டிருந்தார்கள். வருமான வரித்துறைக்குக் கொடுக்கும் பணம் தீக்கோழியின் வாயில் கிடைத்த தீனிபோல, திரும்பவும் கிடைக்காது. வருமான வரித்துறை அந்தப் பணத்தைத்தான் எனக்குத் திருப்பி அனுப்பியிருந்தார்கள்.

எனக்குக் கிடைத்த காசோலைக்கும், நண்பரை அழைத்த தொலைபேசிக்கும் ஒருவிதத் தொடர்பும் இல்லையென்று எனக்குத் தெரியும். அந்தளவுக்கு மூளை எனக்குச் சுட்டுப்போக வில்லை. ஏதாவது தொடர்பிருந்தால் நல்லாயிருக்கும் என்றுதான் நினைக்கிறேன்.

28

நூறு வருடம் லேட்

விமான நிலையத்தின் வரவேற்புக் கூடத்துக்குள் நுழைந்த அந்தக் கணமே அவனைக் கண்டேன். அவன் அணிந்திருந்த ஒரு சைஸ் குறைவான அரைக்கை சேர்ட்டை பல இடங்களில் மீறிக்கொண்டு அவன் உடம்பு கட்டுக்கட்டாகத் தெரிந்தது. காட்டுமரம் ஒன்றில் உருட்டியுருட்டிச் செய்ததுபோல இருந்தான். உடனே ஒரு பழைய பாடல்தான் ஞாபகத்துக்கு வந்தது. நாளுக்கு எட்டுத் தேர் செய்யும் ஒரு தச்சன் பார்த்துப்பார்த்து, இழைத்திழைத்து ஒரு மாத காலமாக ஒரு தேர் செய்தானாம். அந்தத் தேர்போல அவன் தேகம் அமைதியாகவும் உறுதியாகவும் அவன் தேர்ந்த இடத்தைக் கச்சிதமாக நிறைத்துக்கொண்டும் நின்றது. அவனும் யாருடைய வரவுக்காகவோ காத்துக்கொண்டிருந்தான்.

பிளேன் வருகை நேரங்களை அறிவிக்கும் திரையைப் பார்த்தேன். அதில் கறுப்புவெள்ளைக் கோடுகள் பக்கவாட்டில் ஓடிக்கொண்டிருந்தன. இன்னும் பலரும் திரையைப் பார்த்து ஏமாந்தார்கள். நான் அப்படியே திரையைப் பார்த்துக்கொண்டு நின்றபோது என்னைச் சுற்றித்துப்புரவுப் பணியாளர்கள் சுத்தம் செய்துகொண்டு போய்விட்டார்கள்.

'விசாரணைகள்' என்று கொட்டை எழுத்தில் எழுதிய போர்டு தலைக்கு மேலே தொங்க, மிக அழகாக அலங்கரித்த பெண்ணொருத்தி உயர்ந்த நாற்காலியொன்றில் உட்கார்ந்திருந்தாள். அவள் இடுப்புக்கு மேலே மிக நீண்டுபோய்த் தெரிந்தாள். ஒரு மென்சிவப்பு ஸ்வெட்டரைக் கழுத்து வழியாகப்

போட்டுக் கூந்தலை விசிறிவிட்டிருந்தாள். அவளை அணுகி என் விமான இலக்கத்தைக் கூறி அதுவரும் நேரத்தை விசாரித்தேன். அவள் கம்ப்யூட்டர் திரையில் அந்தத் தகவலைப் பார்க்கச் சொன்னாள். அவள் அப்படிச் சொன்னபோது அவளுடைய நிறைந்த உதடுகள் மிகவும் கஷ்டப்பட்டு எனக்காகத் திறந்தன. அதிகாலை நேரத்தில் அளவுக்கு அதிகமாக மேக்கப் செய்து எதற்காக எந்த நேரத்திலும் அறுந்துவிழும் பலகைக்குக் கீழே காத்திருக்கிறாள், இதைச் சொல்வதற்காகவா?

'கம்ப்யூட்டர் திரை வேலை செய்யவில்லை' என்றேன். நிமிர்ந்து கேவலமாக என்னைப் பார்த்துவிட்டு, 'இல்லையே, வேலை செய்கிறது' என்றாள். அந்த மூன்று வார்த்தைகளையும் உண்டாக்குவதற்கு முன்பற்களையும் நாக்கையும் அப்போதைக்கு வாயில் சேர்ந்திருந்த துப்பலையும் பயன்படுத்தினாள். ஒப்பனைக்கு எடுத்துக்கொண்ட நேரத்தில் சில செக்கண்டுகளை ஒதுக்கி இந்த அற்பத் தகவலை எனக்குத் தந்திருக்கலாம். 'பரவாயில்லை, அந்தத் தகவலை நீங்கள் தரலாமே' என்றேன். துப்பலை மிச்சப்படுத்துவதற்காக அவள் வாயைத் திறக்கவில்லை. கம்ப்யூட்டர் திரையில் பாருங்கள் என்று அவள் சொல்வதைக் கேட்பதற்காக இன்னும் நாலு பேர் எனக்குப் பின்னால் நின்றார்கள். இவளிடம் மினக்கெடுவதிலும் பார்க்க செருப்பு தோற்றம் கொண்ட ஒரு பரமேசியத்திடம் முறையிடலாம் என்று எனக்குப் பட்டது.

பிளேன் ஒரு மணிநேரம் லேட். விமான நிலையத்தில் காத்திருப்பது எனக்கு அலுப்புத் தருவதே இல்லை. ஒரு மிருகக் காட்சி சாலையில் நிற்பதுபோல ஏதாவது புதுமையாக ஒவ்வொரு கணமும் நடந்துகொண்டே இருக்கும். வாசலில் ஒவ்வொருவராகத் தோன்றுவார்கள். நாடகமேடையில் வரும் பாத்திரம்போல ஒரு எதிர்பார்ப்பு உடனே உண்டாகும். நாய்க் குட்டியை இழுத்துப் போவதுபோல ஒரு பெண் தன் சூட்கேஸை வேகமாக இழுத்தபடி போனாள். அவளுக்குப் பின்னால் ஒரு கட்டையான மனிதர் நாலு கனமான சூட்கேசுகளை ஒரு வண்டியில் வைத்துத் தள்ளிக்கொண்டு வந்தார். ஆனால், அவர் உடம்பு முழுவதும் மறைந்துவிட்டது. ஒரு கணம் தூரத்திலே சூட்கேசுக்கு மேலே ஒரு தலை உட்கார்ந்து சவாரி செய்வதுபோலத் தோன்றியது. விநோதமான நீண்ட கருவிகளைக் காவியபடி ஒரு குழு கடந்துபோனது. எதையோ அளப்பதற்கு வந்த விஞ்ஞானிகள்போலத் தோன்றினார்கள். அந்த அதிகாலையிலும் மிக உற்சாகமாக விவாதித்தபடி கலைந்து போனார்கள்.

நானும் ஓர் இளம் விஞ்ஞானிக்காகக் காத்துக் கொண் டிருந்தேன். என் வயதிலும் அரைவாசிதான் இருக்கும் அவனுக்கு.

தாசன் என்று பேர். என் சைடிலும் என் மனைவி சைடிலும் அவனுக்கு நாங்கள் உறவு. இப்பொழுது பிஎச்.டி. (Ph.D.) முடித்து விட்டு மனித இயல்பு பற்றிய ஆராய்ச்சியில் ஈடுபட்டிருந்தான். மூன்று நாட்கள் ரொறொன்ரோவில் ஒரு விஞ்ஞானிகள் கருத்தரங்கில் கலந்துகொள்ள வருகிறான். இரண்டு வருடங்களுக்குப் பிறகு சந்திப்பதால் அவன் வரவை ஆவலுடன் எதிர்பார்த்தேன். அவன் வந்தாலே கலகலப்புத்தான். எப்பொழுதும் இவனுடன் எனக்கு விவாதம், சண்டை, பந்தயம் என்று இருக்கும்.

பத்து வருடங்களுக்கு முன்பு ஒரு பந்தயத்தில் தோற்றுப் போனதிலிருந்து இவனிடம் மிகவும் எச்சரிக்கையாக இருப்பேன். கணிதத்தில் கல்குலஸ் என்ற பிரிவைக் கண்டுபிடித்தது லெய்ப்னிஸ் என்ற ஜேர்மன்காரர் என்றேன். அவன் நியூட்டன் என்றான். நியூட்டன் முதலில் கண்டுபிடித்தது மட்டுமல்லாமல் அதைத் தனக்குத்தானே ஏறக்குறைய முப்பது வருடங்கள் ரகஸ்யமாக வைத்திருந்திருக்கிறார், உலகத்துக்கு அறிவிக்காமல். அதுக்கு நான் என்ன செய்வேன். எனவே பந்தயத்தில் எனக்குத் தோல்வி.

தாசன் பயின்ற அட்லாண்டா பல்கலைக்கழக விஞ்ஞானிகள்தான் பேர்பெற்ற கபிலநிற கப்புச்சின் குரங்கு பரிசோதனையை நிகழ்த்தியவர்கள். அதைப் பின்பற்றி இன்னும் பல விஞ்ஞானிகள் ஆராய்ச்சிகளைத் தொடர்ந்தார்கள். இவனும் அப்படியான ஓர் ஆராய்ச்சியில்தான் ஈடுபட்டிருந்தான்.

ஒரு பரிசோதனையில் முன்பின் அறிமுகமில்லாத இரண்டு ஆட்கள் பங்கேற்பார்கள். அதில் ஒருவரிடம் நூறு டொலர் தரப்படும். அவர் மற்றவருடன் அந்தக் காசை எப்படியும் பங்கு போட்டுக் கொள்ளலாம். அவர் கொடுக்கும் பங்கை இரண்டாமவர் ஏற்றுக்கொண்டால் இரண்டு பேருமே அந்தப் பணத்தை வைத்துக்கொள்ளலாம். ஆனால் இந்த வாய்ப்பு ஒரு முறையே. மற்றவர் அந்தப் பணத்தை ஏற்றுக்கொள்ளாவிட்டால் இருவருக்குமே பணம் கிடையாது.

இந்தப் பரிசோதனையில் அநேகம் பேர் சரிபாதியாக 50 டொலர், 50 டொலர் என்று பங்குபோட்டுக் கொள்வார்கள். இன்னும் சிலர் 60, 40 என்று பிரித்துக் கொள்வதுமுண்டு. ஆனால் 70, 30 என்று பிரிக்கும்போது அநேகமாக இரண்டாவது ஆள் தன் பங்கை ஏற்றுக்கொள்ளமாட்டார். அப்போது இருவருக்குமே பணம் கிடைக்காமல் போய்விடும்.

இதில் ஒரு கேள்வி இருந்தது. விஞ்ஞானிகள் இரண்டாவது ஆளைக் கேட்டார்கள். 'உமக்குக் கிடைப்பது முப்பது டொலர்;

அதுவும் இலவசம். அதை ஏன் நிராகரித்தீர்?' அதற்கு அவர் சொல்லும் பதில் ஒரே மாதிரி இருக்கும்.

'அது எப்படி, அவர் 70 டொலரைத் தனக்கு வைத்துக் கொள்ளலாம்?'

'ஆனால் சும்மா வந்த முப்பது டொலரை இழந்துவிட்டீரே!'

'அது பரவாயில்லை. அவருக்கு 70 டொலர் கிடைக்கக் கூடாது.'

அந்த விஞ்ஞானிகள் மனித உள்ளத்தின் ஆழமான ஒரு நுட்பத்தைத் தொட்டுவிட்டார்கள். ஆதி காலத்தில் இருந்தே மனிதனுக்குச் சமத்துவத்தில் நாட்டமிருக்கிறது. தன் பங்கு அவனுக்குப் பெரிதில்லை. அடுத்தவனுக்கு அநியாயமாக அதிகம் கிடைக்கக்கூடாது. அதுதான் முக்கியம். ஆதியில் தொடங்கிய இந்தப்போராட்டம்தொடரும்.எல்லாத்துறைகளிலும் சமத்துவம் கிடைக்கும்வரை மனிதன் நிறுத்தப் போவதில்லை என்பான் தாசன்.

நான் கேட்டேன். 'நூறாயிரம் ஆண்டுகளுக்கு முன்பே மனிதன் கல்லாயுதங்களை உபயோகிக்கக் கற்றுக்கொண்டான். இன்றுவரை இந்த மனித சமத்துவம் ஏற்படவில்லையே? அது ஏன்?'

அதற்கும் அவனிடம் பதில் இருந்தது. ஆதியிலே மெதுவாக ஆரம்பித்த மாற்றங்கள் இப்போது வேகமெடுத்துவிட்டன. பெண்களுக்கு முதலில் சம வோட்டு எங்கே கிடைத்தது? ஃபின்லாண்டு நாட்டில் 1906ஆம் வருடம். ஆப்பிரஹாம் லிங்கன் அடிமை ஒழிப்புச் சட்டம் கொண்டுவந்தது கேவலம் 140 வருடங்களுக்கு முன்னால்தான். சிறார் தொழில் கொடுமை இங்கிலாந்தில் ஒழிக்கப்பட்டுச் சரியாக 60 வருடங்களாகின்றன. அநீதியை எதிர்ப்பது ஆதி மனித இயல்பு. மனித சமுதாயத்தில் வெகுவிரைவில் சமத்துவம் சந்துபொந்தெல்லாம் நிறைந்துவிடும் என்பதில் அவனுக்கு அசையாத நம்பிக்கை.

நான் எதிர்பார்த்த தாசனுடைய பிளேன் தரையிறங்கி விட்டது. நான் வாசலை உன்னிப்பாகக் கவனிக்கத் தொடங்கினேன். எனக்கு முன்னால் காத்திருந்த கட்டழகனும் உசாரானார். ஒரு தாய் தன்னுடைய மூன்று வயது மகனை முன்னே நடக்க விட்டு அவனுடைய தலையைப் பிடித்துச் சரியான திசைக்குத் திருப்பியபடி வந்துகொண்டிருந்தாள். அவர்களுக்குப் பின்னால் சிவப்புக் கொடி பறக்கும் சக்கர நாற்காலியில் ஒரு மூதாட்டியை யாரோ வழியை ஏற்படுத்தியபடி, தள்ளிக்கொண்டு வந்தார்கள். எனக்குப் பக்கத்தில் நின்றவர் கோயில் மணியை எட்டி அடிப்பதுபோல எம்பியெம்பிக் கையை அசைத்தார்.

எலுமிச்சை நிற ஆடையில் வெள்ளை கொலர் வைத்த சீருடைய அணிந்த நாலு விமானப் பணிப்பெண்கள் டக்டக்கென்று எங்களைக் கடந்துபோனார்கள். அவர்களுக்குப் பின்னால் காதிலே நாலைந்து வளையம் மாட்டிய மெலிந்த இளைஞன் ஒரு கனமில்லாத சூட்கேஸைத் தள்ளியபடி வந்துகொண்டிருந்தான். அவனைக் கண்டதும தேர்க்கால் அழகன் பரபரப்பானான். அந்த வாலிபன் வெளியே வந்ததும் ஓடிச்சென்று அவனுக்கு உதட்டிலே முத்தம் கொடுத்து வரவேற்றான். மிக நீண்ட நேரத்துக்குப்பின் ஓர் இடைவெளி வந்தது. பிறகு மீண்டும் அந்த முத்தத்தைத் தொடர்ந்தார்கள். மடோனாவும் பிரிட்னி ஸ்பியர்ஸும் கொடுத்ததுபோல அது முடிவில்லாத முத்தமாக இருந்தது.

என் வாழ்நாளில் இப்படியான காட்சியை நான் பார்த்தில்லை. இந்த பரவசம் தந்த அதிர்ச்சியில் நான் ஒரு விஷயத்தை மறந்துவிட்டேன். ஒருபால் மணத்தைச் சமீபத்தில் கனடாவின் பாராளுமன்றம் அங்கீகரித்தது. அதைத் தொடர்ந்து நாட்டின் உச்சநீதிமன்றமும் சாதகமான தீர்ப்பு வழங்கியிருந்தது. அது மாத்திரமல்ல, ஓர் ஆண் தன் காதலனுக்கு நிரந்திர வதிவிடம் கோரி விண்ணப்பிப்பதற்கும் குடிவரவு அனுமதியளித்தது. ஒரு பெண்ணுக்கும் தன் காதலியை வரவழைப்பதற்கு அதே சலுகை. இவர்களைப் பார்த்தால் நீண்ட நாள் பிரிவுத் துன்பத்தை அனுபவித்த காதலர்களாகத் தெரிந்தார்கள்.

அப்பொழுது யாரோ என்னை உற்றுப் பார்ப்பதை உணர்ந்தேன். திரும்பிப் பார்த்தால் தாசன். அப்படியே அவனை அணைத்து வரவேற்றேன். நான் பார்த்த திசையில் அவனும் பார்த்துவிட்டு மௌனமாகச் சிரித்தான். பிறகு என்னைப் பார்த்து 'லேட்' என்றான்.

'ஒரு மணிநேரம்தானே, பரவாயில்லை' என்றேன்.

'நான் அதைச் சொல்லவில்லை. நூறு வருடம் லேட்' என்றான்.

'இளம் விஞ்ஞானியே, புதிர்போடாமல் பேசு.'

'கனடாவில் தற்போது பாஸ் பண்ணிய சட்டம் லேட் என்று சொல்கிறேன். நூறு வருடங்களுக்கு முன் ஒஸ்கார் வைல்டு என்ற பெரும் எழுத்தாளரை இங்கிலாந்தில் இரண்டு வருடங்கள் சிறையில் போட்டுக் கொடுமைப்படுத்தினார்கள். அவர் வெளியே வந்தபின் எழுதவே இல்லை. சீக்கிரத்தில் இறந்துபோனார். அருமையான இலக்கியப் படைப்பாளியை அநியாயமாக கொன்றுவிட்டார்கள். அவர் செய்த ஒரே குற்றம் அவருக்கு ஓர் ஆண் காதலன் இருந்ததுதான்.'

நடந்துவந்த தாசன் நின்று அவர்களைப் பார்த்தான். நானும் திரும்பிப் பார்த்தேன்.

ஒரு பிரமாண்டமான விமான வரவேற்புக் கூடத்தின் நடுவில் நின்று அந்தக் காதலர்கள் முத்தம் பரிமாறினார்கள். சன வெள்ளம் அந்த இடத்தில் ஒரு நதிபோல இரண்டாகப் பிரிந்து மறுபடியும் ஒன்றுகூடி நகர்ந்தது. பல்லாயிரம் ஆண்டுகளாக அடக்கப்பட்டு மெல்லமெல்ல வளர்ந்த ஒரு தீவு மனித வெள்ளத்தில் அடிபட்டுப் போகாமல் அப்படியே நிமிர்ந்து நின்ற காட்சி, பார்க்க வெகு அழகாகத்தான் இருந்தது.

29

ஒரு பெரிய புத்தகத்தின் சிறிய வரலாறு

என் வாழ்க்கையில் நான் வாசகசாலைக்குப் படிக்கப் போனது கிடையாது. அங்கே அமர்ந்து புத்தகங்கள் வாசித்ததோ, அல்லது இரவல் வாங்கி வந்து படித்ததோ இல்லை. இப்படி ஒரு பழக்கம். புத்தகங்களை வெகு காலமாகக் காசு கொடுத்து வாங்கிச் சேர்த்துவந்தேன். கனடாவில்தான் முதன்முதலாக நூலகத்தில் புத்தகம் இரவல் வாங்கலாம் என்ற எண்ணம் எனக்கு ஏற்பட்டது. அதற்குக் காரணம் இருந்தது. மனைவியின் எதிர்ப்பு. பார்த்தவுடன் ஆசைப்பட்டுப் புத்தகங்களை வாங்கிவிடுவதால் அவற்றில் பல படிக்கப்படாமலேயே பல அறைகளை நிறைத்துக்கொண்டு கிடந்தன. புத்தக அறையின் தட்டுகள் நிரம்பி வழிந்து மற்ற அறைகளிலும் மெள்ள எட்டிப்பார்த்தன. ஆனபடியால் புதுப் புத்தகங்களை இனிமேல் வாங்குவதில்லை என்ற தடையுத்தரவுக்கு நான் நிர்ப்பந்திக்கப்பட்டேன்.

தவறான நேரத்தில் தவறான இடத்தில் எடுத்த தவறான முடிவு.

இந்த முடிவு எடுத்த அன்றே ஒரு புதுப் புத்தகம் வெளியானது. அதைப்பற்றிச் சில ஆங்கிலப் பத்திரிகைகளும், வார இதழ்களும் வானளாவப் புகழ்ந்தன. கலிபோர்னியாவில் இருந்து ஒரு நண்பர் மின்னஞ்சல்கூட அனுப்பினார். நான் என்னுடைய நூலகத்துக்குச் சென்று இந்தப் புத்தகம் இருக்கிறதா

என்று விசாரித்தேன். இங்கேயெல்லாம் நூலகங்களில் போய் உங்களுக்குத் தேவையான புத்தகத்தை உருவி எடுத்துக்கொண்டு உடனே புறப்பட முடியாது. அநேகமாக நீங்கள் கேட்கும் புத்தகம் வெளியிலே போயிருக்கும். உங்கள் பெயரை கம்ப்யூட்டரில் பதிவு செய்து வைத்து, உங்களுக்கு முன்பு அந்தப் புத்தகம் கேட்டவர்கள் எல்லாம் வாசித்து முடித்த பிறகே அது உங்களுக்குக் கிடைக்கும்.

நான் புத்தகத்தைப் பதியச் சென்றபோது நூலக அலுவலர் கம்ப்யூட்டரில் விபரத்தைப் பதிந்துவிட்டு என்னை நிமிர்ந்து பார்த்தார். 'மிக அதிசயமாயிருக்கிறது. நீங்கள் இந்தப் புத்தகத்துக்கு பதிந்த 311வது நபர். இந்த 310 பேரும் படித்த பிறகே இது உங்கள் கைக்கு வந்துசேரும்' என்றார். நான் வாயை மூடுமுன் அவர் அடுத்த ஆளைக் கவனிக்கப் போய்விட்டார்.

இப்பொழுது எனக்கு ஆவல் அதிகமானது இவ்வளவு பேர் ஆசைப்பட்டு வரிசையில் நிற்பதென்றால் ஒரு விசேஷம் இருக்கத்தான் செய்யும். 310 பேர் வாசிக்கும் வரைக்கும் காத்திருப்பது நடக்கிற காரியமா? எப்படியும் இந்தப் புத்தகத்தைக் கைப்பற்றிவிட வேண்டும் என்று தீர்மானித்தேன். ஆகப்பெரிய நூலக அதிபரைச் சந்தித்து ஒரு புத்தகத்திற்காக ஐந்து வருடத்திற்கு மேலாகக் காத்திருக்கவேண்டிய என்னுடைய துர்ப்பாக்கிய நிலையைப் பற்றிக் கூறினேன். அவர் பெயர் Patricia. புத்தகங்களை நேசித்த அளவு அவர் மனிதர்களையும் நேசித்தார்.

வாசிப்புச் சுற்றுக்கு அல்லாமல் ஆராய்ச்சிக்கு மட்டும் ஒதுக்கி வைத்த ஒரு புத்தகத்தை 'ஒரு வாரத்திற்கு மட்டும்' எனக்கு இரவல் தர வேண்டும் என்ற விசேஷமான முடிவு ஒன்றை என அப்படிப் பெற்றதுதான் அந்தப் புத்தகம்.

அந்தப் புத்தகத்தில் இருந்து என் கண்களை ஒரு வாரமாக எடுக்க முடியவில்லை. சட்டம் என்றால் என்ன? நமக்கு நாம் போடுவதுதானே. இது கட்டாயம் ஒருவர் வீட்டிலே இருக்க வேண்டிய அபூர்வமான புத்தகம். ரொறொன்ரோவில் உள்ள ஒரு பிரபலமான புத்தகக் கடைக்குச்சென்று இந்தப் புத்தகத்தை 30 டொலர் கொடுத்து வாங்கினேன். இப்பொழுது வேண்டிய மட்டும் புத்தகத்தில் அடிக்கோடுகள் போட்டபடி இருக்கிறேன்.

Bill Bryson என்பவர் அமெரிக்காவின் தலைசிறந்த எழுத்தாளர். பல புத்தகங்கள் எழுதியிருக்கிறார். அதிகமானவை பயணப் புத்தகங்கள். இவர் இருபது வருடகாலம் இங்கிலாந்தில் வாழ்ந்தவர். திரும்பி அமெரிக்கா வந்தபோது தான் கண்ட புது அமெரிக்காவைப் பற்றிப் புத்திஜீவித்தனமான பல கட்டுரைகள் எழுதினார். அவை நகைச்சுவையின் சிகரம். அமெரிக்காவின்

போக்குகளை இந்தக் கட்டுரைகள் மூலம் மெலிதாகக் கண்டனமும், பெரிதாகக் கேலியும் செய்கிறார்.

ஒருமுறை பசிபிக் சமுத்திரத்தின்மீது பறந்து கொண்டிருந்தபோது அவர் மூளையில் ஒரு சிந்தனை ஓடியது. 'சூரியனைச் சுற்றி ஓடும் ஒன்பது கிரகங்களில் உயிர் வாழும் சாத்தியம் படைத்த ஒரே கிரகமான பூமிக்கிரகத்தில் நான் வாழ்கிறேன். இந்த வாழ்க்கை எனக்கு ஒருமுறையே சாத்தியம். ஆனால் எனக்கு பூமியைப் பற்றி என்ன தெரியும்? கடல் நீர் ஏன் உப்பாக இருக்கிறது என்ற சாதாரண கேள்விக்குக் கூட எனக்கு விடை தெரியாது.'

சிறுவயதாக இருந்தபோது விஞ்ஞானப் புத்தகங்களை படித்திருக்கிறார். ஆனால் புத்தகத்தை எத்தனை வேகமாக படிப்பதற்கு எடுப்பாரோ அத்தனை வேகமாகத் திருப்பி வைத்து விடுவார். ஏனென்றால் ஒன்றுமே புரியாது.

விஞ்ஞானிகளுக்கு ஒரு பழக்கம் இருக்கிறது. எந்த ஒரு சாதாரண நிகழ்வையும் விளக்க முற்படும்போது அதன் காரண காரியங்களைப் புரியவைக்காமல் ஒரு விதியாகவோ, சூத்திர மாகவோ அந்த செயல்பாட்டைச் சொல்லிவிடுவார்கள். அப்படிச் செய்தால் போதிய விளக்கம் கொடுத்துவிட்டதாக அவர்களுக்கு ஒரு நினைப்பு. என்ன ஒரு விஷயத்தைச் சொல்ல வருகிறார்களோ அதை வார்த்தைகளைப் போட்டு அடுக்கி மூடிவிடுவார்கள். எவ்வளவு கிண்டிப்பார்த்தாலும் அவர்கள் சொல்லவந்த விஷயத்தைக் கண்டுபிடிக்க முடியாது. அவ்வளவு சாமர்த்திய மாக மறைத்திருப்பார்கள். பில் பிரைஸன் விஞ்ஞானி அல்லர்; அதற்கான படிப்பும் இல்லாதவர். ஆனால் விஞ்ஞானத்தைப் பற்றி அறிய வேண்டும் என்று அடங்காத ஆசை கொண்டவர். விஞ்ஞானம் பற்றி இவருடைய மூளையிலே முளைத்த கேள்வி எல்லாம் 'ஏன்? ஏன்?' என்பது அல்ல, 'எப்படி? எப்படி?' என்பதுதான். பூமியின் எடையை எப்படிக் கண்டுபிடித்தார்கள். சூரியனிலிருந்து பூமியின் தூரத்தை எப்படி அளந்தார்கள்? தனிமங்களை எப்படி ஒழுங்குபடுத்தி அடுக்கினார்கள்?

அப்பொழுது பில் பிரைஸன் தன்னுடைய வாழ்நாளில் மூன்று வருடங்களை இதற்காக ஒதுக்குவது என்ற முடிவை எடுத்தார். விஞ்ஞானப் புத்தகங்களை முறையாகக் கற்றுத் தேர்வது. இது சம்பந்தமாக கையில் கிடைத்த ஆய்வேடுகள், பத்திரிகை துணுக்குகளை எல்லாம் படிப்பது. அந்த அந்தத் துறையில் பேர் போன உலக விஞ்ஞானிகளை, நிபுணர்களை, பேராசிரியர்களை, ஆய்வாளர்களை அணுகிச் சந்தேகங்களைத் தீர்ப்பது, இப்படி. மூடத்தனமான கேள்விகளால் அவர்களை மூழ்கடித்து ஒரு

சாதாரண மூளை கொண்டவன் எந்த அளவுக்கு விஞ்ஞான நுட்பங்களை அறிந்து கொள்ளமுடியுமென்று பரிசோதிப்பது. அப்படி சோதித்து, தான் கிரகித்ததை வாசகர்களோடு பகிர்ந்துகொள்வது. சகல துறைகளும் இந்த புத்தகத்தினுள் அடக்கம். சாதாரண மூளைக்காரர் கிரகித்து, சாதாரண மூளைக்காரர்களுக்காக எழுதியது.

அதுதான் *'A Short History of Nearly Everything'* என்ற புத்தகம். 'கிட்டத்தட்ட சகல விஷயங்களையும் சொல்லும் சிறிய வரலாறு' என்று சொல்லலாம். விஞ்ஞானத்தின் அத்தனை மூலைகளையும் இது தொடுகிறது; விளக்கிச் செல்கிறது. எப்படி என்ற கேள்விக்குப் பதில் கிடைக்கிறது. முப்பது அத்தியாயப் புத்தகத்தில் உள்ள அவ்வளவையும் இங்கே சொல்லமுடியாது. ஒன்றிரண்டு மாதிரிகளை மட்டுமே காட்டலாம்.

அவுஸ்திரேலியாவில் வாழும் *Robert Evans* என்ற பாதிரியாரின் பொழுதுபோக்கு இரவு நேரங்களில் வானத்தில் சுப்பர் நோவாக்களைக் கண்டுபிடிப்பது. சுப்பர்நோவா என்பது பிரம்மாண்டமான நட்சத்திரம் (எங்களுடைய சூரியனிலும் பார்க்கப் பல்லாயிரம் மடங்கு பெரிசானவை) இவை திடீரென்று வெடித்து மடியும்போது கோடி சூரியப் பிரகாசமான ஒளியைச் சிந்தும். இந்த ஒளிப்பிழம்பு வெடிக்கும் தருணத்தைப் பதிவு செய்வதுதான் இவருடைய பொழுதுபோக்கு.

ஒரு நட்சத்திரம் கோடானுகோடி வருடங்கள் உயிர் வாழ்ந்து ஒளியை விடலாம். ஆனால் அது ஒரு தருணத்தில் ஒரே ஒருமுறை பிரம்மாண்டமாக வெடித்து உயிரை விடும். கோடிக்கணக்கான பால்வெளிகளில் தரிக்கும் கோடிக்கணக்கான நட்சத்திரங்களில் ஒன்று இப்படி வெடிக்கலாம். வானவெளியில் இது எங்கேயும் நடக்கும். அது நடக்கும்போது அதை முதலும் கடைசியுமாகப் பார்த்துப் பதிவுசெய்வதுதான் அவருக்குப் பிடித்த வேலை.

இந்த நட்சத்திர மரணங்கள் நடப்பது வெகு தொலைவில் பல்லாயிரமாயிரம் ஒளிவருடத் தூரத்தில். ஒவ்வொரு இரவும் இவர் தன்னுடைய 16 அங்குலத் தொலைநோக்கியால் வானத்தைத் துழாவுவார். அபூர்வமாக நடக்கும் நட்சத்திர மரணங்களை இவான்ஸ் எளிதாகப் பதிவு செய்வதற்குக் காரணம் அவருடைய அபாரமான மூளைதான்.

கறுப்பு விரிப்பால் மூடிய ஒரு மேசையில் ஒரு கை நிறைய அள்ளிய உப்பைச் சிதறவிடுகிறீர்கள். இதுதான் பால்வெளி. இப்படியே 1500 மேசைகள் இருக்கின்றன. இவான்ஸ் இந்த

மேசைகளைச் சுற்றி ஒரு ரவுண்ட் வருகிறார். அடுத்த சுற்று வரும்போது ஒரு மண்ணிலும் சிறிய உப்புக்கல்லை ஒரு மேசையில் போட்டுவைக்கிறீர்கள். இவான்ஸ் அந்த உப்புக்கல்லை அடையாளம் காட்டுவார். ஒரு சுப்பர்நோவாவை தேடிப் பிடிப்பதும் அவ்வளவு கடினமானது. அவருடைய மூளை பிரபஞ்சத்துப் பால்வெளிக் கூட்டங்களை அப்படியே படம் பிடித்து வைத்திருக்கிறது. அதிலே ஒரு புதிய நட்சத்திரம் எரியும்போது அவர் இலகுவாகக் கண்டுபிடித்துவிடுகிறார். உண்மையில் இது ஒரு வரப்பிரசாதமான அபூர்வ திறமை.

வான்நிலை ஆராய்ச்சியாளர்கள் உலகம் முழுவதும் (1980க்கு முன்பு) அவதானித்த சுப்பர்நோவாக்களின் தொகை 60. ஆனால் இவான்ஸ் கடந்த 23 வருடங்களில் 36 சுப்பர்நோவாக்களைத் தன்னந்தனியாகக் கண்டுபிடித்திருக்கிறார். இப்பொழுது நீங்கள் வானத்தை நிமிர்ந்து பார்க்கும்போது ஒன்றுமே தெரியவில்லை என்றாலும் பல மில்லியன் வருடங்களுக்கு முன்பு இறந்துபோன ஒரு நட்சத்திரத்தின் ஒளி பிரயாணம் செய்துகொண்டிருக்கலாம். 2001 ஓகஸ்ட் இரவு வானத்தின் ஒரு சிறிய மூலையை இவான்ஸ் பார்த்துக்கொண்டிருந்த தருணத்தில் 60 மில்லியன் வருடங்களாகப் பிரயாணம் செய்த பெரும் நட்சத்திரத்தின் புகை சூழும் ஒளிப் பிழம்பு ஒன்று வந்துசேர்ந்தது. அந்த நேரம் வானத்தின் அதே கோணத்தில் படிந்திருந்த இவான்ஸின் 16 அங்குலம் தொலைநோக்கி அதைக் கைப்பற்றியது.

இப்பொழுது சுப்பர்நோவாவை கம்ப்யூட்டர்கள் 24 மணி நேரமும் வானத்தின் பல மூலைகளையும் ஒரே சமயத்தில் கண்காணித்துப் படம் பிடித்துப் பதிவு செய்கின்றன. இவான்ஸ் போன்றவர்கள் தேவை இல்லை. ஆனாலும் இரவு நேரங்களில் வானத்தின் மூலைகளை நோக்கி அவருடைய தொலைநோக்கி இன்னும் உற்றும் பார்த்துக்கொண்டே இருக்கிறது.

ஐஸக் நியூட்டன் என்ற அபூர்வமான மூளை படைத்த பெரும் விஞ்ஞானி தான் கண்டுபிடித்தவற்றை அவசரமாக வெளியிட மாட்டார். காலை நேரங்களில் படுக்கையில் இருந்து இறங்கக் காலைக் கீழே வைத்து விட்டு அப்படியே மணிக்கணக்காக இருப்பார். மூளையிலே கட்டுக்கடங்காத வேகத்துடன் புது சிந்தனைகள் பெரு வெள்ளம்போல அடிக்கும். அதை நிறுத்த முடியாமல் உறைந்துபோய் வெகுநேரம் இருப்பார்.

இவருடைய சிந்தனைகளை வெளி உலகத்துக்குக் கொண்டு வந்த பெருமை ஹேலி (Halley's comet என்னும் வால் நட்சத்திரத்தைக்

கடவுளுக்கு வேலை செய்பவர்

கண்டுபிடித்தவர்) என்பவரையே சாரும். நியூட்டனும் இவரும் நண்பர்கள். ஹேலியும் இன்னும் சில நண்பர்களும் கிரகங்களின் சஞ்சாரம் பற்றிப் பந்தயம் கட்டியிருந்தனர். அந்தப் பந்தயத்தைத் தீர்ப்பதற்காக நியூட்டனிடம் வந்தபோது, கிரகங்கள் ஓடும் பாதை பற்றிய விதியைத் தான் எப்போதோ நிரூபித்துவிட்டதாக அவர் கூறினார். ஹேலி அந்த நிரூபணக் கணித முறைகள் வேண்டும் என்று கேட்டபோது நியூட்டன் தன் பேப்பர்களில் புரட்டிப்புரட்டித் தேடியும் அது கிடைக்கவில்லை. உலகத்தை மாற்றப்போகும் விதிகளைக் கண்டுபிடித்ததுமல்லாமல் அவற்றை வெளியிடத் தவறிவிட்டார்; கணிதச் செய்முறைகளையும் தொலைத்துவிட்டார்.

ஹேலியுடைய தூண்டுதலினால் நியூட்டன் தன்னுடைய கணிதங்களை மீண்டும் செய்து மூன்று முக்கிய விதிகள் கொண்ட புகழ்பெற்ற '*Principia*' என்ற புத்தகத்தை வெளியிட்டார். இதில் ஒரு விதி ஆகர்ஷணம் பற்றியது. இரண்டு பொருட்கள் ஒன்றை யொன்று ஆகர்சிக்கும். அந்தப்பொருள்களுக்கிடையில் இருக்கும் தூரத்தை இரண்டு மடங்காக்கினால் ஆகர்சிக்கும் சக்தி நாலு மடங்கு குறையும். தூரம் மூன்று மடங்கு கூடினால் இழுப்பு சக்தி ஒன்பது மடங்கு குறையும்.

இந்த காலப்பகுதியில்தான் பூமியிலிருந்து சூரியனுடைய தூரம் கணக்கிடப்பட்டது. சூரியனுக்கு குறுக்காக வீனஸ் கிரகம் பயணிப்பதை அளப்பதற்காக பல விஞ்ஞானக் குழுக்கள் இறங்கினாலும் அவை எல்லாம் தோல்வியில் முடிந்தன. கடைசியில் அவுஸ்திரேலியாவை கண்டுபிடித்த காப்டன் குக் என்பவர்தான் சரியான அளவுகளை தாஹிற்றி மலை உச்சியில் இருந்து செய்துமுடித்தார். இந்த அளவுகளை வைத்து பிரெஞ்சு விஞ்ஞானி ஜோசெப் லாலண்டே பூமியிலிருந்து சூரியனுடைய தூரம் 150 மில்லியன் கி.மீட்டர் தூரம் என்பதை சரியாகக் கணித்து வெளியிட்டார்.

கல்லூரியில் வேதியியல் படித்தவர்களுக்கு *Cavendish* என்ற விஞ்ஞானியின் பெயர் ஞாபகம் இருக்கும். இவர்தான் முதன்முதலில் ஹைட்ரஜினும், ஒக்ஸிஜினும் சேர்ந்தால் தண்ணீர் கிடைக்கும் என்பதை பரிசோதனைமூலம் காட்டியவர். ஆனால் இவருடைய உண்மையான புகழ் வேறு ஒரு இடத்தில் இருக்கிறது.

இவருக்கு 67 வயது நடக்கும்போது, *John Mitchell* என்பவர் பெருமுயற்சியில் கண்டுபிடித்த ஒரு மெசின் அவர் இறந்தபின் காவெண்டிஷிடம் வந்துசேர்ந்தது. மிற்செல் அந்த மெசினை பூமியின் எடையை கணிப்பதற்காக உண்டாக்கியிருந்தார். ஆனால் அந்த வேலையைச் செய்து முடிப்பதற்குள் இறந்துபோனார்.

காவெண்டிஷ் இந்த யந்திரத்தைக் கட்டி நிறுத்தினார். இது 350 ராத்தல் எடை கொண்ட இரண்டு பந்துகளையும், இரு சிறு பந்துகளையும் கொண்டது. நியூட்டன் கண்டுபிடித்த விதிப்படி இந்தப் பந்துகள் ஒன்றையொன்று ஈர்த்துத் தம் இடத்தில் இருந்து சிறிது விலகும். இந்த அளவுகளைத் துல்லியமாக அளந்து அதிலிருந்து பூமியின் எடையைக் கணிக்க வேண்டும். காவெண்டிஷ் 17 நுணுக்கமான அளவுகள் எடுப்பதற்கு ஒரு வருடம் எடுத்துக் கொண்டு அந்தத் தரவுகளை வைத்து தன் கணிப்பை செய்து முடித்தார். பூமியின் எடை 13 X 10^ 21 ராத்தல். காலம் காலமாக விஞ்ஞானிகள் தலைமுடியைப் பிய்த்த ஒரு விடயத்தைத் தன் அறையை விட்டு வெளியே வராமல் காவெண்டிஷ் செய்து முடித்தது பெரிய சாதனை. விஞ்ஞானம் வெகுதூரம் வளர்ந்து விட்ட இந்தக் காலத்தில் விஞ்ஞானிகள் இந்தக் கணிப்பைப் பெரிதும் வியக்கிறார்கள். காரணம் அவருடைய கணிப்பில் இன்றுவரை பெரிய மாற்றம் இல்லை .

டைனஸோர் என்ற விலங்குகள் ஒரு காலத்தில் உலகை வலம் வந்தன. ஆனால் அப்படி அவை வாழ்ந்ததற்கான எலும்புத் தடயம் ஒன்று 1787இல் கிடைத்தது. ஆனால் அது டைனஸோர் என்ற தொல்விலங்கினுடையது என்பது ஒருவருக்கும் தெரியவில்லை. முதலில் கிடைத்த எலும்பு முதலில் தொலைந்தும் போனது. இன்னும் பல எலும்புகள் கண்டுபிடிக்கப்பட்டன. ஆனால் அவையும் சரியாக அடையாளம் காணப்படவில்லை.

இங்கிலாந்தில் மருத்துவராகப் பட்டம் பெற்ற மான்ரெல் என்பவரின் மனைவி தொல்லுயிர் பல் ஒன்றைக் கண்டுபிடித்தார். மான்ரெல் அதைப் பாரிஸுக்கு அனுப்பி ஆராய்ந்தபோதும் அப்போதைய விற்பன்னர்களுக்கு அதன் பெருமை தெரியவில்லை. இதற்குப் பிறகு வந்த ரிச்சார்ட் என்பவர்தான் டைனஸோர் என்ற விலங்குக் குடும்பத்தைக் கண்டுபிடித்தார். தகுதியிருந்தும் அந்தப் பெருமை மான்ரெல்லுக்குத் தவறிப்போய்விட்டது.

தன் வாழ்க்கை முழுக்கத் தோல்வியே கிடைக்கும் என்பது தெரியாமல் மான்ரெல் ஒரு வெறியோடு தன் மருத்துவத் தொழிலை மறந்து தொல்லுயிர் எச்சங்களைச் சேகரித்தார். வறுமை அவரைப் பீடித்தது. மான்ரெல்லுடைய அதிதீவிர ஈடுபாடு ரிச்சார்டுக்குப் பிடிக்கவில்லை. மான்ரெல்லுடைய அறிவும் உத்வேகமும் தன் முன்னேற்றத்திற்கு இடைஞ்சலாக இருக்கும் என்று பயந்தார். தன் உத்தியோக பலத்தைப் பாவித்து மான்ரெல்லை உதாசீனம் செய்தார்; அவமதித்தார், தன்

கண்காணிப்பில் வைத்துக்கொண்டார். கேட்டுக்கேள்வியில்லாமல் மான்ரெல் கண்டுபிடித்தவற்றை எல்லாம் அயோக்கியத்தன மான வழிகளில் தன் பெயரில் பதிவு செய்தார். இந்த அநீதிகளைத் தாங்க முடியாமல் மான்ரெல் தற்கொலை செய்தார். மான்ரெல்லுடைய முதுகெலும்பை மியூசியத்தில் வைத்து மரியாதை செய்ய வேண்டும் என்று முடிவெடுக்கப்பட்டது. அந்த மியூசியத்துக்கு டைரக்டர் ரிச்சார்ட். இறந்த பின்னும்கூட ரிச்சார்டின் வலுக்கட்டாயமான கண்காணிப்பிலிருந்து மான்ரெல்லின் முதுகெலும்பு தப்ப முடியவில்லை.

இரண்டு தொல்பதிவு ஆய்வாளர்களுக்கு இடையில் ஏற்பட்ட முதல் வன்மமான போர் இது. இதனிலும் மோசமான ஒரு சண்டை அமெரிக்காவிலும் நடந்தது. அந்தக் கதையும் நம்ப முடியாதது. அதில் ஒருவர் பெயர் எட்வர்ட் கோப், மற்றவர் பெயர் கார் மார்ஸ். இருவருமே பணக்காரர்கள். தொல்பதிவு ஆராய்ச்சிக்காகத் தங்கள் வாழ்க்கையை அர்ப்பணித்தவர்கள். இருவரும் பெரும் போட்டி போட்டுக்கொண்டு நூற்றுக்கணக்கான தொல்லுயிர் எச்சங்களை (பெரும்பாலும் டைனஸோர் குடும்ப எச்சங்கள்) ஒரு வெறியுடன் சேகரித்தார்கள். கண்டுபிடித்தவற்றை அடையாளம் காணவோ, பதிவு செய்யவோ நேரம் இருக்கவில்லை. மற்றவரைப் போட்டியில் முறியடிப்பதுதான் ஒரே குறிக்கோள்.

ஒருவரை ஒருவர் பேச்சிலும் எழுத்திலும் திட்டிக் கொண்டார்கள். ஒருவரின் தொல்லுயிர் எச்சத்தை மற்றவர் களவாடினார். கல்லால்கூட ஒருவரை ஒருவர் அடித்துக் கொண்டார்கள். போட்டி ஆவேசத்தில் ஒரே விலங்கை 22 தரம் திருப்பித்திருப்பிப் பிடித்தார்கள்.

இவர்களில் முதலில் இறந்துபோன கோப் என்பவருக்கு ஓர் ஆசை இருந்தது. தன் எலும்புக்கூட்டை உத்தியோகபூர்வ மாக மனித எலும்புக் கூடு என்று அறிவித்து மியூசியத்தில் வைத்துப் பாதுகாக்க வேண்டும் என்று. அப்படியே உயிலும் எழுதிவைத்தார். 1600 ஆராய்ச்சிக் கட்டுரைகள் எழுதிய அவருடைய அந்தச் சின்ன ஆசைகூட நிறைவேறவில்லை. அவருடைய எலும்பில் மேக நோயின் அறிகுறி இருந்ததால் அந்த எலும்பு நிராகரிக்கப்பட்டது.

எப்படி என்ற எல்லாக் கேள்விகளுக்கும் பதில் கிடைக்கும் என்றில்லை. நைரோபியிலிருந்து நாற்பது மைல் தொலைவில் ஒலர்கஸாலி (*Olorgesailie*) என்ற தொன்மையான சமவெளிப் பிரதேசம் இருக்கிறது. இன்றுவரை விஞ்ஞானிகளுக்குப் புதிராக

விளங்கும் இடம். பன்னிரண்டு லட்சம் வருடங்களுக்கு முன்னர் கற்கால மனிதர்கள் இந்தப் பிரதேசத்தில் வாழ்ந்திருக்கிறார்கள். கல்லினால் செய்த ஆயுதங்கள் இங்கே விரவிக் கிடக்கின்றன. ஆனால் ஆயுதங்கள் செய்த கற்கள் 10 கி.மீட்டர் தொலைவில்தான் அகப்பட்டன. எப்படி அந்தக் கற்களை இங்கே நகர்த்தினார்கள். இந்தச் சமவெளி ஒரு கல் ஆயுதங்கள் செய்யும் தொழிற்சாலைபோல 10 லட்சம் வருடங்களாகச் செயல்பட்டிருக்கிறது. ஆனால் மனிதன் வாழ்ந்தான் என்பதற்குத் தடயமாக இங்கே ஒரு மனித எலும்புகூடக் கிடைக்கவில்லை. விஞ்ஞானிகளால் விடுவிக்க முடியாத புதிர்களில் இதுவும் ஒன்று.

இந்தப் புத்தகத்தில் 30வது அத்தியாயம்தான் இறுதியானது. 1680 ஆண்டுகளில் ஐஸக் நியூட்டன் பிரபஞ்சத்தின் ஆழமான ரகஸ்யங்களை விடுவிக்கும் விதிகளைக் கண்டுபிடித்த அதே நேரத்தில் இன்னொரு பரிதாபகரமான விஷயமும் இந்த உலகில் நடந்தது. மொரீசியஸ் தீவில் காலம் காலமாக வசித்து வந்த, பறக்கத் தெரியாத டோடோ பறவைகளை மாலுமிகள் விளையாட்டுக்காகச் சுட்டுத் தள்ளினார்கள். இது ஒரு கெடுதலும் செய்யத் தெரியாத பறவை. இதன் இறைச்சியைக்கூட உண்ண முடியாது. மூளை குறைவான இந்தப் பறவைக்குப் பயந்து ஓடித் தப்பவும் தெரியாது. ஆகையால் இவை ஒட்டுமொத்தமாகக் கொல்லப்பட்டன. இந்த உலகத்தில் ஒரு பறவைகூட மிச்சம் இல்லை; முட்டை இல்லை; பாடம் செய்த உருவம்கூட இல்லை. முற்றுமுழுதாகப் பூமியிலிருந்து அழிக்கப்பட்டுவிட்டன.

இது ஒரு உதாரணம்தான். இன்னும் எத்தனையோ பறவைகளும் மிருகங்களும் அழிந்துபோயின; பெரும் ஆமைகள், ராட்சத ஸ்லொத்துகள். இப்படி மனிதனால் அழிக்கப்பட்ட உயிரினம் மட்டுமே 1,20,000 என்று விஞ்ஞானிகள் கணக்குச் சொல்கிறார்கள்.

உலகத்து ஜீவராசிகள் அனைத்தையும் காவல் காக்க வேண்டுமென்றால் அதற்கு மனிதன் நிச்சயமாகத் தகுதியானவன் அல்ல. ஆனால் இயற்கை மனிதனைத்தான் தேர்வு செய்திருக்கிறது. மனிதன்தான் இருக்கும் உயிரினங்களில் எல்லாம் உயர்வானவன்; இவனே கேவலமானவனும். இந்தப் பிரபஞ்சத்தில் உயிர்களைத் தரிக்கும் கிரகம் ஒன்றே ஒன்றுதான். பூமிக் கிரகம். ‘ஒரே ஒரு கிரகம். ஒரே ஒரு பரிசோதனை’ என்றார் ஒரு ஞானி. மனிதன் ஒருவனால் மட்டுமே அழிக்கமுடியும். அவனால் மட்டுமே காக்கவும் முடியும். மனிதன் எதனைத் தேர்ந்தெடுப்பான் என்பது இனிமேல்தான் தெரியவரும்.

இப்படி சரித்திரமும் உண்மைகளும் அபூர்வமான தகவல்களும் புத்தகம் நிறையக் கிடைக்கின்றன. புத்தகத்தின் கடைசிப் பக்கத்துக்கு வரும்போது இன்னொரு முறை படிக்க வேண்டும் என்ற ஆவல் ஏற்படும். சுவாரஸ்யம் கூடுகிறது. இப்பொழுது எனக்கு முன்னால் 310 பேர் இந்தப் புத்தகத்தைப் படிப்பதற்காகக் காத்துக்கொண்டிருந்த மர்மம் புரிந்தது.

மறுபடியும் அந்த நூலக மேலதிகாரியைச் (Patricia) சந்தித்து என் நன்றியைச் சொன்னேன். 'புத்தகம் எப்படி இருந்தது?' என்றார். 'மிகவும் அருமை. எல்லோரிடமும் இருக்கவேண்டிய, படிக்க வேண்டிய புத்தகம். நான் ஒரு புத்தகத்தை ஏற்கெனவே சொந்தமாக வாங்கிவிட்டேன்,' என்றேன்.

'எல்லோரும் மெச்சுகிறார்கள். நானும் அதைப் படிக்க வேண்டும். என் முறைக்காகக் காத்திருக்கிறேன்' என்றார் அந்த அதிபர்.

'அப்படியா! என்னுடைய புத்தகத்தை உங்களுக்கு இரவல் தர நான் தயார்' என்றேன்.

பத்து லட்சம் புத்தகங்களுக்கு அதிபதியாக இருக்கும் ஒருவருக்குப் புத்தகம் இரவல் கொடுப்பது எவ்வளவு ஒரு பெருமையான விஷயம்.

அந்தப் பெண் அதிகாரி புன்சிரிப்பு கொஞ்சமும் குறைக்கப் படாமல் என்னைப் பார்த்துப் 'பார்ப்போம்' என்றார்.

30

இலக்கியக்காரனின் இறுதி வார்த்தை

சரித்திரம் என்றால் தேதிகள் என்று என் சிறு வயது ஆசிரியர் என்னை நினைக்கவைத்தார். அலெக்சாந்தரில் இருந்து ஆதித்த சோழன் வரைக்கும் தேதிகளை நான் மனனம் செய்ய வேண்டும். ஒரு பாடத்தை எவ்வளவுக்கு வெறுக்க முடியுமோ அவ்வளவுக்குச் சரித்திரப் பாடத்தை வெறுத்தேன். வரலாறுதான் மனிதர்களின் கதை என்பதையும் மனிதர்களின் கதைதான் இலக்கியம் என்பதையும் அந்த ஆசிரியர் எனக்குச் சொல்லித்தர மறந்துவிட்டார்.

மார்க்கோ போலோவை நான் வெறுத்ததற்கும் அதுதான் காரணம். அவனுடைய தேதிகள் எல்லாம் மாறிப்போனது. பரீட்சையில் ஒருமுறைகூட அவன் எனக்குக் கைகொடுக்கவில்லை. அவனுக்கும் நான் கைகொடுக்கவில்லை. அவனுடைய பயணக் கதை மிகவும் சுவாரஸ்யமானது. அச்சு யந்திரம் கண்டுபிடிப்பதற்கு இன்னும் 150 வருடங்கள் இருந்த அந்தக் காலத்தில் அவன் கதை உலகமெல்லாம் பரவியது. கையினால் எழுதிய பல பிரதிகள் உலவின. அவை பிரெஞ்சில் எழுதப்பட்டுப் பின்னர் லத்தீன், இத்தாலியன், ஆங்கிலம் போன்ற பல மொழிகளில் மொழிபெயர்க்கப்பட்டன. அவை ஒவ்வொன்றும் ஒவ்வொரு கதையைச் சொல்லின.

புனைவுக் கட்டுரை என்ற இலக்கிய ரகத்தைக் கண்டுபிடித்தது 'In Cold Blood' நாவலை எழுதிய

ட்ரூமன் கபோரே என்று சொல்வார்கள். ஆனால் அந்த இலக்கிய ரகத்தை முதலில் கண்டுபிடித்தது மார்க்கோ போலோதான். எழுநூறு வருடங்களுக்கு முன்னர் வெளியான அவனுடைய பயணக் கட்டுரையில் புனைவு கலந்திருக்கும். என்ன கொஞ்சம் அதிகமாகவே கலந்திருந்தது. ஒரு பயணக்காரனாக இருந்ததிலும் பார்க்க மேலான இலக்கியக்காரனாகவே அவன் இருந்தான். உலகம் முழுவதும் அவனுடை நூல்களைப் போட்டி போட்டுக் கொண்டு படித்தது. அதுதான் 13ஆம் நூற்றாண்டில் அதிகம் விற்பனையான புத்தகம். இந்த மேலான இலக்கியக்காரன் இறக்கும்போது சொன்ன வாசகம் இன்றுவரை எல்லோரையும் போட்டுக் குழப்பிக்கொண்டே இருக்கிறது.

பெரும் இலக்கியக்காரர்கள் மரணத்தின் வாயிலில் குழம்பிப்போய் இருக்கிறார்கள். ஜேம்ஸ் ஜோய்ஸ் இறக்க முன்னர் 'நான் எழுதியது ஒருவருக்குமே புரியவில்லையா ?' என்று ஆற்றாது புலம்பினார். பிரிட்டிஷ் பெண் எழுத்தாளர் வர்ஜீனியா வூல்ஃப் தன் சட்டைப் பைகளில் கற்களை நிறைத்துக்கொண்டு, தண்ணீருக்குள் இறங்கித் தற்கொலை செய்துகொண்டார். இறப்பதற்கு முன்னர் அவர் இப்படி எழுதிவைத்தார். 'என்னுடைய மூளை குழம்பிப் போய் இருப்பது எனக்கு நிச்சயமாகத் தெரிகிறது. அந்த நரகத்தை இன்னொருமுறை என்னால் அனுபவிக்க முடியாது. இம்முறை மீட்சியில்லை. எனக்குச் சத்தங்கள் கேட்கத் தொடங்கிவிட்டன.'

வேறு சில எழுத்தாளர்கள் மரணத்திற்கு முன்னர் குழப்பமடை வதற்குப் பதிலாக வெளிச்சத்தைக் கண்டிருக்கிறார்கள். ஓஹென்றி 'விளக்கை ஏற்றுங்கள். இருட்டிலே வீட்டுக்குப்போக எனக்குப் பிரியமில்லை' என்றார். விக்டர் ஹ்யூகோ 'எனக்குக் கறுப்பு வெளிச்சம் தெரிகிறது' என்றார். தாகூர் 'மரணம் என்றால் வெளிச்சத்தை மறைப்பது அல்ல; விளக்கை அணைப்பது. ஏனென்றால், வாசலில் வைகறை வந்துவிட்டது' என்றார். மரணம் நெருங்கியபோதும் நகைச்சுவையை விடாத மனிதர் மார்க் ட்வெய்ன்தான். அவர் இறக்கும் சமயம் பிரபலம் பெற்றுவிட்டார். அமெரிக்காவின் நிருபர்களுக்கு இடையில் போட்டி, யார் முதலில் அவருடைய மரணச் செய்தியை வெளியிடுவது என்று. ஒரு பத்திரிகை அவர் இறக்கமுன்னரே அவர் இறந்துவிட்டார் என்ற செய்தியை அறிவித்தது. இதை அறிந்ததும் மார்க் ட்வெய்ன் ஓர் அறிக்கை விட்டார். 'நான் இறந்துபோன செய்தி மிகைப்படுத்தப்பட்டிருக்கிறது.'

மரணத்தின் வாயிலில் இலக்கியக்காரர்களாக மாறியவர் களும் உண்டு. சேர் ஃபிரான்சிஸ் பேக்கன் என்பவர் 16ஆம்

நூற்றாண்டில் முதலாம் ஜேம்ஸ் மன்னரிடம் விஞ்ஞானியாக, தத்துவவாதியாக, சட்ட நிபுணராக உயர்ந்த பதவிகள் வகித்தவர். ஒரு நாள் லஞ்சம் வாங்கும்போது பிடிபட்டு லண்டன் டவரில் அடைக்கப்பட்டார்.அப்பொழுது தன்மீது கருணை காட்டும்படி மாட்சிமை பொருந்திய மன்னருக்கு ஃபிரான்சிஸ் பேக்கன் உருக்கமான கடிதம் ஒன்றை எழுதினார். டவரில் அடைக்கப்பட்டவர்களுக்கு வழக்கமான தண்டனை சிரச்சேதம்தான். சிரச்சேதம் செய்யப்பட்டால் அவருடைய தலையை வயிற்றின்மேல் வைத்து வெளியே அனுப்புவார்கள். சிலபேரை மன்னர் மன்னிப்பதும் உண்டு. இன்னும் சிலர் வாழ்நாள் முழுவதும் சிறையில் கிடந்து வாட வேண்டியதுதான். பேக்கன் விசயத்தில் அவர் கடைசி நிமிடத்தில் மன்னிக்கப்பட்டுக் கழுத்தின்மேல் தலை நிற்க வெளியே வந்தார். அரச பதவிகள் எல்லாம் துறந்து ஐந்து வருடங்கள் சாதாரண வாழ்க்கை வாழ்ந்து இறந்துபோனார். இந்தக் காலத்தில் அவர் அழியாத தத்துவங் களைப் படைத்தார். இவர் புகழ்பெற்ற இலக்கியவாதியும்கூட. சேக்ஸ்பியருடைய நாடகங்களை இவர்தான் எழுதினார் என்று சொல்பவர்கள் இன்றும் இருக்கிறார்கள்.

டோஸ்டோவ்ஸ்கி உலகத்தின் தலைசிறந்த படைப்பாளி யாக மதிக்கப்படும் ரஸ்ய எழுத்தாளர். அவர் இளைஞராக இருந்த சமயம் பிரெஞ்சு எழுத்தாளர்களை விரும்பிப் படிப்பார். அவருக்கு 28 வயதாகும்போது அவரும் இன்னும் சில நண்பர்களும் கைது செய்யப்பட்டார்கள். ராசதுரோகக் குற்றம் சாட்டி அவர்களுக்கு மரண தண்டனை விதித்தார்கள். அவருடைய மரணத்துக்கு ஒரு நிமிடம் முன்பு தண்டனையை மாற்றினார்கள். அந்தச் சம்பவத்தைக் குறிப்பிட்டுத் தன் சகோதரருக்கு டோஸ்ரோவ்ஸ்கி கடிதம் எழுதினார்.

‘தண்டனையை நிறைவேற்றுவதற்காக எங்களை செமினோவ் மைதானத்துக்கு அழைத்துச் சென்றார்கள். அங்கே எங்களுக்கு வழங்கப்போகும் தண்டனை வாசித்துக் காட்டப்பட்டது. சிலுவையை முத்தமிடச் சொன்னார்கள். வாள்களை உருவி எங்கள் தலைகளுக்குமேல் முறித்துப்போட்டார்கள். கொல்லுவதற்கு வசதியாக மூன்று பேரைச் சேர்த்து ஒரு தூணில் கட்டினார்கள். நான் ஆறாவது ஆள். மூன்று மூன்று பேராக அழைத்தார்கள். இரண்டாவது குழுவில் நான் இருந்தேன். இறப்பதற்குச் சரியாக ஒரு நிமிடம் இருந்தது. நான் உன்னை நினைத்தேன், சகோதரனே. கடைசி நிமிடத்தில் உன்னை மாத்திரமே நினைத்தேன். என் பக்கத்தில் நின்ற இரண்டு நண்பர்களிடமும் இறுதியாகத் தழுவி விடைபெற்றுக்கொண்டேன். அப்பொழுது ஊதுகுழல் ஒலித்தது. மாட்சிமை பொருந்திய மன்னர் எங்கள் மரண தண்டனையைக்

குறைத்து நாலு வருடக் கடும் தண்டனையாக மாற்றியதை எங்களுக்குச் சொன்னார்கள்.'

அன்று டோஸ்ரோவ்ஸ்கி மரணத்தில் இருந்து கடைசி நிமிடத்தில் தப்பியிருக்காவிட்டால் அவருடைய படைப்புகளை எல்லாம் இழந்திருப்போம். 'குற்றமும் தண்டனையும்', 'காரமசோவ் சகோதரர்கள்', 'முட்டாள்' போன்ற நாவல்கள் எங்களுக்கும் கிடைக்காமலே போயிருக்கும்.

வாழ்நாள் முழுக்க இலக்கியத்துக்காகவே வாழ்ந்து மரணம் வந்தபோது இலக்கியத்தைத் துறந்தவர்களும் உண்டு. ஒக்டேவியஸ் சீசர் காலத்தில் வாழ்ந்த பெரிய கவி வேர்ஜில். இவரும் ஒக்டேவியசும் இளவயதில் ஒன்றாகப் படித்தவர்கள்; நண்பர்கள். ஒக்டேவியஸ் கேட்டுக்கொண்டதற்கு இணங்க வேர்ஜில் லத்தீன் மொழியில் ஒரு பெரிய காவியம் படைத்தார். அதற்கு 'ஏனிட்' என்று பெயர். திரோஜன் ஒருவன் இத்தாலிக்குப் பயணம் செய்து ரோம் நகரை வெல்வதைச் சொல்லும் கதை. 11 வருடங்கள் தொடர்ந்து எழுதி அதை முறைப்படி வெளியிட முன்னர் அவர் இறந்துபோனார். மரணத்துக்கு முன் தன் நண்பர்களிடம் தான் எழுதிய காவியத்தை அழித்துவிடச் சொல்கிறார். அவருக்குக் காவியத்தில் போதிய திருப்தி இல்லை. ஆனால், நண்பர்கள் சிறு திருத்தங்கள் செய்து காவியத்தை வெளியிடுகிறார்கள். இன்றுவரை லத்தீனில் இது புகழ்பெற்ற காவியமாக விளங்கி வருகிறது. மரணம் சமீபித்தபோது அவர் விட்ட வேண்டுகோளை நண்பர்கள் நிராகரித்ததால் மானுட சமுதாயத்துக்குப் பெரும் காவியம் ஒன்று கிடைத்தது.

உலகத்தின் முதல் Best Seller நூலை எழுதியவன் மார்க்கோ போலோ. அவனுக்கு ஆறு வயது நடந்துகொண்டிருந்தபோது, அவனுடைய தகப்பனும் சகோதரனும் ஒரு நீண்ட பயணத்தைத் தொடங்கினார்கள். அவர்கள் வெனிஸ் தேசத்து வர்த்தகர்கள். அந்தக் காலத்தில், நினைத்துக்கூடப் பார்க்க முடியாத தூரத்திலிருந்த சீனாவுக்குப் புறப்பட்டார்கள். பயணத்தை முடித்து அவர்கள் மீண்டும் வெனிசுக்குத் திரும்பி வந்துசேர்ந்தபோது மார்க்கோவுக்கு வயது 15. ஒன்பது வருடங்கள் அவர்கள் பயணம் செய்திருக்கிறார்கள். இந்த இடைப்பட்ட காலத்தில் மார்கோவைப் பெற்ற தாயாரும் இறந்துபோகிறாள்.

இரண்டு வருடம் கழித்து மறுபடியும் பயணம் புறப்பட்டபோது 17 வயதான மார்க்கோவும் சேர்ந்துகொள்கிறான். அவன் இளம் வாலிபனாய் இருந்தபோதிலும் பொறுப்புடனும் கருத்துடனும் தன்னைச் சுற்றித் தினமும் மாறும் உலகை அவதானித்தபடி பயணம் செய்கிறான். முதல் உலகப் பயணி

மார்க்கோ போலோ அல்ல. அவனுக்கு முன்பும் பலர் பயணம் செய்திருக்கிறார்கள். ஆனால், மார்க்கோ போலோவை இன்றும் நினைவில் வைத்திருப்பதற்குப் பல காரணங்கள் இருக்கின்றன. அதில் முக்கியமானது அவன் தனது பயணத்தை இலக்கியமாக்கியது.

நாலு வருடங்கள் பயணம் செய்து சீனாவின் பெய்ஜிங் நகரை அடைகிறார்கள். அங்கே மங்கோலியச் சக்கரவர்த்தி குப்ளாய் கான் அரசு செலுத்துகிறார். 17 வருடங்கள் பல அலுவல்களில் அரசனுக்கு ஆலோசனையாளராக மார்க்கோ பணிபுரிகிறான். 'பிரம்மாண்டமான பளிங்கு மாளிகை, அவற்றில் தங்கமுலாம் பூசிய அறைகள், கண்ணைப் பறிக்கும் வர்ணங்களில் தீட்டப்பட்ட மனித உருவங்களும் மிருகங்களும் உங்கள் மூச்சை நிறுத்திப் பரவசத்தையும் அதே சமயத்தில் வியப்பையும் தரும்.' இப்படி வர்ணிக்கிறான். அங்கு நடக்கும் விருந்துகளும் அவனுக்கு ஆச்சரியத்தை விளைவிக்கின்றன. 6,000 விருந்தினர்கள் ஒரே சமயத்தில் உணவருந்தும் மண்டபம். 10,000 வல்லூறு வேட்டைக்காரர்கள், 20,000 நாய்க் காவலர்கள் அரச ஊழியத்தில் இருக்கிறார்கள். இவனுடைய வர்ணனையில் மயங்கிய ஆங்கிலக் கவி சாமுவெல் டெய்லர் கோலரிட்ச் பின்னாளில் குப்பளாய் கான் பற்றிக் கவிதை புனைவார்.

மார்க்கோவின் வர்ணனைகள் நேரில் நின்று பார்ப்பது போன்ற உணர்வைக் கொடுக்கும். அற்பமான சம்பவம்கூட அவன் எழுத்தில் இலக்கியமாக மாறிவிடும். கொடிய பாலைவனத்தைக் கடப்பதைப் பற்றி இப்படி எழுதுகிறான்:

'சில நேரங்களில் பயணிகள் பாலைவனத்தைக் கடக்கும் போது கொள்ளைக்காரர்கள் அவர்களை நோக்கிவரும் சத்தம் கேட்டு எதிர்திசையில் சிதறி ஓடி வழி தவறுவதுண்டு. பகல் நேரத்தில்கூட அமானுட ஓசைகளும் போர் ஒலிகளும் மேளச் சத்தங்களும் கிளம்பிப் பயணிகளைக் கிலி பிடிக்கவைக்கும். இந்தக் காரணங்களுக்காகப் பயணிகள் ஒருவருக்கொருவர் நெருக்கமாகவே பயணிப்பர். இரவு தூங்க முன்னர் அடுத்த நாள் காலை பயணப்பட வேண்டிய திசையை நோக்கித் திசைகாட்டியை நட்டுவைப்பர். மிருகங்களின் கழுத்துகளில் மணிகளைக் கட்டிவைக்கவும் தவற மாட்டார்கள். இந்த முறையில் வழி தவறாமலும் மிருகங்கள் தொலையாமலும் பாதுகாத்துக்கொள்வார்கள்.'

தாய்நாட்டுக்கு அவன் திரும்பியதற்கு முக்கியக் காரணம் குப்ளாய் கான் முதுமையடைந்துவிட்டதுதான். எந்த நேரமும் அவர் இறக்கலாம். அவர் இறக்கமுன்னர் தான் ஈட்டிய

திரவியம் முழுவதையும் தன் பிறந்த நாட்டுக்கு எடுத்துச்செல்ல தீர்மானித்தான். திரோஜன் போரை முடித்துவிட்டு ஒடிசியஸ் பத்து வருடங்கள் அலைந்ததுபோல மார்கோவும் பத்து வருடங்கள் பயணம் செய்தான். அவன் திரும்பவும் வெனிசுக்கு வந்து சேர்ந்தபோது அவனுக்கு வயது 42.

அவன் அரும்பாடுபட்டுச் சேர்த்த செல்வத்துடன் நிம்மதி யாக வாழ முடியவில்லை. வெனிசுக்கும் ஜெனோவாவுக்கும் இடையில் போர் மூண்டது. போரிலே மார்க்கோ போலோவைக் கைதுசெய்து சிறையில் அடைத்தார்கள். சிறையிலே கைதிகளுக்கு மார்க்கோ போலோ தன் 25 வருடப் பயணக் கதைகளை வெறும் ஞாபகத்தில் இருந்து சொல்ல, அவனுடன் இருந்த சக கைதி ஒருத்தன் எழுத்தாளன் பெயர் ரஸ்டிசெல்லோ அதை பிரெஞ்சு மொழியில் எழுதினான்.

ஹெரோடோரஸ் போல மார்க்கோ வரலாறு படைப்பதற் காகப் புறப்பட்டவன் அல்லன். வழி நெடுகக் குறிப்புகளும் எழுதி வைக்கவில்லை. சிறையில் நேரத்தைப் போக்குவதற்காகத் தன் அனுபவங்களை எழுதினான். 17 வயதிற்குள் பல இலக்கியங் களை ஆழமாகக் கற்றிருந்தபடியால் அவன் எழுதியதில் கலைநேர்த்தி இருந்தது. அமோகமான ஞாபகசக்தியும் நுண்ணிய அவதானிப்புமே அவனை இலக்கியக்காரனாக மாற்றியது.

மேற்குக் கிழக்காகப் பல பயணங்கள் மேற்கொள்ளப் பட்டிருந்தாலும், வடக்குத் தெற்காகப் பிரயாணம் செய்த முதல் பயணி மார்க்கோதான். சீனாவில் தான் கண்ட புதுமைகள் அனைத்தையும் மார்க்கோ வர்ணித்தபோது அந்தக் காலத்துச் சரித்திர ஆசிரியர்கள் அதைப் புளுகு மூட்டை என்று தள்ளி வைத்துவிட்டார்கள். அவன் எழுதிய விபரங்கள் பின்வந்த வரலாற்றுக்காரர்களுக்கு உதவியாக அமைந்தன.

இன்றும் சிலர் இவன் எழுதிவைத்ததை நிராகரிக்கிறார்கள்.

மார்க்கோ அரைவாசி சரித்திரக்காரன், அரைவாசி கற்பனைக்காரன் என்று குற்றம் சாட்டுகிறார்கள். ஓர் இடத்தில் மார்க்கோ எழுதுகிறான்:

'ஒரு ராட்சதப் பறவை யானையைத் தன் கால்களில் இடுக்கிக் கொண்டு பறக்கும். நல்ல உயரத்துக்கு எழும்பியதும் தொப்பென்று யானையைக் கீழே போட்டு அதன் எலும்புகளை உடைக்கும். அதன் பிறகு இறைச்சியைக் கொத்திச் சாப்பிடும்.'

இப்படி புளுகுகளைச் சேர்த்ததால் எது உண்மை, எது பொய் என்று தெரியாமல் குழப்பம் ஏற்பட்டது. இன்னும் சில

வரலாற்று ஆசிரியர்கள் இவன் சீனாவுக்குப் போனதே கிடையாது, தன் பயணங்களில் கேள்விப்பட்டதையும் கற்பனையையும் கலந்து கதை விட்டிருக்கிறான் என்று கூறுகிறார்கள். அதற்குக் காரணம் இருக்கிறது. சீனாவின் புகழ் பெற்ற தேநீரைப் பற்றியோ, அவர்கள் குச்சிகளினால் சாப்பிடுவது பற்றியோ ஒரு வார்த்தை அவன் எழுதவில்லை. நீண்ட நெடுஞ் சுவரைப்பற்றிச் சொல்லவில்லை. சீனப் பெண்கள் கால்களைத் துணியினால் சுற்றி இறுக்கக்கட்டிச் சிறுக்க வைப்பது பற்றியும் அவன் கூறவில்லை.

உண்மைச் சரித்திரத்தை எழுதுபவர்கள் அதில் சிறு பொய் சேர்த்தாலும் உண்மையின் மதிப்புப் போய்விடுகிறது. மார்க்கோ போலோ அருமையான பயணச் சித்திரங்களை இலக்கியமாக்கிய போது அவற்றின் சுவையை மேலும் அதிகமாக்கச் சிறிது புனைவைக் கலந்திருக்கிறான். அவன் பெரும் பொய்யனோ அல்லது சரித்திரக்காரனோ தெரியாது. ஆனால் அவன் பெரும் பயணி. அதனிலும் சிறந்த இலக்கியக்காரன்.

அவன் இறக்கும்போது அவனுக்கு வயது 70. அந்தக் கடைசி நிமிடங்களிலும் அவன் இலக்கியக்காரனாகவே வாழ்ந்தான். 'நான் பார்த்ததில் பாதியைத்தான் கூறினேன், மீதியைச் சொல்லவே இல்லை' என்று மர்மமாகச் சொல்லிவிட்டு இறந்துபோனான்.

அவன் சொல்லாமல் விட்ட பாதி சரித்திர மூட்டைகளா, புளுகு மூட்டைகளா?

அவனுக்கு மட்டுமே தெரியும்.

31

ஆறாத் துயரம்

நான் பல சமயங்களில் பலர் ஆறாத் துயரம் என்று சொல்வதைக் கேட்டிருக்கிறேன்; எழுதி யிருப்பதைப் படித்துமிருக்கிறேன். நான் நேரில் கண்ட சம்பவம் ஒன்று இரண்டு நாட்கள் முன்புதான் நடந்தது.

என் நண்பர் ஒருவர் உடல் நலமில்லாமல் இருந்தார். மூன்று மாதங்களாகப் பல மருத்துவர் களைப் பார்த்தும் நிறைய மருந்துகள் எடுத்தும் ஒரு பிரயோசனமில்லை. எக்ஸ்ரே, ஸ்கான், ரத்தப் பரிசோதனை என்று நிறையச் செய்து பார்த்துவிட்டார்கள். ஆனால் ஒருவருக்கும் நோய் என்னவென்று பிடிபடவில்லை. எதிர் வருகின்ற திங்கட்கிழமை அவர் ஆஸ்பத்திரியில் அனுமதியா கிறார். மேலும் பல மருத்துவர்கள் புதிய பரிசோதனை களை மேற்கொள்ளுவார்கள். வியாதி என்னவென்று கண்டுபிடித்து அதற்குச் சிகிச்சை ஆரம்பிப்பதுதான் நோக்கம். சிலவேளைகளில் சத்திர சிகிச்சைகூடத் தேவைப்படும். அவர் ஆஸ்பத்திரியில் ஒரு மாதம் இருக்கலாம், இரண்டு மாதம் இருக்கலாம். வேறு என்ன என்னவோ எல்லாம் நடக்கலாம்.

அவர் போலந்துக்காரர், வயது எண்பதுக்கு மேலே. பல மாதங்களுக்கு பிறகு ஆளை நேரில் பார்த்த நான் திடுக்கிட்டேன். எடை சரி பாதியாகக் குறைந்துவிட்டதென அவரே சொன்னார். உடைகள் ஆணியில் கொழுவிவிட்டதுபோல உடம்பில் தொங்கின. நீளமான கழுத்து சட்டென்று நடுவிலே வளைந்துபோய்க் கிடந்தது. மிகக் களைப்பாகக்

காணப்பட்டார். இரண்டு வாக்கியத்துக்கு ஒருமுறை வாயைத் திறந்து காற்றை விழுங்கிவிட்டுப் பேசினார்.

நண்பர் இரண்டாம் உலகப் போர் முடிந்த பின்னர் கனடாவுக்கு வந்தவர். 60 வருடங்களைக் கனடாவில் கழித்து விட்டார். தன்னுடைய இளவயதுச் சம்பவங்களைத் தொட்டுப் பேசிக்கொண்டு வந்தவர் தன் தகப்பனார் புறா வளர்த்த கதையைச் சொன்னார். நிறைய புறாக்களை வளர்த்து விற்பதை ஒரு பொழுது போக்காக அவர் செய்தார். தூது ஓலை கொண்டுபோகும் புறாக்களுக்குப் பயிற்சி கொடுப்பதில் வல்லவர். புறாக்களுக்குத் தங்குவதற்கு நல்ல வசதியும் உணவும் இருப்பது அவசியம். அவை கூட்டிலே இருந்தாலும் மகிழ்ச்சியாக இருக்கும் விதத்தில் பார்த்துக் கொள்ள வேண்டும். கிரமமாகக் காலை வேளையில் உணவளித்தால் எங்கே கொண்டுபோய் விட்டாலும் அவை திரும்பிவிடும்.

ஓய்வு நாட்களில் என் நண்பரும் அவர் தகப்பனும் புறாக்களுக்குப் பயிற்சி கொடுப்பார்கள். புறாவை எடுத்துக் கொண்டு ஒரு மைல் தூரம் சென்று அதை ஆகாயத்தில் எறிந்து விடுவார்கள். இவர்கள் திரும்பமுன்னர் அது பறந்து கூட்டுக்கு வந்துவிடும். சிறிது சிறிதாகத் தூரத்தைக் கூட்டிக்கொண்டே போவார்கள். அவைகளுடைய உணவு நேரம் காலையில் என்பதால் அதிகாலையிலேயே புறப்பட்டு நெடுந்தூரம் சென்று புறாவை விடுதலை செய்வார்கள். உணவு நேரமானபடியால் புறா பறந்து எப்படியும் வீட்டுக்கு வந்துசேர்ந்துவிடும். ஒன்றிரண்டு புறாக்கள் தொலைவதுமுண்டு. ஆனால் அநேகமாக எல்லாப் புறாக்களும் திரும்பிவிடும்.

'அப்பாவிடம் ஒரு அழகான புறா இருந்தது. வெள்ளை நிறம், வாலில் மாத்திரம் மண் தூவியதுபோல கொஞ்சம் மஞ்சள் படர்ந்திருக்கும். அதற்கு நான் அல்பிங்கா என்று பெயர் சூட்டினேன். போலிஷ் மொழியில் அல்பிங்கா என்றால் வெள்ளை என்று பொருள். நாங்கள் வளர்த்த புறாக்களில் அதைப்போல அழகான ஒரு புறாவையோ மூளைத்திறன் கொண்ட பறவையையோ நான் கண்டதில்லை. அந்தக் காலத்து அரசர்கள் கடிதங்களில் செய்திகள் அனுப்புவது இப்படியான புறாக்களில்தான். என்னுடைய காலத்தில்கூட ஒரு புகழ்பெற்ற டொக்ரர் அவசரமான மருந்துகளைப் புறாவின் காலில் கட்டித் தருவித்திருக்கிறார். அப்பாவுக்கும் எனக்கும் இந்தப் புறாவில் தனி ஈடுபாடு இருந்தது. சிறிது சிறிதாகத் தூரத்தைக் கூட்டி 50 மைல் தூரம் பறப்பதற்கு அல்பிங்கா பழகிவிட்டது. எந்தத் திசையில் கொண்டு சென்றுவிட்டாலும் அது வீட்டுக்கு வந்துவிடும்.

அப்பாவுக்கு அடுத்த ஊரில் ஒரு நண்பர் இருந்தார். அவர் பெயர் ப்ரனிஸ்லோ. எப்பொழுது அப்பாவைச் சந்திக்க வந்தாலும் அப்பாவிடம் அல்பிங்காவைப் பற்றிப் பேசுவார்; அதைத் தனக்கு விற்கச் சொல்லி அப்பாவை வற்புறுத்துவார். அதற்காக என்ன விலை கொடுக்கவும் அவர் தயாராக இருந்தார். நான் அந்தப் புறாவில் எவ்வளவு அன்பு வைத்திருந்தேன் என்பதை அப்பா அறிவார். பள்ளிக்கூடத்தில் இருந்து வந்ததும் என்னுடைய முதல் வேலை அல்பிங்காவை எடுத்துக் கையிலே வைத்துக் கொஞ்சுவதுதான். ஆகவே அப்பா நண்பரின் வேண்டுகோளைத் தட்டிக்கொண்டே வந்தார்.

1939 ஆம் ஆண்டு செப்டம்பரில் ஜேர்மனி போலந்தின்மேல் படையெடுத்தது. இரண்டாம் உலகப் போர் ஆரம்பித்தது அப்படித்தான். போலந்து ஒரு மாதத்தில் முற்றாக வீழ்ந்தது. நாங்கள் இப்படி நடக்கும் என்று எதிர்பார்க்கவே இல்லை. ஒரு வருடத்திற்குள் நிலைமை மிக மோசமானது. எங்கள் குடும்பம் பெரியது. அப்பாவினால் செலவுகளைச் சமாளிக்க முடிய வில்லை. நான் பள்ளிக்கூடத்தில் இருந்தபோது ஒரு நாள் அப்பா ப்ரனிஸ்லோவுக்கு புறாவை நல்ல விலைக்கு விற்றுவிட்டார். அதில் வந்த பணம் எங்கள் வீட்டுக்கு இரண்டு மாதத்திற்குச் சாப்பாடு போட்டது என்று அப்பா பின்னாளில் சொன்னார். பள்ளியிலிருந்து வந்த நான் அப்பா புறாவை விற்றதைக் கேள்விப்பட்டு அப்படியே மனமுடைந்து போனேன். ஒரு முழு நாள் சாப்பிடாமல் பட்டினி கிடந்தேன். ஒருதுண்டு ரொட்டிக்கு சிரமப்பட்ட அந்தக் காலத்தில் பட்டினி கிடப்பதில் எந்தவிதப் பொருளும் இல்லை.

ப்ரனிஸ்லோவுக்கு புறாவை விற்றபோது அப்பா ஒரு விசயத்தை அவருக்குத் தெளிவாகச் சொல்லியிருந்தார். இந்தப் புறா பயிற்சி கொடுக்கப்பட்டது. அதி புத்திசாலி. இது திரும்பவும் எங்கள் வீட்டுக்கு வந்தால் அதை நான் இன்னொருமுறை உங்களுக்குத் தரமாட்டேன். அவரும் சம்மதித்தே அதை வாங்கிப்போனார்.

இரண்டு வாரம் ஓடிவிட்டது. ஒருநாள் காலை நான் பாடசாலைக்குப் புறப்பட்டேன். வீட்டுக் கதவைத் திறந்து வெளியே வந்ததும் அப்படியே திடுக்கிட்டு நின்றேன். நான் வளர்த்த அல்பிங்கா திரும்பி வந்துவிட்டது. வாசலிலே நடுங்கிக்கொண்டு நின்றது. கழுத்தைச் சரித்து நிமிர்ந்து பார்த்தபோது விழுந்து விட்டது. இரண்டு கைகளிலும் அதைத் தூக்கியபோது இருதயம் துடிப்பது போலத்துடித்தது. அதனுடைய இரண்டு இறக்கைகளும் வெட்டப்பட்டிருந்தன. அப்படியும் 17 மைல் தூரத்தை அது

இரண்டு வார காலமாக நடந்தே கடந்திருந்தது. புறா கிளையில் உட்காரும் பறவை என்பதால் அதற்குக் காலின் முன்பகுதியில் மூன்று நகங்களும் பின்பகுதியில் ஒரு நகமும் இருக்கும், கிளையில் பிடித்து உட்கார வசதியாக. அல்பிங்கா நடந்து வந்ததில் பின் நகம் முற்றாகத் தேய்ந்து விட்டது. முன்நகங்கள் பாதியாக மழுங்கிப்போய் ரத்தம் கசியக் கிடந்தன. நிற்க வைத்தபோது அல்பிங்கா நிற்கமுடியாமல் சரிந்து சரிந்து விழுந்தது. அன்றிரவே இறந்துவிட்டது."

இந்தக் கதையைச் சொன்னபோது நண்பர் விம்மிவிம்மி அழத்தொடங்கினார். அவர் தன்னுடைய அப்பாவை நினைத்தாரோ, அந்தப் புறாவை நினைத்தாரோ அல்லது தன்னை நினைத்தாரோ தெரியாது. அடக்க அடக்க அவரை மீறி ஏதோ ஒன்று நடந்தது. மெலிந்துபோன அவர் உடம்பு துடிக்க எக்கியெக்கி அழுதார். 80 வயதுக் கண்களில் இருந்து நீர் கொட்டியது. நான் என் ஆயுளிலே இவ்வளவு வயதான ஒருவர் அழுததைப் பார்த்தது இதுவே முதல் தடவை. 60 வருடங்களுக்கு முன் இறந்துபோன ஒரு புறா. அதை நினைத்து அழுதார். ஆறாத் துயரம் என்பது இதுதான் என்று நினைக்கிறேன்.

32

சிறுமியின் நாட்குறிப்பு

நான் ஸ்கூலில் இருந்து திரும்பியபோது அது நடந்தது. அத்தனை சாதாரணமாகவும் நிதானமாகவும் நடந்து முடிந்தது எனக்கே ஆச்சரியம்தான். மயிர் அடர்ந்த வலிமையான கரம் என்னைப் பற்றி இழுத்தது. மரக்குத்திபோல இருந்த மற்றக்கை என் வாயைப் பொத்தியது. என் கண்களில் தோன்றிய பீதியைப் பார்த்துவிட்டு அவன் கையை எடுத்திருக்க வேண்டும். பூவரச மரம் ஒன்றுக்குப் பக்கத்தில் என்னைக் கிடத்தினான். தோள் மூட்டை அவன் அழுத்திப் பிடித்ததில் எலும்புகள் முறிந்துவிட்டன என்றே முதலில் நினைத்தேன். பள்ளிக்கூடச் சீருடையைச் சீரில்லாமல் ஆக்கினான். என்னுடைய நோவுகளில் என்னால் தாங்க முடியாமல் இருந்தது பின் தோள் எலும்புக்குக் கீழ் மாட்டிய கூரான கல்தான். அவன் உடம்பிலிருந்து தாங்கமுடியாத சிமெந்து வாசனை வந்தது.

எல்லாம் முடிந்தபின் என் தலையை வருடி நான் முன்பு இருந்ததுபோல என்னை ஆக்கினான். இரட்டைப் பின்னலை எடுத்து நெஞ்சுக்கு முன்னால் விட்டான். கன்னத்தை தடவி, புண்போல இருந்த தன்னுடைய உதட்டினால் என் நெற்றியிலே ஒரு முத்தம் வைத்தான். இரண்டு நிமிட நேரத்தில் அந்த ஒரு செய்கையில்தான் கொஞ்சம் அன்பு தெரிந்தது. அவன் என்ன செய்தான் என்பதற்கான வார்த்தை எனக்குத் தெரியாது. அம்மாவோ ஆசிரியையோ

இன்னும் சொல்லித் தரவில்லை. தனியே விடப்பட்ட நான் நடுங்கியபடி ஈரமாகிவிட்ட ஜங்கியை எடுத்து மாட்டப் பார்த்தேன். பின்னர் ஞாபகச் சின்னமாக அதை அங்கேயே விட்டுவிட்டு வீட்டுக்கு ஓடி வந்துவிட்டேன். அந்த நாளிலிருந்து நான் ஜங்கி அணிவதை நிறுத்தினேன். அதற்கு இனி என்ன வேலை? ஜங்கிகளுக்கு என்ன ஆமைப்பூட்டா போட்டு விற்கிறார்கள்?

33

இரண்டு பூமிகள் தேவை

நன்றி கூறல் நாள் மறுபடியும் வந்து போனது. அமெரிக்க ஜனாதிபதி வழக்கம்போல ஒரு வான்கோழியை மன்னித்து அதற்கு விடுதலை வழங்கினார். அந்த வான்கோழி ஒருவிதக் குற்றமும் செய்யவில்லை. குற்றம் செய்தது மனிதன்தான். அன்றிரவு மட்டும் அமெரிக்காவில் ஐந்து கோடி வான்கோழிகள் கொல்லப்பட்டு அவனுக்கு உணவாகின. இந்த விழாவுக்காக இரண்டு வான்கோழிகளை வெள்ளை மாளிகையில் பாதுகாப்பார்கள். விருந்துக்கு முன்னர் ஒன்றுக்கு ஏதாவது ஆகிவிட்டால் என்பதற்காக. முதலாவதை விடுதலை செய்துவிட்டு இரண்டாவதை உண்டு விடுவார்கள்.

இந்த வான்கோழிகள் எல்லாம் செயற்கையாக வளர்க்கப்பட்டவை. வான்கோழிகள் மாத்திரமல்ல நாங்கள் உண்ணும் இறைச்சி வகை, முட்டை, மரக்கறி, உணவுப்பொருள்கள் யாவுமே செயற்கை யாகத் தயாரிக்கப்பட்டவைதான். ஏதாவது ஒரு விதத்தில் இயற்கைக்கு ஊறு விளைவித்தே அவை உண்டாக்கப்பட்டிருக்கும். அவற்றை உண்ணும் நாங்களும் இயற்கையைச் சேதப்படுத்துவதில் உடந்தையாக இருப்போம்.

சில வருடங்களுக்கு முன்னர் ஒரு கடும் பனிக்காலத்தில் போலந்துக்காரர் ஒருவரை என்

வீட்டு நிலவறையைச் செப்பனிட அமர்த்தியிருந்தேன். ஒரு வெள்ளிக்கிழமை மதிய நேரம் அவர் வேலையை அவசரமாக நிறுத்திவிட்டுப் புறப்பட்டார். மறுநாள் சனிக்கிழமை *Ice Fishing* செய்யப் போகவேண்டுமென அவர் சொன்னார். பனிக்கட்டியாக மாறிவிட்ட ஒட்டாவா ஆற்றின்மீது துளைபோட்டு அதற்குள் தூண்டிலைவிட்டு மீன் பிடிக்கப்போகிறார். விளையாட்டுக்காகவா இதைச் செய்கிறார் என்று கேட்டேன். அவர் கூறிய பதில் ஆச்சரியத்தைத் தந்தது.

‘என் உணவை இயலுமட்டும் நானே சம்பாதித்துக் கொள்கிறேன். பனிக் காலத்தில் மீன் பிடிப்பேன். கோடைக் காலத்தில் வீட்டில் காய்கறித்தோட்டம் போடுவேன். இலையுதிர் காலத்தில் தாரா, வாத்து போன்ற பறவைகளை வேட்டையாடு வேன். இயற்கையோடு ஒன்றி எவ்வளவு பின்னோக்கிப்போய் உணவைத் தேட முடியுமோ அவ்வளவுக்கு அதைச் செய்வேன். என்னுடைய உணவு சுத்தமானது, ஆரோக்கியமானது, இயற்கை யின் அழிவில் உண்டாகாதது. இது நான் பூமிக்குத் திருப்பிக் கொடுப்பது.’

போலந்துக்காரர் சொன்னதில் உண்மை இல்லாமலில்லை. இருநூறு வருடங்களுக்கு முன்னர் இந்தப் பூமியில் 100 கோடி மக்கள் வாழ்ந்தார்கள். இன்று 680 கோடி மக்கள், ஆனால் பூமியின் பரப்பு அதே அளவுதான், மாறவில்லை. ஒரு றாத்தல் இறைச்சி உற்பத்தி செய்வதற்குப் பத்து றாத்தல் தானியம் தேவைப்படுகிறது. உலகத்தில் விளையும் தானியத்தில் 40 வீதம் மாட்டுத் தீவனத்துக்கே சரியாகிவிடுகிறது. இன்னொரு விதத்தில் சொல்வதானால், ஒரு றாத்தல் இறைச்சி உண்டாக்குவதானது ஒரு கனரக வாகனத்தை 40 மைல் தூரம் ஓட்டிச்செல்வதனால் ஏற்படும் சுற்றுச்சூழல் கேட்டுக்கு நிகரானது. ஒருவர் தன் உணவைத் தானாகத் தேடும்போது இயற்கையின் அழிவு மட்டுப்படுகிறது.

அமெரிக்காவின் மொன்ரானா மாநிலத்துக்குச் சமீபத்தில் என் மகனிடம் போயிருந்தேன். அவன் வீட்டிலிருந்து யன்னல் வழியாகப் பார்த்தால் மலை தெரியும். ஆறு ஓடும் சத்தம் கேட்கும். சுற்றிலும் புற்களின் மணம். தலைசிறந்த சுற்றுச்சூழல் அமைப்பு. ஒரு நாள் மகன் வீட்டுக் கதவில் அறிவிப்பு ஒன்றை யாரோ இரவு ஒட்டிவிட்டுப் போயிருந்தார்கள். அந்த வீதியிலுள்ள அத்தனை வீட்டுக் கதவுகளிலும் அதே அறிவிப்பு காணப்பட்டது.

‘இன்று இந்த வீதியால் ஆட்டு மந்தையை ஓட்டிக்கொண்டு மலைக்குப் போகிறோம். தயவுசெய்து உங்கள் நாய்களைக் கட்டி வையுங்கள். நன்றி.’

அவர்கள் அறிவித்தது போலவே சிறிது நேரம் கழித்துப் பெரிய ஆட்டு மந்தையை ஓட்டிக்கொண்டு மலைக்குப் போனார்கள். எதற்காகப் பல மைல்கள் தொலைவிலிருந்து ஆட்டு மந்தையை வரவழைத்தார்கள் என்று விசாரித்துப் பார்த்தேன். மலையிலே ஒருவிதமான களை பல்கிப் பெருகிப் படர்ந்து அங்கே வளரும் இயற்கைப் புல்லை அழித்தது. கட்டுமீறி வளரும் களையைத் தின்று அகற்றுவதற்காகப் பெரும் செலவில் ஆட்டு மந்தையை வரவழைத்திருந்தார்கள். இயற்கை மேல் அவர்களுக்கிருந்த கரிசனை எனக்கு உவகை தந்தது.

ஆனால் அடுத்தடுத்து நடந்ததுதான் வியப்பூட்டியது. ஆட்டு மந்தைகளை அடைத்துவைப்பதற்கு வேலிகளை ஹெலிகொப்டர்கள் மூலம் கொண்டுவந்து இறக்கினார்கள். தண்ணீர் பீப்பாய்கள் அடுத்து வந்தன. இன்னும் பலவிதமான உபகரணங்கள் வந்து குவிந்தன. ஒரே பரபரப்பாக அந்த மலையே இயங்கிக்கொண்டிருந்தது. இயற்கைச் சூழலைப் பாதுகாக்க அவர்கள் எடுக்கும் முயற்சி சில கேள்விகளையும் எழுப்பியது.

இந்த நடவடிக்கைகளின் நன்மை தீமையை ஒரு சுற்றுச்சூழல் கணக்காளர்தான் சரியாகக் கணக்கிட முடியும். ஆயிரக்கணக்கான துண்டுப்பிரசுரங்களை அச்சடித்து விநியோகித்திருந்தார்கள் தண்ணீர்ப் பீப்பாய்களையும் வேலிகளையும் ஹெலிகொப்டர்கள் மூலம் நகர்த்தினார்கள். மலையை நோக்கி வாகனங்கள் போவதும் வருவதுமாயிருந்தன. இந்த நடவடிக்கைகளினால் நிறைய சுற்றுச்சூழல் சேதம் ஏற்பட்டது. இவற்றை எல்லாம் கூட்டிக் கழித்தால்தான் உண்மையில் எவ்வளவு நன்மை அல்லது தீமை என்பதைக் கணக்கிட முடியும்.

ஒரு கேட்டைச் சரிசெய்வதற்கு மேலும் பல கேடுகளை விளைவிக்கவேண்டியிருக்கிறது. விஞ்ஞானத் தொழில்நுட்ப வளர்ச்சியில் ஏற்படும் ஆபத்து இதுதான். முதலில் ஒன்றை உண்டாக்கி அதை மனித பாவனைக்கு விட்டுவிட்ட பிறகுதான் அதன் நன்மை தீமைகளை ஆராய்வது. சுற்றுச்சூழல் தீமை என்பது ஒரு நாட்டுக்குச் சொந்தமானது அல்ல; அது உலகத்துக்குப் பொதுவானது. இது என்னுடைய நாடு, நான் என்னவும் செய்யலாம் என்று ஒருவர் வாதிட முடியாது. அமேஸன் காட்டை அழிப்பதனால் ஏற்படும் தீங்கு உலகத்துக்குப் பொதுவானது. இந்தியாவில் கட்டப்படும் ஒரு புதிய அணைக்கட்டினால் ஏற்படும் நன்மை இந்தியாவுக்கு; தீமை உலகத்துக்கு.

ஒன்றை விரட்ட இன்னொன்றைக் கண்டுபிடிப்பது சூழலியல்காரர்கள் செய்யும் வித்தை. அவுஸ்திரேலியாவில் கரும்பு பயிர் செய்வதற்காக அதை இறக்குமதி செய்தார்கள்.

கரும்புடன் சேர்ந்து அதை நாசமாக்கும் ஒருவித வண்டும் வந்துவிட்டது. அது பெருகிக் கரும்புத் தோட்டத்தை அழித்தது. வண்டை ஒழிப்பதற்கு ராட்சத இனத் தவளை ஒன்றை இறக்குமதி செய்தார்கள். அந்தத் தவளை வண்டுகளைத் திரும்பியும் பார்க்கவில்லை. அதற்கு அவுஸ்திரேலியாவில் தின்பதற்கு இன்னும் ருசியான விலங்குகளும் பறவைகளும் அகப்பட்டன. தவளை அவற்றை வேட்டையாடிச் சுற்றுச்சுழல் சமனுக்குப் பெரும் கேட்டை விளைவித்தது இப்பொழுது சூழலியல்காரர்கள் அந்த ராட்சத்த தவளைகளை ஒழிப்பதற்கான வழிவகைகளை ஆராய்ந்துவருகிறார்கள்.

சூழலியல்காரர்களுக்கு ஏற்படும் சோதனைகள் முடிவதேயில்லை. ஒரு சின்ன உதாரணத்தை எடுக்கலாம். உலகில் பத்து வருடங்களுக்கு முன்னர் எத்தனை செல்பேசிகள் இருந்தன? அதன் எண்ணிக்கை லட்சங்களைத் தாண்டாது. ஆனால் இன்று 460 கோடி செல்பேசிகள் உலாவுகின்றன. இந்த 460 கோடி செல்பேசிகளுக்கும் இரவில் மின்னூட்டம் தேவைப்படு கிறது. அந்த மின்சாரம் எங்கேயிருந்து வரும்? இன்னும் சில வருடங்களில் உலகின் செல்பேசிகளின் எண்ணிக்கை 700 கோடியைத் தாண்டிவிடும் என்று சொல்கிறார்கள். அப்பொழுது எவ்வளவு அதிகப்படி மின்சாரம் தேவையாக இருக்கும். இயற்கையைப் பிழிந்துதான் அது கிடைக்கும். ஒன்றை அழிக்காமல் ஒன்று கிடைக்காது.

ஆதியில் இருந்து மனிதன் இயற்கையோடு ஒட்டியே வாழ்ந்தான். நெருப்பின் உபயோகத்தைக் கண்டுபிடித்த மறுநாள் இயற்கைக்கு எதிரான வேலை தொடங்கியது. இன்று அவன் செய்யும் ஒவ்வொரு காரியமும் பூமிக்குத் தீங்கு விளைவிப்பதாகவே அமைகிறது. ஒரு நாளில் சராசரி மனிதன் 31,000 கலரிகளுக்குச் சமனான சேதத்தை உண்டாக்குகிறான். சின்னச்சின்னக் காரியங்கள் செய்வதன் மூலம் மனிதன் பூமியில் பெரிய மாற்றத்தைக் கொண்டுவந்துவிடலாம். தண்ணீரைச் சிக்கனமாகப் பாவிப்பது; மின்சாரத்தைச் சேமிப்பது; பிளாஸ்டிக் உபயோகத்தைக் குறைப்பது; சுழல் பாவிப்பு முறையைத் தூண்டுவது. இவை எல்லாமே பூமியின் ஆயுளைக் கூட்டும் செயல்கள்தான்.

ஒரு நண்பருடைய காரில் நான் சமீபத்தில் பயணம் செய்தேன். அது ஒரு ரொயோட்டா பிரியஸ் கலப்பு கார். மின்சாரத்திலும் பெற்றோலிலும் சேர்ந்து இயங்குவது. ஒவ்வொரு சிவப்பு விளக்கிலும் அதனுடைய கார் எஞ்சின் தானாக அணைந்து மறுபடியும் உயிர் பெற்றது. சின்ன விசயம்தான், ஆனால் எவ்வளவு சுற்றுச்சூழல் மாசு தவிர்க்கப்படுகிறது. உலகத்துச்

சூழலியல்காரர்கள் காட்டும் சிறந்த உதாரணம் ஈஸ்டர் தீவு. ஒரு காலத்தில் இங்கே நிறைய காடுகள் இருந்தன. இன்று அவை எல்லாம் மனிதனால் அழிக்கப்பட்டு அந்தத் தீவு பாலைவனமாக மாறிவிட்டது. பறவைகள், மிருகங்கள் என்று அழிந்த இனங்கள் ஏராளம். இங்கே நாகரிகம் உச்சமாக இருந்த காலத்தில் இந்தத் தீவுவாசிகள் பிரம்மாண்டமான கற்சிலைகளை நிறுவினார்கள். இன்றும் ஆயிரக்கணக்கான சிலைகள் அங்கே காட்சியளிக்கின்றன. அவற்றைத் தூக்கி நிறுத்துவதற்காக மரங்களை அழித்தார்கள். இன்று சிலைகள் இருக்கின்றன, மரங்கள் மறைந்துவிட்டன. முற்றிலும் மனிதனால் அழிக்கப்பட்ட தீவு என்று ஈஸ்டர் தீவை உதாரணம் காட்டுவார்கள்.

உலகில் உள்ள அத்தனை விஞ்ஞானிகளும் இன்று ஒன்று சேர்ந்து கூட்டாக முயற்சி செய்தாலும் ஒரு முறை அழிக்கப்பட்ட இந்தத் தீவை இனிமேல் மீட்கவே முடியாது. இன்று உலகமும் ஒரு ஈஸ்டர் தீவுபோலவே மாறிக்கொண்டு வருகிறது. இயற்கை வளங்கள் கண்களுக்கு முன்னால் அழிகின்றன அல்லது அழிக்கப்படுகின்றன. அழிந்தவற்றை மீட்க முடியாது. பரிணாம வளர்ச்சியில் உச்சக் கிளையில் இருப்பவன் மனிதன். அவனுக்குப் படைக்கப்பட்ட அத்தனை உயிர்களையும் தாண்டி அவன் உயரத்துக்குச் சென்றுவிட்டான். இன்றுகூட அவன் உண்டா வதற்கு 100 மில்லியன் வருடங்கள் முன்னர் தோன்றிய கரப்பான் பூச்சியை அவன் கடக்கும்போது ஒருவிதத் தயக்கமும் இல்லாமல் காலால் அதை நசுக்கிக் கொல்கிறான். நாம் அறிந்த மட்டில் இந்தப் பிரபஞ்சத்தில் உயிர்கள் வாழும் ஒரே கிரகம் பூமிதான். இந்தப் பூமியின் வயது கோடிக்கணக்கான வருடங்கள். இதில் வாழும் ஜீவராசிகளில் அதி உன்னதமானதும் சிந்திக்கக்கூடியதும் பரிணாமத்தின் உச்சத்தை எட்டியதுமானது மனித உயிர்தான். பேசி, எழுதி, சிந்தித்துச் செயல்படும் திறமை பெற்ற மனிதன் இந்தப் பூமியில் வாழ்ந்த காலம் 0.0001 சதவீதம்தான். ஆனால் அவனே அனைத்து ஜீவராசிகளுக்கும் தலைவனாக இருக்கிறான். சகல அறிவையும் பெற்ற மனிதனாகிய புத்திஜீவியிடம் இந்தப் பூமிக்கிரகம் ஒப்படைக்கப்பட்டிருக்கிறது. இங்கே வாழ முடியாவிட்டால் அவனுக்கு வேறு போக்கிடம் கிடையாது. அவனுடைய எதிர்காலம் அவன் கையிலேயே தங்கியிருக்கிறது.

பன்னிரெண்டு வயதுச் சிறுமி செவன் சுஸிக்கி ஐக்கிய நாடுகள் சபையில் பேசியது ஞாபகத்துக்கு வருகிறது. அந்தச் சிறுமி துக்கம் தாளாமல் தாயாரிடம் ஓடும்போது அவளுடைய தாயார் ‘It is not the end of the world. Everything will be all right’ (உலகம் முடியவில்லை. எல்லாம் சரியாய்ப் போய்விடும்) என்று அவளைத் தேற்றுவாராம். இனிமேல் வரும் தாய்மார்கள் தங்கள் குழந்தைகளை அப்படித்

தேற்ற முடியாது. இப்படித்தான் தேற்றலாம்; 'It is the end of the world. Everything will be done to make it all right.' உலகம் முடிவுக்கு வரும். நாங்கள் என்ன என்ன செய்ய வேண்டும் அதைச் செய்து சரியாக்குவோம். பூமியில் இன்றைய வேகத்தில் இயற்கை அழிவுகள் தொடர்ந்தால், இன்னும் 30 வருடங்களில் எங்களுக்கு இன்னொரு பூமி தேவைப்படும் என்று விஞ்ஞானிகள் சொல்கிறார்கள். வெள்ளை மாளிகையில் இரண்டாவது வான்கோழியைத் தயாராக வைத்திருந்ததுபோல நாங்களும் இரண்டாவது பூமியைத் தயார் செய்ய வேண்டிய தருணம் நெருங்குகிறது.

34

விருந்தாளி

ஏப்ரல் மாதம் வந்ததும் அதிகாலையிலேயே ரொபினின் சத்தம் கேட்கத் தொடங்கும். வசந்தம் வரும்போது பறவையும் வந்துவிடும். பனிக்காலங்களில் ஒரேயடியாக மறைந்துபோன பறவை அதன் இருப்பை அறிவிப்பதற்கு எழுப்பும் இனிய ஒலி காலை வேளைகளை நிரப்பும். அதன் பாடல் ஏற்ற இறக்கத்துடன் அதன் மொழியில் அதன் ஸ்வரத்தில் இருக்கும்.

எங்கள் வீட்டுக்கு ஒவ்வொரு வருடமும் ரொபின் வரும். கடந்த மூன்று வருடங்களாக அவை வருவது தவறுவதில்லை. மஞ்சள் சொண்டு, செம்மஞ்சள் மார்பு, கறுப்புத் தலை, இறகும் வாலும் சாம்பல் நிறத்தில் இருக்கும் பெண் குருவி. அதன் நிறம் தண்ணீர் கலந்ததுபோலச் சற்று மங்கலாக இருக்கும். ஆண் குருவியின் நிறம் இன்னும் கொஞ்சம் அதிகம் பளிச்செனத் தெரியும். எங்கள் வாசல் கதவிலிருந்து மூன்றடிக்கும் குறைவான தூரத்தில் தூணுக்கும் சுவருக்கும் கூரைக்கும் இடைப்பட்ட முக்கோணத்தில் உள்ள கதகதப்பான இடம் அதற்குச் சொந்தமானது. போன வருடம் கட்டிய கூடு முற்றிலும் சிதைந்துபோய்க் கிடந்தது. அதை இழுத்து அப்புறப்படுத்திவிட்டுப் புதுக்கூடு கட்டத் தொடங்கின. பெண்குருவி தும்பு, களிமண், புல், குச்சி என்று ஒவ்வொன்றாகக் கொண்டுவந்து பொறுமையாகக் கட்டியது. ஆண் குருவி அவ்வப் போது ஒரு குச்சியைத் தூக்கிக்கொண்டுவந்து கொடுக்கும். ஆனால் பெண்குருவிதான் கூட்டை முழு அக்கறையோடும் பொறுப்போடும் கட்டியது.

நான் வாசல் கதவைப் பூட்டிவிட்டு முன்னுக்கு ஓர் அறிவித்தலைத் தொங்கவிட்டேன். 'இந்த வாசல் மூடப்பட்டு விட்டது. விருந்தாளிகள் பின்பக்க வாசலைப் பயன்படுத்தவும்.' கதவிலே ஒரு கண்ணாடி இருந்தது. அதன் வழியாகக் குருவியின் நடமாட்டத்தைத் தினமும் கண்காணிக்கக்கூடியதாக இருந்தது. போன வருடம்போல இந்த வருடமும் குருவி நாலு முட்டை களை இட்டது. பச்சை நிறத்தில் இருந்த முட்டைகளின்மேல் உட்கார்ந்து குருவி பகலும் இரவும் அடைகாத்தது. காலையிலும் மாலையிலும் அது போய் இரை தேடும். மீதி நேரத்தில் நான் எப்பொழுது எட்டிப் பார்த்தாலும் யோசனையான முகத்துடன் முட்டைகளின்மேல் அசையாமல் உட்கார்ந்திருக்கும்.

ஒருநாள் காலை நான் பார்த்தபோது வழக்கம்போலக் கூட்டுக்கு நடுவில் உட்காராமல் கூட்டு விளிம்பில் உட்கார்ந் திருந்தது. இத்தனை காலம் உழைத்தது வீணாகிவிட்டதே. முட்டை பொரிக்கவில்லை போலிருக்கிறது, விரைவில் போய்விடும் என்று நினைத்தேன். அப்படி நடக்கவில்லை. ஆனால் தொடர்ந்து மூன்று நாள்கள் அப்படியே உட்கார்ந்திருந்தது. நாலாவது நாள் மர்மம் துலங்கியது. முட்டைகள் பொரித்துக் குஞ்சுகள் வெளியே வந்துவிட்டன. அதுதான் குஞ்சுகளின்மேல் இருக்காமல் கூட்டின் விளிம்பில் அமர்ந்திருந்தது. குஞ்சுகள் எப்பவும் சொண்டை விரித்தபடி தலையை வெளியே நீட்டிக்கொண்டு காத்திருந்தன. தாய்க்குருவி வெளியே போய் இரைதேடி வந்து குஞ்சுகளுக்கு ஊட்டிவிட்டது. தாய்க் குருவி நிலத்திலே நடப்பது பார்க்க வேடிக்கையாக இருந்தது. இரண்டு மூன்று அடிவைத்து நடந்து நிமிர்ந்து நிற்கும். மேலும் சில அடி நடக்கும்போது விழும். குடித்து விட்டு நடப்பதுபோலப் பல தடவை நின்று தலையைச் சாய்த்துப் பார்க்கும். நீண்ட புழுவைப் பிடித்து அப்படியே தலையை ஆட்டி முழுங்கிவிடும். ஒரு குருவிக்கு ஒரு நாளைக்கு 14 அடி புழு தேவை. நாள் முழுக்கத் திரும்பத்திரும்பப் புழுக்களைப் பிடித்து வந்து ஊட்டும். சிலசமயம் ஆண் குருவி வரும். ஒருமுறை ஆண்பறவை குஞ்சுகளுக்கு உணவு கொடுக்கும்போது அங்கேயிருந்த தாய்ப் பறவைக்கும் கொடுத்தது.

வட அமெரிக்காவில் எவ்வளவு சனத்தொகை உண்டோ அதே அளவுக்கு ரொபின்களும் அங்கே இருப்பதாகப் புள்ளிவிவரம் சொன்னது. அவை அழிந்துவிடும் அபாயத்தில் இல்லை. முன்புபோல் ரொபின்களை இப்போது யாரும் வேட்டையாடுவதில்லை. பருந்து, வல்லூறு, பூனை போன்ற எதிரிகளால் ஆபத்தும் குறைவு. சரியாக 14 நாள் கழிந்ததும் குஞ்சுகள் செட்டை வலுவாகிப் பறக்கத் தொடங்கின. இவற்றினுடைய அந்நியோன்யமான குடும்ப வாழக்கை இந்த 14 நாள்கள்தான்.

அதன் பின்னர் குஞ்சுகள் பறந்துபோய்த் தனி வாழ்க்கை ஆரம்பித்துவிடும். இவ்வளவு அன்பாகவும் கரிசனையாகவும் ஆதரவாகவும் கூடு கட்டி, முட்டையிட்டு, பொரித்து, உணவூட்டிக் காப்பாற்றிக் குஞ்சுகள் வளர்ந்ததும் அவை யாரோ இவை யாரோ என்றாகிவிடும். குருவிகள் பறந்ததும் என் வீட்டு வாசல் கதவு திறக்கப்பட்டு அறிவிப்பும் அகற்றப்பட்டது.

ஆகஸ்டு மாதம் முடியும் தறுவாயில் ரொபின்கள் நீண்ட பயணத்துக்குத் தம்மைத் தயார் செய்யும். 2200 மைல் பயணம் செய்து மெக்ஸிக்கோவுக்குப் போகும். மெக்ஸிக்கோ நுழைந்ததும் அவை பெயரை பெற்றிரோஜோ என மாற்றிக்கொள்ளும். அவற்றின் சங்கீதமும், மொழியும், ஸ்வரமும் மட்டும் மாறுவதில்லை.

அடுத்த வருடம் ஏப்ரல் மாதம் பெற்றிரோஜோ மறுபடியும் 2200 மைல் பயணம்செய்து என் வீட்டுக்கு வரும். அதே தூண், அதே சுவர், அதே கூரை, அதே முக்கோணத்தைக் கண்டுபிடித்து இன்னொரு புதுக்கூடு கட்டும். இப்பொழுது அதன் பெயர் பழையபடி ரொபின் ஆகிவிடும். முன்பு பாடிய அதே பாடலை அதே மொழியில் அதே ஸ்வரங்களுடன் பாடும். நான் வாசல் கதவைப் பூட்டுவேன். 'இந்த வாசல் மூடப்பட்டுவிட்டது. விருந்தாளிகள் பின்பக்க வாசலைப் பயன்படுத்தவும்.' என்ற அறிவித்தலைத் தொங்கவிடுவேன்.

ரொபினிலும் பார்க்க முக்கியமான விருந்தாளி யார் எனக்கு வரப்போகிறார்கள்.

35

மற்றுப் பற்றெனக்கின்றி

முன்னொரு காலத்தில் சீத்தலைச் சாத்தனார் என்று ஒரு புலவர் இருந்தார். மணிமேகலை காப்பியத்தை இயற்றியவர். இவருக்கு வாய்த்த மாணாக்கர் பாடத்தில் ஏதாவது தவறு செய்தால் இவர் கையிலிருக்கும் எழுத்தாணியால் தன் தலையிலேயே குத்திக்கொள்வார். அவருடைய மாணாக்கர்கள் பிரகாசமான மூளை கொண்டவர்கள் என்று சொல்ல முடியாது. ஆகவே புலவர் அடிக்கடி தலையில் குத்திக்கொண்டார். அவர் தலையில் எப்பொழுதும் சீழ் பிடித்து ஒழுகும். அதுதான் அவரைச் சீழ் தலைச் சாத்தனார் (சீத்தலைச் சாத்தனார்) என்று அழைத்தார்களாம். (இது அல்ல, அவருடைய ஊர் சீத்தலை என்போரும் உண்டு.)

எங்கள் ஐயாவும் இப்படித்தான். அவர் எங்களைக் கைநீட்டி அடித்தது கிடையாது. ஆனால், நாங்கள் அவருக்குப் பிடிக்காதது எதை யாவது செய்தால் தன் கையால் தன் தலையிலேயே அடித்துக்கொள்வார். எங்கள் குடும்பத்தில் நாங்கள் எல்லோருமாக, ஐயா அம்மா உட்பட, பத்துப்பேர் இருந்தோம். ஒரே உணவைச் சாப்பிட்டு, ஒரே பாயில் படுத்து, ஒரே பேன்சீப்பால் தலை இழுத்தோம். இருந்தும் எங்கள் வீட்டில் இருவர் மட்டுமே வாசிப்பில் ஆர்வம் காட்டினோம். ஒன்று அக்கா, அடுத்தது நான். அக்காவுக்கு நாவல்கள் பிடிக்கும். நான் எங்கேயெல்லாமோ அலைந்து திரிந்து யாரிடமிருந்தாவது நாவல் இரவல் வாங்கிவருவேன். அக்கா படிப்பார். ஆனால், இது ஐயாவுக்குப்

பிடிக்காது. பஞ்சமாபாதகங்களில் நாவல் படிப்பதும் ஒன்று என்று அவர் நம்பினார். சீக்கிரத்தில் கெட்டுப்போய்விடுவோம் என்று பயப்பட்டார். நானோ அக்காவோ பிடிபட்டுவிட்டால் தன் தலையில் தானாகவே அடித்துக்கொள்வார். நாங்கள் தளர்ந்து போகாமல் சதித்திட்டத்தின் தரத்தை மேம்படுத்தி நாவல்களை அரிசிப் பானை, ஆர்மோனியப் பெட்டி, சுற்றிவைத்த பாய் போன்ற இவற்றுக்குள் ஒளித்துவைக்கவும் பின்பு தேடி எடுக்கவும் பழகிக் கொண்டோம்.

அப்போது கல்கியில் 'அலை ஓசை' வாராவாரம் வர ஆரம்பித்திருந்தது. நான் *அம்புலிமாமா*, கல்கண்டுவைத் தாண்டி கல்கிபடிக்கத் தொடங்கியிருந்தேன். எங்கள் கிராமத்தில் இருந்த ஒரேயொரு கல்வீட்டில் கல்கி கிடைக்கும். என்ன வித்தை செய்தார்களோ ஒவ்வொரு கிழமையும் அவர்களுக்கு கல்கி தபாலில் வந்தது. என்னுடைய வாழ்நாளில் நான் செய்த முதல் களவுக்கும் அது காரணமாக அமைந்தது.

கல்வீட்டில் இருந்தவர்கள் பரோபகாரிகள், கல்கி புத்தகத்தை இரவல் தரச் சம்மதித்தார்கள். ஒவ்வொரு கிழமையும் சரியாக நான் போய் அவர்கள் முன் நிற்பேன். அவர்கள் கல்கி புத்தகத்தைத் தருவார்கள். ஐயாவின் கண்ணில் படாமல் கொண்டுவந்து சேர்ப்பது என் பொறுப்பு. ஒளிக்கும் சாமர்த்தியம் அக்காவைச் சார்ந்தது. நானும் அக்காவும் சண்டை பிடித்த வாறு படிப்போம். படித்து முடிந்ததும் அப்படியே பத்திரமாகத் திருப்பிக் கொண்டுபோய்க் கொடுத்துவிடுவேன்.

'அலை ஓசை' முதல் அத்தியாயம் மறக்க முடியாதது. 'தபால் சாவடி' என்பது தலைப்பு. பெரிய மாளிகைக்குள் நுழைவதற்குக் கட்டிய சிறிய வாசல்போல அந்த அத்தியாயம் அமைந்திருந்தது. ராஜம்பேட்டை என்ற சின்னக் கிராமத்தின் வர்ணனையுடன் ஆரம்பித்து, "ஜனவரி மாதம் வந்தால் ஜனவரி வசூலிக்க வேண்டும்" என்ற சிலேடையுடன் அத்தியாயம் முடிவுக்கு வரும்.

பல வாரங்கள் சுமுகமாக ஓடின. ஒரு முறை வழக்கம்போல கல்கி இரவல் வாங்கப்போனபோது கல்வீட்டில் ஒருவரும் இல்லை. தபால்காரன் போட்டுவிட்டுப்போன கல்கி பத்திரிகை விறாந்தையில் கேட்பாரின்றிக் கிடந்தது. ஒரு நிமிடம்கூட யோசிக்காமல் அதைத் தூக்கிக்கொண்டு வீட்டுக்குப் புறப்பட்டேன். தொடர் விறுவிறுப்பாக மாறியிருந்தது. தாரிணி கதையினுள் பிரவேசித்திருந்தாள். சூரியாவுக்கும் ராகவனுக்கும் இடையில் முறுகல் நிலை. நானும் அக்காவும் போட்டிபோட்டுப் படித்த பிறகு பத்திரிகையைத் திருப்பிக் கொடுக்க விரைந்தேன்.

கல்வீட்டுக் கேட்டைக் கொஞ்சம் தூக்கித்தான் திறக்க வேண்டும். அப்படித் திறந்த நான் ஸ்தம்பித்துப் போய் நின்றேன்.

கல்வீட்டுக்காரர்கள் எல்லோரும் கூடி நின்றார்கள். பக்கத்து வீட்டுக்காரர் ஒருவரும் வந்திருந்தார். இரண்டு வேலைக்காரர்கள். அந்த நேரம் பார்த்துச் சுருட்டிப் பிடித்த பத்திரிகையுடன் நான் உள்ளே நுழைந்தேன். ஏதோ கொலைகாரப் பாவியைப் பார்ப்பது போல என்னைப் பார்த்தார்கள். என் ரத்தம் எல்லாம் எதிர்த்திசையில் ஓட ஆரம்பித்தது. அந்த வாரம் படித்த தொடரில் சூரியா தாஜ்மகால் பொம்மையை அடித்து உடைப்பான். அதிலே ஒருதுண்டு தெறித்து தாரிணியின் நெற்றியில் பட்டு ரத்தம் கசியும். இந்த நல்ல மனிதர்களைக் காயப்படுத்தி விட்டோமே என்று உணர்ந்த என் நெஞ்சமும் அப்போது மெல்லக் கசிந்தது.

சில வருடங்களுக்கு எனக்குக் கல்கிதான் கடவுளாக இருந்தார். வேறு எவர் எழுத்தையும் படிக்க நான் தயாராக இல்லை. மகுடபதி என்று ஒரு நாவல். அதைப் படித்துவிட்டு கல்கிக்கு ஒரு கடிதம் எழுதினேன். அதற்கு அவர் ஒரு தபால் அட்டையில் பதில் எழுதினார். அந்த அட்டையைப் பல வருடங்கள் பாதுகாத்து வைத்திருந்தேன். பிறகு எப்படியோ அது தொலைந்து போனது. ஒரு முறை கல்கி நான் படித்த கிராமத்துப் பள்ளிக்கூடத்துக்கு வந்து பேசினார். இதைவிடப் பெரிய அதிர்ஷ்டம் யாருக்குக் கிட்டும். இலங்கையின் அத்தனை கிராமங்களிலும் உள்ள அத்தனை பள்ளிக்கூடங்களிலும் கல்கி எப்படியோ நான் படித்த பள்ளிக்கூடத்தையே தெரிவு செய்தார். இதை அதிர்ஷ்டம் என்று சொல்லாமல் வேறு எப்படி அழைப்பது. மேடையில் கல்கி இருந்த அத்தனை நிமிடங்களும் நான் வேறு எவரையும் பார்க்கவில்லை அவரைப் பார்த்தபடியே இருந்தேன்.

ஒருநாள் க. கைலாசபதி (அப்பொழுது அவர் பேராசிரியர் அல்லர்) ஒரு புத்தகத்தைத் தந்து படித்துப் பார்க்கச் சொன்னார். அது புதுமைப்பித்தன் என்று ஒருவர் எழுதிய புத்தகம். அன்று நான் படிக்கவேண்டிய பாடங்களைத் தள்ளிவைத்துவிட்டு இந்தப் புத்தகத்தை இரவிரவாகப் படித்து முடித்தேன். என்னால் நம்ப முடியவில்லை. இப்படிக்கூடப் புத்தகங்கள் இருக்கின்றனவா? உடனேயே தீர்மானித்தேன். இனிமேல் புதுமைப்பித்தன்போல எழுத வேண்டும் என்று. இன்னும் சிறிது காலம் கழித்து க. கைலாசபதி இன்னொரு புத்தகம் தந்தார். அது ஒரு ஆங்கிலப் புத்தகம். ஜேம்ஸ் ஜோய்ஸ் என்பவர் எழுதிய 'Dubliners'. அதைப் படித்து முடித்த பிறகு இரண்டு நாள் ஒன்றும் ஓடாமல் அலைந்தேன்.

மீண்டும் தீர்மானித்தேன். இனிமேல் எழுத்தாளனாகி ஜேம்ஸ் ஜோய்ஸ்போல எழுத வேண்டும்.

இதுவே என் வாழ்க்கையின் முக்கியமான கட்டம் கொலம்பஸ் புதுப்பூமியைத் தேடி அலைந்தது போல நானும் தினம் தினம் புது எழுத்தாளர்களைக் கண்டுபிடித்தேன். ஆனால் திருப்தி கிட்டவில்லை. இன்னும் புதியவர்களைத் தேடினேன். இதிலே முக்கியமான ஒரு செய்தி உண்டு. நான் புதுமைப்பித்தனை அக்காவிடம் கொடுத்துப் படித்துப் பார்க்கச் சொன்னபோது அவரால் ஒரு பக்கத்தைக்கூடத் தாண்ட முடியவில்லை. அவரோ மு.வரதராசனையும் காண்டேகரையும் லட்சுமியையும் தொடர்ந்து படித்துத் தன்னை முன்னேற்றி இப்பொழுது ரமணிச்சந்திரனில் வந்து நிற்கிறார். அப்போது பிரிந்த எங்கள் பாதை மறுபடி ஒன்றுசேரவில்லை. இது எப்படி நடந்தது, ஏன் நடந்தது என்பதற்கு என்னிடம் விளக்கமும் இல்லை.

இந்தக் காலகட்டத்தில் என் ஐயாவைப்போல நானும் தலையில் அடிக்கும் வழக்கத்தை ஏற்படுத்திக்கொண்டேன். ஒரு நல்ல நாவலைப் படிக்கும்போது அதிலே ஒரு நல்ல வசனம் வந்தால் அல்லது அபூர்வமான சொற்றொடர் ஒன்று காணப்பட்டால் புத்தகத்தை அப்படியே மூடிக் கீழே வைத்துவிட்டு, கண்களை மூடி, அந்த வசன அடுக்கை இன்னொருமுறை சொல்லிப் பார்ப்பேன். பிறகு என் தலையில் நானே அடித்துக்கொள்வேன். அட, என்ன அமைப்பு. என்ன நுட்பம். இது எனக்குத் தோன்றாமல் போய்விட்டதே என்று என்னை நொந்துகொள்வேன்.

ஆரம்பத்தில் ஒரு நாவலைப் படித்து முடிந்ததும் அதைத் தூக்கிப் போட்டுவிட்டு இன்னொன்றை ஆரம்பிப்பேன். சில நாவல்களை இன்னொருமுறை படிக்கும் ஆசை ஏற்பட்டது. நாவலின் கதைதான் தெரிந்துவிட்டதே எதற்காக இரண்டாவது தடவை படிக்க வேண்டும் என்று தோன்றும். அப்பொழுது புரிந்தது இந்த நாவலில் வேறு ஒன்றும் இருக்கிறது என்று. அதன் கட்டமைப்பு, சொல் முறை, நடை, வார்த்தைத் தேர்வு இவை எல்லாமே முக்கியம். இந்த அம்சத்தை ரசிக்கத் தொடங்கியதும் நாவலை வேறு ஒரு பரிமாணத்தில் பார்க்க ஆரம்பித்தேன். இன்னும் நாட்செல்ல மர்மம், விறுவிறுப்பு, திருப்பங்கள் என்று வந்தால் அது பிடிக்காமல் போனது. பக்கம் திருப்பிகள், அடுத்து என்ன நடக்கும் என்று அறியும் ஆவலைத் தூண்டும் கதைகள் எனக்கு உவப்பானதாயில்லை. வேகம், ஆழ்ந்த ரசனைக்கு எதிரியாக இருந்தது.

நாவலில் துவங்கிய வாசிப்பு அனுபவம் சிறுகச்சிறுகக் கவிதை, சிறுகதை, கட்டுரை இலக்கியம் என்று விரிந்தது. இது

எல்லாவற்றுக்கும் பொதுவாக ஒன்று இருந்தது. அதுவே வார்த்தை. வார்த்தைகளின் அடிப்படையிலேயே அனைத்து இலக்கிய வடிவங்களும் எழும்பின. மிகப் பொருத்தமான வார்த்தையைத் தேர்வு செய்வதுதான் ஒரு படைப்பின் சவால் என்றார்கள். ஓர் எழுத்தாளர் சரியான வார்த்தை ஒன்று கிடைப்பதற்காகப் பல நாட்கள் காத்திருந்ததாகச் சொன்னார். முதலாவது திருத்தத்தில் வெட்டிய வார்த்தையை ஏழாவது திருத்தத்தில் மறுபடியும் சேர்த்துக்கொண்டதாக இன்னொருவர் கூறினார்.

எழுத்தை மட்டுமல்ல எழுத்தாளரையும் அறிய வேண்டும் என்று பின்னாளில் தோன்றியது. அவர்களில் பலர் தங்கள் காலுறைகளுக்குள் ஒரு சின்ன குறிப்புப் புத்தகத்தை வைத்திருந்தார்கள். திடீரென்று தோன்றும் ஒரு வார்த்தையை அல்லது சுவாரஸ்யமான ஒரு சம்பவத்தைக் குறித்து வைத்துக்கொள்கிறார்கள். சிலர் ஓய்வாக இருக்கும் சமயத்தில் அகராதியைப் படிக்கிறார்கள். வேறு சிலர் பழைய நாட்குறிப்புகளைப் படிக்கிறார்கள். டேவிட் செடாரிஸ் என்ற எழுத்தாளர் கடந்த நூற்றாண்டின் மிகச் சிறந்த புத்தகம் ஜொனாதன் ஃபிரான்ஸன் எழுதிய *The Corrections* என்கிறார். அஸார் நஃபிஸி *Lolita* வை படிக்கச் சொல்கிறார். ஃபிராங் மக்கோர்ட் தான் படுக்கைக்குப் போகும்போது *P.G.Wodehouse* ஐ படிப்பதாகச் சொல்கிறார். இந்தக் குறிப்புகள் எல்லாம் வாசிப்பை மேலெடுத்துப் போவதற்கு எனக்கு உதவியாக இருந்தன.

இருபதாம் நூற்றாண்டின் ஆகப்பெரிய கண்டுபிடிப்பு கட்டுரை இலக்கியம். *Truman Capote, Norman Mailer* போன்றவர்கள் கட்டுரை இலக்கியத்தைப் புது உயரத்துக்குத் தூக்கிச் சென்றார்கள். கட்டுரை என்றும் இல்லாமல், முழுப் புனைவு என்றும் இல்லாமல் இரண்டுக்கும் உள்ள இடைவெளியில் படைத்தார்கள். *'The Executioner's Song'* என்ற உண்மைக்கதை நாவலுக்கு முதல்முறையாக புனைவுப் பிரிவில் புலிட்ஸர் பரிசு கிடைத்தது. இலக்கிய வாசகர்களுக்கு இது முற்றிலும் புதுமையான விருந்து.

நாவல், சிறுகதை, கவிதை, கட்டுரை என்று ஒரு சுற்று வந்தாகி விட்டது. கடந்த பத்து வருடங்களில் தமிழ் இலக்கியத்தில் பெரும் பாய்ச்சல் ஏற்படுவதைக் காண்கிறேன். புனைவு, கட்டுரை இலக்கியம், கவிதை என்று மிகத் தரமான படைப்புகள். சில புதுப் படைப்பாளிகளின் எழுத்தைப் படிக்கும்போது தலையிலே அடித்துக்கொள்கிறேன், அட எனக்கு இது தோன்றவில்லையே என்று. இணையத்தில் அகப்படும் சில கட்டுரைகள் தேடிக் கண்டுபிடித்த மாணிக்கக் கற்கள்போல ஒளிருகின்றன. இப்போது வரும் புத்தகப் பதிப்புகள் கண்ணிலே ஒற்றிக்கொள்ள

வேண்டும்போல இருக்கின்றன. நாலாவது வாசிப்பில் ஒற்றைகள் பிய்ந்துபோய்ப் பறப்பதில்லை; அடிக்கோடு இட்டால் மை பின்பக்கம் ஊறுவதில்லை.

தமிழ் விக்கிபீடியா வேகமாக வளர்கிறது. தற்போது 5800 கட்டுரைகள் ஏறிவிட்டதாக அறிகிறேன். அவற்றை உலகத்தின் எந்தப் பாகத்தில் இருந்தும் எவராலும் இருக்கும் இடத்தைவிட்டு அசையாமல் வாசிக்க முடிகிறது. ஆனால், இந்திய மொழிகளில் தெலுங்கு முதல் இடத்தில் 26,000 கட்டுரைகளுடன் இருக்கிறது. நாலாவது இடத்தில் தமிழ் இருந்தாலும் ஹிந்தியை முந்தி விட்டது. ஊர் ஊராக அலைந்து இரவல் பத்திரிகை படித்த எனக்கு இது எத்தனை பெரிய கதவைத் திறந்துவிட்டிருக்கிறது.

மனிதன் அனுபவிக்கக் கிடைத்த எத்தனையோ இன்பங்களில் வாசிப்பு இன்பம் மேலானது. எவ்வளவு வாசித்தாலும் தெவிட்டுவதில்லை. ஒன்றுக்குப் பின் ஒன்றாகப் பிரமிக்க வைக்கும் புத்தகங்கள் வெளிவந்துகொண்டே இருக்கின்றன. தோரோ என்ற ஒரு தத்துவவாதி, மேதை, எழுத்தாளர்; காந்தியை மாற்றிய 13 புத்தகங்களில் இவருடையதும் ஒன்று. இத்தனை வருடங்களாகியும் கையில் அகப்படாத புத்தகம் இப்போதுதான் கிடைத்தது. பெண் எழுத்தாளர்களின் படைப்புகள் அதிகமாகி யிருக்கின்றன. அவர்கள் காட்டுவது முற்றிலும் பரிச்சயமில்லாத ஓர் உலகம். 'Brick Lane' நாவலை எழுதியவர் மொனிகா அலி என்ற பெண்மணி. நாவல் வங்காளதேசத்திலும் லண்டனிலும் நடைபெறுகிறது. அவருடைய நடை என்னை அடிமை கொண்டது என்றால் என்னை அசைத்துப் போட்ட புத்தகம் 'White Teeth'. இதை எழுதியவர் Zadie Smith என்ற இளம் பெண். இவருடைய 25ஆவது வயது முடிவதற்கிடையில் இவர் இதை எழுதி முடித்தார். பதிப்பாளர்கள் புத்தகத்தை வெளியிடுவதற்குப் போட்டியிட்டார்கள். உலகத்தில் வெளியான ஆகத்திறமான நூறு நூல்களின் பட்டியலில் 'White Teeth' இருக்கிறது. இந்தப் புத்தகத்தைப் படித்தபோது பல தடவைகள் தலையில் அடித்துக்கொண்டேன். அப்போது திரும்பத்திரும்ப மனத்தில் தோன்றிய எண்ணம் 25 வயதுகூட நிரம்பாத பெண்ணுக்கு இது எப்படிச் சாத்தியமானது என்பதுதான்.

அம்புலிமாமாவில் ஆரம்பித்த வாசிப்பு ஆர்வம் பல புத்தகங்களையும் பல நாடுகளையும் பல வருடங்களையும் கடந்து இன்றும் தொடர்கிறது. நல்ல வாசகர்கள் இருக்கும்வரை நல்ல புத்தகம் வரும். நல்ல புத்தகங்கள் வரும்போது நல்ல வாசகர்களும் உருவாவார்கள். இதில் எது முதல் என்பதுதான் தெரியவில்லை.

2007 புதுவருடம் அன்று எனக்குப் பரிசாகக் கிடைத்த புத்தகம் மார்க் பௌடன் எழுதிய கட்டுரை இலக்கியம். எல்லோராலும் ஆராய்ச்சி செய்ய ஏலாது; அப்படிச் செய்தாலும் உண்மையை உருவி எடுக்க முடியாது. அப்படி எடுத்தாலும் அதை சுவாரஸ்யமாக, ஒரு கதைபோலச் சொல்வது கடினம். மார்க் பௌடன் இந்தக் கலையில் உச்சத்தைத் தொட்டவர். அவருடைய எழுத்தைப் படிக்கும்போது அடிக்கடி தலையில் அடித்துக்கொள்ளத் தோன்றுகிறது. இந்தப் புத்தகம் அரைவாசி படித்து முடித்த நிலையில் மனுஷ்ய புத்திரனிடம் இருந்து கட்டுரை கேட்டு மின்னஞ்சல் வந்திருக்கிறது. இந்தக் கட்டுரையை எழுதுவதற்காக வாசிப்பைப் பாதியில் நிறுத்தியிருக்கிறேன். மறுபடியும் புத்தகத்தை எடுக்கும்போது மீண்டும் தலையில் அடித்துக்கொள்வதைத் தொடரலாம்.

புத்தகத்தில் உண்மையான பற்று வைக்கும் ஒருவருக்கு வேறு பற்று இருக்காது. ஆயிரம் புத்தகம் படித்தால் ஆயிரத்தியோராவது புத்தகத்தில் வியப்பதற்கு விசயம் குறைந்துகொண்டே வரும். எனக்கோ வியப்பு கூடிக்கொண்டு வருகிறது. இது பொதுவிதி யாக இருக்க முடியாது, எனக்கு மட்டும் சம்பவிக்கிறது என்றே நினைக்கிறேன். ஒருவேளை அனுபவம் கூடக்கூட நல்ல புத்தகங்களைப் படிப்பதற்குத் தெரிவு செய்யும் திறமை என்னிடம் அதிகமாகியிருக்கலாம். முன்னெப்போதும் இல்லாதமாதிரி தரமான புத்தகங்களின் வருகையும் அதிகமாகியிருக்கிறது. அவை தரும் வாசிப்பு இன்பமும் கூடுகிறது. அருமையான சொற்றொடர்கள் வரும்போது என்னையறியாமல் தலையில் அடிப்பதும் அதிகமாகிறது. என்னுடைய எஞ்சிய வாழ்நாள் மட்டும் குறைந்துகொண்டே வருகிறது.

36

பழுப்பு இனிப்பு

எங்கள் வீட்டுக் குழாயில் நீர் கொட்டியது. அதுதானே அதன் இயல்பு எனச் சிலர் நினைக்கலாம். ஆனால் குழாயை இறுக்கிப் பூட்டிய பின்னரும் அது ஒழுகியது. மணிக்கூடு நேரத்தை அளப்பதுபோலக் குழாயின் வாயிலிருந்து தண்ணீர் டக் டக்கென்ற ஒலியுடன் விழுந்தது.

ரொறொன்ரோவில் மஞ்சள் பக்கப் புத்தகத்தை வீடு வீடாக இலவசமாகத் தந்திருப்பார்கள். நான் அப்படிக் கிடைத்த புத்தகத்தைத் திறந்து குழாய் திருத்துபவரை அழைப்பதற்காகப் பெயர்களைத் தேடினேன். அதிலே இருந்த ஒரு பெயர் என்னை ஆச்சரியப்படுத்தியது. மகிழ்நன். இன்னொருமுறை படித்தேன். மகிழ்நன். என்ன அருமையான பெயர் இது. பெயரிலேயே மகிழ்ச்சி இருந்தது. இவருடைய பெற்றோர் எத்தனை எதிர்பார்ப்புடன் இந்தப் பெயரை வைத்திருப்பார்கள். மற்றவர்களுக்கு மகிழ்ச்சியூட்டும் ஒரு பணியை அல்லவா அவர் செய்தார். தொலைபேசியில் அவரை அழைத்துப் பிரச்சினையைச் சொன்னதும் இரண்டு மணி நேரத்தில் வருவதாகச் சொன்னார். அப்படியே வந்தார்.

வீட்டு மணியை அடித்தவுடன் கதவைத் திறந்தேன். அவருக்கு நாற்பது வயதுக்குள்தான் இருக்கும். தலைமயிர் பக்கவாட்டில் வளர்ந்து

கொண்டு போனது. உதட்டுக்குள் இருந்து வெளிவந்து உடனேயே மறைந்துபோன ஒரு சின்னச் சிரிப்பு. பலவிதமான ஆயுதங்களை ஒரு பெட்டியில் காவிக் கொண்டு வாசலில் நின்றார். உள்ளே நுழைந்தவுடன் என் பெயர், ஊர், எங்கே படித்தேன், எங்கே வேலை செய்கிறேன், எப்பொழுது கனடாவுக்கு வந்தேன் ஆகிய சகல விருத்தாந்தங்களையும் கேட்டு அறிந்துவிட்டார். தன்னுடைய வேலைச் சப்பாத்துகளைக் கழற்றி வாசலில் விடும் முன்னரே என்னுடைய மெய்கீர்த்தியில் பாதியைத் தெரிந்துகொண்டார். அதன் பின்னர்தான் எந்தக் குழாய், எங்கே, எப்படி ஒழுகுகிறது என்ற கேள்வியைக் கேட்டு விடையையும் பெற்றார்.

படுத்துக்கிடந்தபடி ஆயுதம் ஒன்றினால் எதையோ திருக முயன்றார். பல நிமிடங்கள் ஆகியிருக்கும். அப்படியே கிடந்தார். என்ன நினைத்தாரோ உருண்டு எழும்பி இது சரியான ஆயுதம் அல்ல, போய் வேறு எடுத்து வருகிறேன் என்று புறப்பட்டார். நான் சரி என் என்றேன். வீட்டிலே பாதி அறையை அடைத்து அவருடைய ஆயுதங்கள் ஒடியல் காயப்போட்டதுபோலப் பரவிக் கிடந்தன. புதிய ஆயுதத்தைக் கொண்டுவந்து திறக்க வேண்டியதை திறந்தார். குழாயைக் கழற்றி ஆராய்ந்துவிட்டு இந்தப் பாகம் உடைந்திருக்கிறது என்று சொல்லி அதை வாங்கி வரப்புறப்பட்டார். நான் சரி என்றேன். புதிய உதிரிப்பாகத்தைக் கொண்டுவந்து பூட்டினால் அது பூட்டப்படவில்லை. 'இது பழங்காலத்துக் குழாய். சரியான உதிரிப்பாகம் கிடைக்க வில்லை. நான் வேறு இடத்தில் பார்க்கிறேன்' என்றுவிட்டுக் கிளம்பினார். நான் சரி என்றேன். அன்றைய காலையிலிருந்து பல சரிகளைச் சொல்லியபடியே நின்றேன். கடைசியாகக் கொண்டுவந்த பாகம் பொருந்திப் போனது என நினைக்கிறேன். மகிழ்நன் வேலை முடிந்ததென மகிழ்ச்சியுடன் பகர்ந்தார். 'எவ்வளவு?' என்று கேட்டேன். தூரத்துச் சத்தத்தை உற்றுக் கேட்க முயல்வதுபோலத் தலையை சாய்த்துப் பிடித்து யோசித்துவிட்டு என் வருமானத்தில் பாதியைக் கேட்டார். பின்னர் இரங்கி என்னுடைய ஊர் அவருடைய ஊரிலிருந்து 17 மைல் தூரம் மட்டுமே என்பதால் ஒரு சின்னக் கழிவு தந்தார். நானும் காசைக் கொடுத்து அவரை அனுப்பிவைத்தேன்.

அவர் சென்ற சிறிது நேரத்தில் ஒரு சின்னப் புயல் அடித்து முடிந்ததுபோலச் சேதமுற்றுக் கிடந்த அறையைக் கூட்டித் துப்புர வாக்கினேன். ஒரு சிறிய ஆயுதத்தை மறந்துபோய் விட்டுவிட்டுப் போனது தெரியவந்தது. அவசரமாக அவருடைய செல்பேசியை அழைத்தேன். பார்த்தால் மணி வீட்டுக்குள்ளேயே அடித்தது. அவர் செல்பேசியையும் மறந்து வைத்துவிட்டுப் போய்

விட்டார். வேறு வழியில்லாதபடியால் அவர் அழைக்கும்வரை காத்திருந்தேன். அன்றைய நாள் முடிவதற்குள் அவர் திரும்பவும் வந்து செல்பேசியையும் ஆயுதத்தையும் மீட்டுச் சென்றார்.

எடுத்த ஒரு வேலையை உற்சாகத்தோடும் நேர்த்தியோடும் கச்சிதமாகச் செய்துமுடிப்பதற்குச் சிலபேரால் மட்டுமே முடியும். இவர்கள் வேலை செய்யும்போது பாடிக்கொண்டு செய்வார்கள். அவர்களுக்கு மகிழ்ச்சிதரும் வேலை அது. பார்ப்பதற்கு ஒரு கலை நிகழ்ச்சியைப் பார்ப்பது போலவே இருக்கும். ஒரு நேர்த்தியும் கலையம்சமும் நிறைந்திருக்கும்.

பல வருடங்களுக்கு முன்னர் கனடாவில் பிரபலமான நாடக இயக்குநர் டீன் கில்மோரை ஒருமுறை சந்தித்தேன். அவருடைய நாடகத்தில் ஒரு பாத்திரம் செங்கல்லை எடுத்து வீசுவான். அது மேடையில் சரியாக ஒரு குறிப்பிட்ட இடத்தில் வந்து விழுந்து நிற்கும். 200 தடவைக்குக் குறையாமல் செங்கல்லை எறிந்து ஒத்திகை பார்த்ததாக அந்த இயக்குநர் கூறினார். 'மேடையில் சற்றுத் தள்ளி அது விழுந்தால் என்ன ஆகும்?' என்று நான் கேட்டேன். அவர் சொன்னார், 'ஒன்றுமே ஆகாது. சபையில் ஒருவருக்குமே அது தெரிய வராது. ஆனால் எனக்குத் தெரியுமே' என்றார். எடுத்த எந்த ஒரு காரியத்தையும் உத்தமமாகச் செய்ய வேண்டும். மற்றவர்களுக்காக அல்ல. அது உனக்குத் திருப்தியையும் மகிழ்ச்சியையும் தர வேண்டும். அதுவே லட்சியம்.

எழுத்தாளர்கள் தாங்கள் எழுதுவதில் உடனே திருப்தி அடைந்துவிடுவதில்லை. ரோல்ஸ்ரோய் தன்னுடைய புகழ்பெற்ற 'போரும் அமைதியும்' நாவலை ஏழு தரம் திருத்தி எழுதினார். அவர் திருத்தங்களைச் செய்து வைக்க அவருடைய மனைவி சோஃபியா நாவலை மறுபடியும் முதலில் இருந்து எழுதி வைப்பார். மறுபடியும் ரோல்ஸ்ரோய் திருத்துவார். இப்படி 1400 பக்க நாவலை அவர் மனதுக்குத் திருப்தி தோன்றும்வரை திருப்பித்திருப்பி எழுதினார். சுந்தர ராமசாமி ஒருமுறை அவருடைய 'குழந்தைகள் பெண்கள் ஆண்கள்' நாவல் வெளிவந்த காலத்தில் என்னுடன் பேசிக்கொண்டிருந்தபோது சொன்னார். ஒரு 500 பக்க நாவல் எழுதுவதற்குத் தான் 5000 பக்கங்கள் எழுதுவதாக. ரேமண்ட் கார்வருடைய எழுத்தை 40 வீதம் வெட்டிவிட்டுத்தான் பிரசுரிப்பார்கள். ஹெமிங்வே கூட அப்படித்தான். அவர் சில பக்கங்களை 20, 30 முறை திருப்பித் திருப்பி எழுதியிருக்கிறார். பிரபல இயக்குநர் ஸ்டான்லி குப்ரிக் கார் கதவு சாத்துவதை 70 தடவை படம் பிடித்தார் என்று படித்திருக்கிறேன். சாதாரணமாக ஒரு கார் கதவைச் சாத்துவதை எதற்காக 70 தரம் படம்பிடிக்க வேண்டும் என்று கேட்கலாம்.

அவர் மனதிலே ஏற்கெனவே இந்தக் காட்சி உட்கார்ந்திருந்தது. அது கிடைக்கும்வரை அவர் அப்படித் தான் திருப்பித்திருப்பி அந்தக் காட்சியை எடுப்பார்.

எஸ். ராமகிருஷ்ணனின் 'துயில்' நாவலில் ஓர் இடம் வரும். 'என்னை ஞாபகம் வைச்சிருக்கிற ஆளுகூட இருக்காங்களா?' ஒரு முக்கியமான பெண் பாத்திரம் இப்படிக் கேட்கும். நாவலில் அதைத் தொடர்ந்துவந்த வசனம்தான் உச்சமானது. 'அந்த ஆதங்கத்தில் அவளுடைய மொத்த வாழ்வின் சாரமும் அடங்கியிருந்தது.' மனித அவலத்தையும் தோல்வியையும் நிர்க்கதியையும் ஒரேயொரு வசனத்தில் கொண்டுவந்திருப்பார் ஆசிரியர். இந்த இடத்தை எஸ்.ரா. எப்படி எழுதியிருப்பார்? எழுதிக்கொண்டு போகும்போது சாதாரணமாக வந்துவிழுந்த வார்த்தைகளா அல்லது திருப்பித் திருப்பிச் செதுக்கி எழுதிய எழுத்தா? எப்படி இவ்வளவு கச்சிதமாக சொற்ப வார்த்தை களில் ஒரு பெண்ணின் வாழ்நாள் உணர்ச்சிக் கொந்தளிப்பை அடக்க முடிந்தது?

சில வருடங்களுக்கு முன்னர் ஓர் அமெரிக்க ஆசிரியர் நாவலுக்கு வாஷிங்டன் மாநிலப் புத்தகப் பரிசு கிடைத்தது. ஆசிரியருடைய பெயர் ஜொனாதன் எவிசன். பத்திரிகைகள் அவரை Overnight Success என்று புகழ்ந்து தள்ளின. நிருபர் அவரைப் பேட்டி கண்டபோது 'உங்களை ஓர் இரவு வெற்றி என்று சொல்கிறார்களே, அது உண்மையா?' என்று கேட்டார். ஆசிரியர் 'ஆமாம், 20 வருட ஓர் இரவு வெற்றி' என்று கூறினார் அவர். ஆறு வயதில் இருந்தே தான் எழுத்தாளராக வர வேண்டும் எனக் கனவு கண்டவர். நாள் கூலியாக வேலைசெய்து கொண்டு இரவுகளில் தொடர்ந்து எழுதியவர். அவருடைய வெற்றி இலகுவாகக் கிடைத்த ஒன்றல்ல. வெற்றிக்குப் பின்னால் அத்தனை உழைப்பு இருந்திருக்கிறது. எஸ்.ரா. போகிற போக்கில் அந்த வசனத்தை எழுதியிருந்தால்கூட அதற்குப் பின்னர் இருபது, முப்பது வருடப் பயிற்சி இருப்பது தெரியும். 525 பக்க நாவலில் அந்த வரிகளை மாத்திரம் மறக்க முடியவில்லை என்றால் காரணம் செதுக்கிச்செதுக்கி அப்படி அழகூட்டப் பட்டிருந்தது. நல்ல படைப்பின் அடையாளம் அது.

குறுந்தொகையில் ஒரு பாடல். தலைவி தோழியிடம் சொல்கி றாள். 'பார் என் நிலைமையை. அவர் பாட்டுக்கு என்னைச் சுகித்துவிட்டுப் போய்விட்டார். நான் இப்படி ஆகிவிட்டேன். யானை முறித்த கிளைபோலத் தொங்கிக்கொண்டு கிடக்கிறேன்.' மரக்கிளை முன்புபோல இல்லை; முறிந்து நிலத்திலும் விழவில்லை. அதுபோலத் தானும் பாதி உயிரோடு இங்குமங்குமாக ஊசலாடிக்

கொண்டு இருப்பதாகச் சொல்கிறாள் *(குறுந்தொகை 112)*. புலவர் இந்த உவமையை எப்படி எழுதியிருப்பார். எழுதும்போது அப்படி வந்ததா அன்றி நிறைய யோசித்துப் பின்னர் எழுதினாரா? இத்தனை ஆயிரம் வருடங்களுக்குப் பின்னரும் அந்த வரிகள் இன்னொருவரால் நகல் செய்ய முடியாதவாறு இருக்கும் ரகஸ்யம் வியப்பைத்தான் தருகிறது.

சேக்ஸ்பியரின் புகழ் இன்றுகூட ஏறுமுகமாகத்தான் இருக்கிறது. நூற்றுக்கணக்கான புத்தகங்கள் அவரைப் பற்றி ஏற்கெனவே வந்துவிட்டன. இனிமேலும் வந்துகொண்டே இருக்கும். சமீபத்தில்கூட என்னுடைய நண்பர் ஒருவர் எழுதிய 'For the Love of Shakespeare' என்ற புத்தகம் வெளிவந்திருக்கிறது. நண்பர் தன்னுடைய 75வது வயதில் எழுதிய முதல் புத்தகம் அது. எப்படியும் சேக்ஸ்பியரைப் பற்றி ஒரு புத்தகம் எழுத வேண்டும் என்பது அவர் வாழ்நாள் கனவு. சேக்ஸ்பியரைப்போல அவருக்கு முந்தி எழுதியவரும் கிடையாது, பிந்தி எழுதியவரும் கிடையாது. அவர் தரும் சொற்சித்திரத்தைப் படிக்கும்போது இவருக்கு மாத்திரம் எப்படி இப்படி தோன்றுகிறது என்ற வியப்பு நீடித்துக்கொண்டே போகும். 'Tempest' நாடகத்தில் ஓர் இடம். புரஸ்பரோ தன் மகளுக்கு நாட்டை இழந்துவிட்ட ஓர் அரசன்தான் என்ற உண்மையைச் சொல்கிறான். அவளால் நம்பமுடியவில்லை. அதிர்ச்சியடைகிறாள். 'Your tale, Sir, would cure deafness' என்று சொல்கிறாள். 'உங்களுடைய கதை, ஐயா, செவிட்டுத்தன்மையைக் குணமாக்கும்.' என்ன ஒரு சொல்லாட்சி! இந்தக் கற்பனையையும் கவித்துவத்தையும் முழுமையாகச் செரித்துக்கொள்ள நீண்ட நேரம் தேவைப்படும்.

'ஒரு குடம் தண்ணீர் ஊற்றி ஒரு பூ பூத்தது. இரண்டு குடம் தண்ணீர் ஊற்றி இரண்டு பூ பூத்தது. மூன்று குடம் தண்ணீர் ஊற்றி மூன்று பூ பூத்தது.' இப்படி ஒரு பாடல் இருக்கிறது. எத்தனை குடம் தண்ணீர் ஊற்றினாலும் ஐந்து இதழ் பூ ஆறு இதழாக மாறுவதில்லை. எட்டு இதழ் பூ ஒன்பது இதழ் பூவாக மாறாது. பூ இதழ்கள்கூட ஒரு கணக்காகத்தான் பூக்கின்றன. இயற்கைகூட ஒரு கணக்குப்படிதான் வேலைசெய்கிறது. ஒரு இதழ், இரண்டு இதழ், மூன்று இதழ், ஐந்து இதழ், எட்டு இதழ், 13 இதழ், 21 இதழ் (அடுத்தது 34, அடுத்தது 55, அடுத்தது 55 + 34 = 89) என்று அதுவும் ஓர் இயற்கை நெறிப்படி கூடிக்கொண்டு போகிறது. இதை *Fibonacci* தொடர் என்று சொல்கிறார்கள். ஒன்றிரண்டு விதிவிலக்கு இருக்கலாம். எதற்காக இப்படி என்று கேட்டால் விஞ்ஞானிகளிடம் பதில் இல்லை. 'எல்லாமே ஒரு பிரபஞ்ச நியதியின்படிதான் இயங்குகிறது. பிரபஞ்சம் ஓர் உத்தமத்தை நோக்கிய அமைப்பு. எங்குமே அழகியல் நிறைந்து கிடக்கிறது.' என்று பதில் வருகிறது.

பிரபஞ்சமே அழகாய்த்தான் சிருட்டிக்கப்பட்டிருக்கிறது. கிரகங்கள் ஓர் ஒழுங்குடன் கதி மாறாமல் சுற்றி வருகின்றன. கிரகங்களும் சந்திரன்களும் வால்நட்சத்திரங்களும் ஒன்றோடு ஒன்று முட்டிக் கொள்வதில்லை. ஒரு பறவை கூடு கட்டும்போது எவ்வளவு அழகாக இருக்கிறது. அதன் கவனம் எள்ளளவும் பிசகுவதில்லை . எத்தனை சிக்கனம், எத்தனை நேர்த்தி. ஒரு சிறுத்தை வேட்டையாடும்போது அதன் உடல் அசைவுகளில் வெளிப்படும் கலைத்தன்மை வேறு ஒன்றிலும் தென்படுவதில்லை. ஒரு யானை நடக்கும்போதும் அதுதான். ஒரு கோலாக்கரடி தூங்கும்போதும் அதுதான். ஆனால் மனிதன் ஒரு வேலை செய்யும்போது அநேகமாக அவன் முழுமனமும் அங்கே இருப்பதில்லை. அதில் நேர்த்தியும் இல்லை; கலையும் இல்லை.

குழாய் திருத்தக்காரரை நான் அழைத்தபோது நடந்தது அதுதான். நான் அவரிடம் சொன்னதெல்லாம் அவர்மேல் உருண்டுகொண்டு போனது. நேர்த்தியாக வேலை செய்யும் தகுதி அவரிடம் இல்லை. மகிழ்நன் என்ற பெயரைப் பார்த்து நான் ஒரு முடிவு எடுத்தேன். அது தவறானது. நல்ல பெயர் உள்ளவர் நல்ல வேலை செய்வார் என்பது என்ன நிச்சயம்? ஒரு மருத்துவரிடம் போகமுன்னர் இவர் நல்ல மருத்துவரா என்பதை எப்படி கண்டுபிடிப்பது? அதற்கு ஏதாவது சோதனை செய்ய வேண்டும். ஒரு புத்தகம் வாங்கும் முன்னரே அது எப்படியான புத்தகம் என்று தெரிந்து வாங்குவது எவ்வளவு அவசியம். புத்தகத்தை வாங்கிய பின்னர் 20 பக்கங்கள் படித்துவிட்டு அதைத்தூக்கிப்போடுவது சரியாக ஆராய்ச்சி செய்து புத்தகத்தை வாங்காதபடியால்தான்.

எண்பதுகளில் அமெரிக்காவில் பிரபலமான ஓர் இசைக்குழு இருந்தது. பெயர் வான் ஹெலன் இசைக்குழு. இவர்களின் இசைத் தட்டுகள் ஒரு கோடி விற்பனை செய்து சாதனை படைத்தவை.

இந்தக் குழு அமெரிக்காவின் பிரபல நகரங்களில் எல்லாம் இசை நிகழ்ச்சிகள் நடத்தியிருக்கிறது. இவர்களின் மேடை உபகரணங்கள், மேடை அமைப்புச் சாமான்கள், இசை வாத்தியங்கள் போன்றவை 18 ட்ரக் வண்டிகளில் இவர்கள் போகும் இடங்களுக்குப் போகும். அப்படியென்றால் இவர்களின் இசை நிகழ்ச்சியின் பிரம்மாண்டத்தை ஓரளவுக்கு ஊகித்துக் கொள்ளலாம்.

ஆனால் ஒப்பந்தம் போட்டவர்களிடமிருந்து இந்தக் குழுவினருக்குச் சில வேளைகளில் போதிய ஒத்துழைப்பு கிடைப்பதில்லை. அப்படியான சமயங்களில் இசை நிகழ்ச்சிகள்

தோல்வியில் முடியும். இவர்கள் எவ்வளவுதான் திறமையாக இசைநிகழ்ச்சியை நடத்தினாலும் இவர்களை அழைத்தவர் களின் முழு ஒத்துழைப்பும் இல்லாமல் போனால் தோல்வி ஏற்பட்டுவிடுகிறது. ஆகவே இப்படியான தோல்விகளைத் தவிர்க்க இந்தக் குழுவின் தலைவர் ஒரு புதுவிதமான ஒப்பந்தத்தை உருவாக்கினார். அந்த ஒப்பந்தம் விழாக்காரர்கள் செய்ய வேண்டிய நிபந்தனைகளை நீண்ட பட்டியலாகப் போட்டது. அதில் ஒன்று இப்படி இருந்தது. 'இசைக்குழு தங்கும் ஹொட்டல் அறையில் 5 றாத்தல் எம் – எம் இனிப்பு வகை எல்லா நிறங்களிலும் (பச்சை, சிவப்பு, மஞ்சள் நலம்) இருக்க வேண்டும். ஆனால் பழுப்பு நிறத்தில் இருக்கக்கூடாது.' இதுதான் அந்த நிபந்தனை. இசைக்குழுவுக்கும் இந்த நிபந்தனைக்கும் என்ன தொடர்பு என்பது ஒருவருக்கும் ஒன்றும் புரியவில்லை.

குழுவின் தலைவர் ஹொட்டலுக்கு வந்ததும் செய்யும் முதல் வேலை ஐந்து றாத்தல் இனிப்பு எல்லா நிறங்களிலும் இருக்கிறதா என்று பார்ப்பது . . . பின்னர் பழுப்புநிற இனிப்பு ஒன்றாவது அகப்படுகிறதா என்பதைக் கிளறிக்கிளறிப் பார்ப்பார். தப்பித் தவறி ஒரு பழுப்பு நிற இனிப்பு அகப்பட்டால் ஒப்பந்தத்தை முறித்துக்கொண்டு போய்விடுவார். பலருக்கு இது ஏன் என்று அப்போது புரியவில்லை. இசை நிகழ்ச்சிக்கும், ஒரு பெறுமதி இல்லாத பழுப்பு நிற இனிப்புக்கும் அப்படி என்ன சம்பந்தம். பல வருடங்களுக்குப் பிறகு இந்தப் புதிரை இசைத்தலைவர் விடுவித்தார். "நாங்கள் கொடுக்கும் இசை நிகழ்ச்சி உத்தமமாக இருக்க வேண்டும். எங்களுக்குத் திருப்தி யாக அமைய வேண்டும். ஆனால் அழைப்பவர்களின் மேடை ஒத்துழைப்பு இல்லாமல் எவ்வளவு முயற்சி எடுத்தாலும் நிகழ்ச்சி வெற்றிபெறுவதில்லை. ஆகவே இதைத் தவிர்ப்பது எப்படி? அதற்காகத்தான் பழுப்பு இனிப்பு நிபந்தனை. பழுப்பு இனிப்பு தட்டுப்பட்டால் நிகழ்ச்சியை நடத்தமாட்டோம். அவர்கள் ஒப்பந்தத்தை நுணுக்கமாகப் படிக்கவில்லை என்று அர்த்தம். ஒரு சின்னக் காரியத்தைச் செய்ய முடியாதவர்கள் ஒரு பெரிய காரியத்தை எப்படி சரியாகச் செய்வார்கள்? இந்த விதியை ஒப்பந்தத்தில் புகுத்திய பிறகு எங்களை அழைப்பவர்கள் மிகவும் எச்சரிக்கையாகச் செயல்பட ஆரம்பித்தார்கள். எங்கள் நிகழ்ச்சிகளும் வெற்றி பெற்றன."

'பழுப்பு இனிப்புப் பரீட்சை' என்றால் அமெரிக்கர்கள் பலருக்கு இன்றைக்கு அது என்னவென்று தெரியும். எங்களுக்குத் தேவை ஒரு பழுப்பு இனிப்புப் பரீட்சை. அப்படியான பரீட்சை இருக்குமாயின் நாங்கள் வாங்கும் புத்தகம் திருப்தியானதாக அமையும். பார்க்கப்போகும் நாடகம் மனதுக்குப் பிடிக்கும்.

சினிமாவுக்குப் போய் ஏமாற்றத்துடன் திரும்பத் தேவை இல்லை. முக்கியமாகக் குழாய்க்காரரை அழைக்கும்போது அவருடையை திறமையை, அவருடைய பெயரின் இனிமையை வைத்துத் தீர்மானிக்கமாட்டோம்.

இனிமேல் ஒப்பந்தம் செய்வதற்கு ஒரு நல்ல பெயர் மட்டும் போதாது. ஏதாவது பரீட்சையிலும் அவர் தன் தகுதியை நிரூபிக்க வேண்டும். எதிர்வரும் காலங்களில் மகிழ்நன், கபிலர், தமிழ்ப் பற்றாளன், பொற்தாமரைக் கண்ணன், இனிய தோழன், அன்புக்கனி போன்ற எந்தப் பெயரைப் பார்த்தாலும் எச்சரிக்கையாக இருப்பேன். தமிழ்ப் பற்றுக்கும் வேலைத் திறமைக்கும் சம்பந்தமே கிடையாது.

முதலில், மறுபடியும் ஒழுகத் தொடங்கிய குழாயை நிறுத்துவதற்கு ஏதாவது செய்ய வேண்டும்.

37

எழுத்து மேசை

மே 30ஆம் தேதி, சனிக்கிழமை. சூரியன் எரித்துக்கொண்டிருந்த நடுப்பகல் நேரம். நான் வசித்த மார்க்கம் நகரில் எங்கள் வீட்டைச் சுற்றி ஓடிய நாலு வீதிகளிலும் Garage Sale என்ற அறிவிப்பு பல இடங்களிலும் காணப்பட்டது. இப்படியான விற்பனையின்போது பழைய நல்ல புத்தகங்கள் அகப்படுவதுண்டு. நான் ஒவ்வொரு வீடாகச் சென்று அங்கே பரப்பிவைத்திருக்கும் சாமான்களைப் பார்வையிட்டேன். புத்தகம் அகப்படவில்லை. ஆனால், ஓர் இடத்தில் ஓக் மரத்தில் செய்த அழகான மேசை பளபளவென்று மினுங்கிக்கொண்டு கிடந்தது. சற்சதுரமாக இருந்த அந்த மேசையின் கால்கள் ஒன்றரை அடி உயரம் இருக்கும். தரையில் உட்கார்ந்து எழுதுபவர்களுக்குப் பொருத்தமானது. விலையோ மலிவு. 'எதற்காக விற்கிறார்கள்?' என்று கேட்டேன். 'அந்த மேசையைப் பாவித்து வந்த மூதாட்டி முதியோர் இல்லத்துக்குப் போகிறார். அவர் ஓர் எழுத்தாளர். பல புத்தகங்கள் எழுதியிருக்கிறார்' என்று சொன்னார்கள். தன் வாழ்நாள் முழுக்க அந்த மேசையில்தான் எழுதினார் என்றும் இனிமேல் எழுத மாட்டார் என்றும் அவர்கள் கூறியபோது என்னவோ செய்தது. நான் காசைக் கொடுத்து மேசையை வாங்கி வீட்டுக்குக் கொண்டுவந்து சேர்த்தேன். என் வீட்டிலும் மேசை அதே வேலையைச் செய்தது; எழுத்தாளர்தான் மாறிவிட்டார்.

38

எரிந்த சிறுமி

சில முக்கியமான சம்பவங்கள் நடக்கும்போது அந்தத் தருணம் படம்போல மனதிலே பதிந்துவிடும். இந்தியாவுக்குச் சுதந்திரம் கிடைத்தபோது நேருவின் உரை ரேடியோவில் ஒலிபரப்பானது. நான் அப்போது சிறுவன். எங்கள் கிராமத்திலிருந்த ஒரேயொரு ரேடியோ பெட்டியைச் சுற்றி 10, 15 பேர் நின்றார்கள். ஒன்றும் புரியாவிட்டாலும் அந்த இருட்டறையில் நானும் நின்றபடி கேட்டேன். அந்த நாள் எனக்கு நினைவிருக்கிறது. அமெரிக்க ஜனாதிபதி கென்னடியைச் சுட்டுக் கொன்றபோது நான் ஒரு நூலகத்தில் அமர்ந்து சோதனைக்குத் தயாரித்துக் கொண்டிருந்தேன். நான் மேசையில் எந்தப் பக்கத்தில் எந்தத் திசையை நோக்கி என்ன புத்தகம் படித்தேன் என்பது இன்றைக்கும் ஞாபகம் இருக்கிறது.

1972ஆம் ஆண்டு ஒரு ஜூன் மாதம். எங்கள் வீட்டின் வெளித் திண்ணையில் ஒரு பிரம்புக் கதிரையில் அமர்ந்து நான் சாவதானமாக டைம் வார இதழைப் புரட்டிக்கொண்டிருந்தேன். அதிலே பார்த்த ஒரு புகைப்படம் என்னைத் திகைக்க வைத்தது. ஓர் ஒன்பது வயதுச் சிறுமி நிர்வாணமாக காமிராவை நோக்கிக் கைகளை விரித்து, வாயை ஆவென்று திறந்து வைத்துக்கொண்டு, ஓடிவருகிறாள். அவளைச் சுற்றி இன்னும் பல குழந்தைகள். மனதை உலுக்கிய அந்தக் காட்சி இன்றுவரை என் நினைவிலிருந்து அழியவில்லை.

வியட் கொங் படைகள் தராங்பாங் கிராமத்துக் குள் ஊடுருவிய தகவல் தென் வியட்நாமியப்

படைகளுக்குக் கிடைக்கிறது. கிராம மக்களுக்கு முன்கூட்டியே ஆபத்து வரப்போவது தெரியும். அன்று மத்தியானம் சோற்றுக்கஞ்சி குடித்துவிட்டு ஏதோ நடக்கப் போகிறது என்று மக்கள் காத்திருந்த சமயம் சிவப்பு சிவப்பாக விமானத்திலிருந்து திரவப் பொட்டுகள் விழுகின்றன. அவை குண்டுகள் அல்ல, எங்கே குண்டுகள் போட வேண்டும் என்பதை விமானம் அடையாளமிட்டு தீர்மானிக்கிறது. யாரோ கத்தினார்கள் 'ஓடுங்கள் ஓடுங்கள்' என்று. எல்லாச் சிறுவர் சிறுமியரும் ஓடத் தொடங்கினார்கள். டுப் டுப் என்று நாலு சத்தம் மாத்திரம் கேட்கிறது. பெரிய குண்டு விழுந்து வெடிக்கும் சத்தமோ, நிலம் பிளக்கும் ஓசையோ இல்லை. நாப்பாம் குண்டுகள் அப்படித்தான், பெரிய சப்தம் எழுப்புவதில்லை. ஓசையில்லாமல் விழுந்து, விழுகின்ற இடத்தைத் தீப்பிழம்பாக மாற்றிவிடும்.

அந்தச் சிறுமி அணிந்திருந்த மெல்லிய பருத்தி ஆடை அப்படியே கணத்தில் எரிந்து பொசுங்கிவிட்டது. 'எரிகிறது எரிகிறது' என்று கதறியபடி ஓடிவந்த சிறுமியைப் படம் பிடித்தவர் நிக் உட் என்ற புகைப்படக்காரர். அவர் சிறுமியை அள்ளிக்கொண்டு மருத்துவமனைக்கு ஓடுகிறார். அந்தச் சிறுமியின் பெயர் கிம் ஃபுக். போரின் கொடூரத்தை உணர்த்தும் அந்தப் படம் 12 ஜூன் 1972 டைம் இதழில் வெளியாகிறது. உடனே மற்ற பத்திரிகைகளும் படங்களை வெளியிட, உலகில் கோடிக்கணக்கானவர்கள் பார்க்கிறார்கள். 'படத்தில் இருக்கும் சிறுமி' என்று கிம் அறியப்பட்டார். படத்தை எடுத்த நிக் உட்டுக்கு புலிட்ஸர் பரிசு கிடைக்கிறது. அமெரிக்க ஜனாதிபதி நிக்ஸன் சிறுமியின் படத்தைப் பார்த்துத் திடுக்கிட்டார். அது நிஜமானதுதானா என்று தன் உதவியாளரிடம் பலதடவை கேட்டுத் தெளிவு பெறுகிறார். அந்தப் படம் பிரசுரமான சில மாதங்களிலேயே பாரிஸில் வியட்நாம் போர் நிறுத்தப் பிரகடனம் கையொப்பமாகிறது.

மாரியம் பீச் என்ற பெண்மணி '*Uncle Tom's Cabin*' என்ற நாவலை எழுதினார். அமெரிக்காவில் அடிமைகளின் விடுதலைக்கு அந்த நூல் காரணமாக அமைந்து, ஒரு பெரிய போரே நடந்தது. அமெரிக்க ஜனாதிபதி ஆப்ரஹாம் லிங்கன் ஒருமுறை மாரியமைச் சந்தித்தபோது 'இந்தச் சிறிய பெண்ணா அந்தப் பெரிய போரை ஆரம்பித்தவர்' என்று சொன்னாராம். அதுபோலவே வியட்நாம் போர் நிறுத்தத்திற்கு அந்த சிறுமியின் படம் முக்கியக் காரணம் என்று சொல்கிறார்கள். என்றென்றைக்கும் உலகப் புகழ்பெற்ற புகைப்படங்களில் இதுவும் ஒன்றாகக் கருதப்படுகிறது.

இன்றைக்குச் சிறுமியின் பெயர் மறந்துவிட்டாலும் முகத்தைப் பலரும் ஞாபகம் வைத்திருக்கிறார்கள். 'படத்தில்

இருக்கும் சிறுமி' என்று சொன்னால் எல்லோருமே புரிந்து கொள்கிறார்கள். எழுத்தாளர் வாஸந்தியிடம் இந்தப் பெண்ணைச் சந்தித்ததை சொன்னபோது அந்தப் பெண்ணுக்கு அந்தநாள் ஞாபகமிருக்கிறதா என்று கேட்டார். உடம்பு முழுக்க நெருப்புத் தழும்பைக் காவித்திரிபவர் எப்படி மறக்க முடியும்? கிம் இப்பொழுது கனடாவில் குடிபெயர்ந்து வாழ்கிறார். 46 வயதான அவர் ஓர் அரசு சாரா தொண்டு நிறுவனத்தை நடத்தி, உலகிலே போரிலே பாதிக்கப்பட்ட சிறுவர் சிறுமியருடைய நல்வாழ்வுக்காகப் பாடுபடுகிறார். இவருடைய தன்னலமற்ற சேவையைப் பாராட்டி கனடிய அரசின் *Order of Ontario* விருது இவருக்கு வழங்கப்பட்டிருக்கிறது. யோர்க் பல்கலைக்கழகம் *Doctor of Law* பட்டம் கொடுத்திருக்கிறது அத்துடன் யுனெஸ்கோ நல்லெண்ணத் தூதுவராகவும் பணியாற்றுகிறார்.

இவரைச் சந்திப்பதற்குப் பலமுறை முயன்றும் தோல்வியே கிடைத்தது.எட்டு மின்னஞ்சல்கள்,ஐந்து தொலைபேசித்தகவல்கள், 40 மைல் பிரயாணத்துக்குப் பிறகு ஒருநாள் அவரைச் சந்திக்க முடிந்தது. 37 வருடங்களுக்கு முன்னர் டைம் பத்திரிகையில் பார்த்த சிறுமியா இவர் என்ற வியப்பு ஏற்பட்டது. சதுரமான சிவப்பு முகத்தில் சிநேகமான கண்கள். செங்கல் நிற ஆடையும் சாம்பல் நிற மேலாடையும் அணிந்திருந்தார். சின்னப் பாதங்களில் ஒரு சீனப் பெண்போலத் தள்ளாட்டமாக நடந்துவந்தது அவருக்கு ஒரு வசீகரத்தை கொடுத்தது. கைப்பையை நாற்காலியில் மாட்டி விட்டு, கால்களை நீட்டிச் சாவதானமாக சாய்ந்து உட்கார்ந்து சிரித்த படியே பேசினார். இவரா அந்தச் சிறுமி என்ற திகைப்பு அடங்கச் சில நிமிடங்கள் எடுத்தன. எங்கே தொடங்குவது என்று தெரியவில்லை. இதற்குமுன்னர் அவரிடம் நூறுபேர் கேட்டிருக்கக்கூடிய ஒரு கேள்வியைக் கேட்டேன்:

நீங்கள் எரிந்துகொண்டு ஓடியபோது எப்படி உணர்ந்தீர்கள்?

அந்தச் சிறுவயதிலும் உயிரின்மேல் இருக்கும் ஆசை தெரிந்தது. அது தவிர உடம்பு பற்றி எரியும் வேதனை. அப்படியே ஓடிக்கொண்டிருக்கவேண்டும் என்று தோன்றியது. வெகுதூரத்தைக் கடந்துவிட்டால் வலி போய்விடும் என்று நினைத்தேன்.

சிகிச்சையில் உங்களுக்குப் பூரண குணம் கிடைக்க வில்லையா?

நான் நீண்ட காலத்தை மருத்துவமனைக் கட்டில்களில் கழித்தேன். 14 மாதங்களில் என் உடம்பில் 17 அறுவைச் சிகிச்சைகள் செய்தார்கள். அது ஒரு அமெரிக்கர் நடத்திவந்த மருத்துவமனை. அங்கே வேலை செய்த மருத்துவர்களும் தாதிகளும் கனிவுடனும் சேவை மனப்பான்மையுடனும் சுறுசுறுப்பாக வேலை

செய்வதைக் கண்டேன். அவர்களிடம் எனக்குப் பெருமதிப்பு ஏற்பட்டது. நான் வளர்ந்து பெரியவளாகும்போது எப்படியும் படித்து மருத்துவராக வேண்டும் என்று கனவு கண்டேன். ஆனால் விதி என்னைத் துரத்தியது. என் பதின்ம வயதில் மருத்துவப் படிப்பைத் தொடங்கினேன். ஆனால் நான்தான் 'படத்தில் இருக்கும் சிறுமி' என்பதை வியட்நாமிய கம்யூனிஸ்ட் அரசு கண்டுபிடித்தது. என்னுடை படிப்பை நிறுத்தி என்னைப் பரப்புரை செய்யும் அரச ஊழியராக நியமித்தது. என் விருப்பத்தைக் கேட்காமலே நான் காட்சிப் பொருளாக்கப்பட்டேன்.

அதிலிருந்து எப்படி மீண்டீர்கள்?

எரிந்து தழும்பேறிய என் உடம்பைக் கண்ணாடியில் பார்க்க எனக்கே அருவருப்பாகவும் அவமானமாகவும் இருக்கும். படிக்க முடியாத கவலை வேறு எனக்கு. உடம்பில் 24 மணிநேரமும் ஓயாத வலி. ஒருநாள் திறந்த வெளியில் நின்று அண்ணாந்து வானத்தைப் பார்த்து உரத்துக் கத்தினேன். 'ஏன் நான்? ஏன் நான்? என்னை ஏன் தெரிவுசெய்தாய் ஆண்டவனே. நீ அங்கே இருப்பது உண்மையானால் என்னை வாழவிடு அல்லது சாக விடு.' அதன் பின்னர் என்ன நடந்ததோ தெரியாது. படிப்படியாக என் வாழ்க்கை மாற்றமடைய ஆரம்பித்தது. என் அம்மா சொல்லும் வியட்நாமியப் பழமொழியை நினைத்துக்கொள்வேன். ஒரு முழு யானையைச் சாப்பிட நினைப்பவள் முதலில் ஒரு வாய் உணவில் ஆரம்பிக்க வேண்டும். வேதனையைக் கொஞ்சம் கொஞ்சமாகக் குறைக்க வேண்டும், ஓர் இரவில் அது மறைந்து போகாது. எனக்குக் கிடைத்த ஒவ்வொரு நாளும் ஒரு கொடை என்பதை உணர்ந்தேன். நடந்து முடிந்த சரித்திரத்தை நான் மாற்ற முடியாது, ஆனால் இனி வரும் சரித்திரத்தை என்னால் மாற்றமுடியும்.

எப்படி கனடா வந்தீர்கள்?

கியூபாவில் மேற்படிப்புப் படிக்க எனக்கு அனுமதி கிடைத்தது. அங்கே எனக்கும் இன்னொரு வியட்நாமிய மாணவனுக்குமிடையில் காதல் முகிழ்த்தது. நான் படிப்பை இடை நிறுத்தி அவரை மணமுடித்தேன். எங்கள் தேனிலவைக் கொண்டாட நாங்கள் ரஸ்யாவுக்குச் சென்றோம். திரும்பி வரும் வழியில் எங்கள் விமானம் கனடாவின் காண்டர் விமான நிலையத்தில் எரிபொருள் நிரப்புவதற்காக இறங்கியது. அந்த நேரம் நானும் கணவரும் அரசியல் தஞ்சம் கோரினோம். அன்று விமானத்தில் எரிபொருள் போதிய அளவு இருந்திருந்தால் இன்று நான் கனடாவில் சுதந்திரமான காற்றைச் சுவாசிக்கமாட்டேன்.

நீங்கள் கனடா வந்த பின்னர் உங்கள் பழைய வாழ்க்கையை நினைவூட்டும் யாரையாவது மீண்டும் சந்தித்தீர்களா?

ஓர் அதிசயம் நிகழ்ந்தது. அமெரிக்காவில் வாஷிங்டன் நகரத்தில் 1996ஆம் ஆண்டு நடந்த Vietnam War Memorial விழாவில் என்னைப் பேச அழைத்திருந்தார்கள். நான் என் பழைய வலிகளை யும் துயரங்களையும் சபையினருடன் பகிர்ந்துகொண்டேன், விழா முடிந்த பின்னர் முன்னை நாள் அமெரிக்க ராணுவ அதிகாரி ஒருவர் என்னை வந்து சந்தித்தார். அவருடைய பெயர் John Plummer. அன்று நாலு நாப்பாம் குண்டுகளையும் வீசிய விமானத்தின் கட்டளை அதிகாரி. அவர் கண்களில் நீர் வழிந்துகொண்டிருந்தது. என்னைக் கட்டியணைத்து நீ என்னை மன்னித்து விட்டாயா என்று கேட்டார். உங்களையும் குண்டுபோட்ட விமானியையும் நான் மன்னித்து விட்டேன் என்றேன்.

நீங்கள் போரினால் பாதிக்கப்பட்ட குழந்தைகளுக்கான தொண்டு நிறுவனத்தை நடத்தி வருகிறீர்கள். சமீபத்தில் நடந்து முடிந்த ஈழத்துப்போரில் ஆயிரக்கணக்கான குழந்தைகள் கொல்லப்பட்டனர்; காணாமல்போயினர். இன்னும் ஆயிரக்கணக்கானோர் காயம்பட்டனர். கர்ப்பத்திலிருந்த சிசு கூடக் காயமடைந்திருக்கிறது. போரின் நடுவில் விசுவமடுவில் பிறந்த ஒரு குழந்தையின் வலது தொடையில் துப்பாக்கிச்சன்னக் காயம் இருந்ததைப் பத்திரிகைகளில் படித்திருப்பீர்கள். நீங்கள் இலங்கைக்குப் போகத் திட்டமிடவில்லையா?

மேசையில் கிடந்த கரண்டியை கிம் சுழலவிட்டு அது நிற்கும் வரை காத்திருந்தார். அவருடைய கண்கள் கலங்கின. 'நான் தனியாளாக வேலை செய்கிறேன். சமீபத்தில் நான் உகாண்டா, கானா, தாய்லாந்து, மெக்சிகோ, ஆர்ஜண்டீனா, அயர்லாந்து, இத்தாலி, பெல்ஜியம் போன்ற பல நாடுகளுக்குப் போயிருக்கிறேன். நான் பயணம் செய்த நாடுகளிலும் பார்க்க இனிப் போகத் திட்டமிட்டிருக்கும் நாடுகள் அதிகம். ஆனால் என் உடல்நிலை ஒத்துழைக்க வேண்டும். அவர் தன் ஆடையின் கைகளைச் சுருட்டிச் சுருட்டி மேலே தள்ளிவிட்டு இதைப் பாருங்கள் என்றார். நான் திடுக்கிட்டுவிட்டேன். அது மனிதக் கை போலவே இல்லை. உருகிய சதை எல்லாம் ஒன்றாய்த் திரண்டு உருவம் இல்லாமல் தட்டையாக மினுங்கிக்கொண்டு கிடந்தது. தொட்டுப் பாருங்கள் என்றார். தொட்டேன். ஒரு மரக்கட்டையைத் தீண்டியதுபோலக் கையை உடனே இழுத்துக்கொண்டேன். ஒரு பெண்ணின் உடலில் காணக் கூடிய சதைத்தன்மையோ, மிருதுத் தன்மையோ கிடையாது. 'என்னுடைய உடம்பில் 65 சதவீதம் இப்படித்தான், சருமம் உருகி ஒட்டிக்கொண்டதால் சருமத் துளைகள் இல்லை; வியர்வையும் வெளியேற முடியாது. உணர்ச்சி நரம்புகள்

ஒன்றுடன் ஒன்று பிணைந்திருப்பதால் உடம்பின் எந்தப் பாகம் வலித்தாலும் அந்த வலி உடம்பு முழுக்கப் பரவும். என் கால் பெரு விரலில் ஒரு காயம் ஏற்பட்டால் அந்தச் செய்தி மூளைக்கு நேராகப் போவதில்லை உடம்பின் பல பாகங்களிலிருந்தும் போகிறது. அதனால் உடம்பு முழுவதும் வலிக்கும் உணர்வு ஏற்படுகிறது. மனிதகுலத்தின் பாவங்களை ஏற்று யேசு சிலுவையில் மரித்ததுபோல உலகத்துக் குழந்தைகளின் வேதனையை நான் அனுபவிப்பதாக நினைத்துக் கொள்கிறேன்.

இத்தனை வருடங்களாகியும் வலி நிற்கவில்லையா?

என் உடம்பு எரிவதைத் தாங்கமுடியாமல் நான் அலறிக் கொண்டு ஓடியபோது ஒரு ராணுவவீரர் என் மேல் தண்ணீரை ஊற்றினார். அவர் அப்படிச் செய்திருக்கக் கூடாது. தண்ணீர் கொதிப்பது 100 டிகிரி. நாப்பாம் குண்டு எரிவது 1200 டிகிரி. நாப்பாம் குண்டில் பெற்றோல், நாப்தலீன் அத்துடன் தோலிலே ஒட்டும் தன்மை கொண்ட ஒருவகை திரவம் கலந்திருக்கும். சருமத்தை ஒட்டிப்பிடித்து அது எரியும்போது அதை நிறுத்த முடியாது. தண்ணீர் ஊற்றியதும் சதை வெந்து காய்ச்சிய இறைச்சிபோல ஆகிவிட்டது.

சட்டைக் கைகளை மறுபடியும் இறக்கிவிட்டு, கைப்பையை எடுத்துக்கொண்டு கிம் கனிவுடன் என்னைப் பார்த்தார். அரைமணி நேரச் சந்திப்பு ஒன்றரை மணி நேரமாக நீண்டு விட்டிருந்தது. இன்னொரு சந்திப்புக்குப் பிந்திவிட்டதாகச் சொல்லி அவசரமாக மேலங்கியை எடுத்து அணிந்தார். முதல் நாள் இரவு உதிர்ந்த மேப்பிள் இலைகளின் மேல் நடந்து சற்றுத் தூரம் சென்றவர் தன் சதுரமான முகத்தைத் திருப்பிக் கையை உயர்த்திக் காட்டி அசைத்தார். காமிராவை நோக்கி ஓடிவந்த சிறுமியும், இன்று என்னிடம் விடைபெற்று நாளைக்குள் நுழையும் பெண்ணும் ஒருவரேதான். மாற்றம் 37 வருடங்கள். மாற்றமில்லாதது இன்றைக்கும் உலகத்தில் போரில் கொல்லப்படும் ஆயிரக்கணக்கான குழந்தைகள்.

39

எங்கள் வீட்டு நீதிவான்

ஐயாவுக்குப் பெரும் எதிர்பார்ப்பு இருந்தது. அதனால் பிள்ளைகள் பிறந்ததும் அவர்கள் சாதகத்தை எங்களூரில் பிரபலமான சாத்திரியாரைக் கொண்டு எழுதுவித்தார். நாங்கள் ஏழு பிள்ளைகள். எங்கள் ஒவ்வொருவருக்கும் ஒவ்வொரு கொப்பியில் முழுச் சாதகமும் எழுதப்பட்டிருந்தது. அந்தச் சாதகங் களை ஐயா ஒரு கட்டாகக் கட்டி பெட்டகத்துக்குள் வைத்துப் பூட்டிவிடுவார். அவற்றைப் பார்ப்பதற்கோ ஆராய்வதற்கோ எங்களுக்கு அனுமதியில்லை.

அம்மா எங்கள் எல்லோரையும் வீட்டிலே பெற்றார். சொல்லி வைத்தாற்போல நாங்கள் இரவிலேயே பிறந்தோம். அனைத்துப் பிரசவத்தையும் மருத்துவச்சிதான் பார்த்தாள். பின்னேரம் ஆனதும் அம்மா சாடையாக வயிற்றுக்குள் குத்துகிறது என்பார். ஐயா உடனே மூன்று காரியங்கள் செய்வார். எங்கள் கிராமத்தில் ஒரேயொரு வீட்டில் சாவி கொடுத்தால் ஓடும் கடிகாரம் இருந்தது. பிள்ளை பிறக்கும் சரியான நேரம் தெரிய வேண்டும் என்பதால் ஐயா அந்த மணிக்கூட்டை இரவல் வாங்கி வருவார். மாட்டுக் கொட்டிலில் ஓர் இரும்புக் கட்டில் மடித்து வைக்கப்பட்டிருக்கும். ஐயா அதை எடுத்து விரித்து அதற்குமேல் தும்பு மெத்தை ஒன்றைப் போட்டு அதன்மேல் அம்மாவைப் படுக்க வைப்பார். குறுக்காக ஓடும் சங்கிலிகளின் மேல் மெத்தையை விரித்தால் அது நடுவிலேதொய்ந்துபோய் இருக்கும். அம்மாவால் தானாக பள்ளத்தில் படுக்க இயலும். எழும்ப வேண்டும் என்றால் இரண்டுபேர்

அவரைப் பிடித்து இழுத்தால்தான் முடியும். ஐயா வீட்டுப் பரம்பரைச் சொத்து அந்தக் கட்டில். அவர் அந்தக் கட்டிலில்தான் பிறந்தார். ஆகவே அது அதிர்ஷ்டமானது என்று நம்பினார்கள். நாங்கள் உயிர் பிழைத்தது எங்களின் கெட்டித்தனமோ, அம்மாவின் கெட்டித்தனமோ, மருத்துவச்சியின் கெட்டித்தனமோ அல்ல. கட்டிலின் கெட்டித்தனம்.

மூன்றாவதாக ஐயா செய்யும் வேலை மருத்துவச்சிக்கு ஆள் அனுப்புவது. அந்த மருத்துவச்சி பார்க்கும் பிரசவம் பழுதாகாது. ஆண்பிள்ளை என்றால் ஐம்பது காசு. பெண் பிள்ளை என்றால் அதற்கும் குறைவு. ஒரு தட்டியால் மறைப்புச் செய்து உருவாக்கிய அறைக்குள்தான் பிரசவம் நடக்கும். அங்கே எரியும் விளக்கு வேப்பெண்ணையில் வெளிச்சம் கொடுப்பதால் ஒருவிதமான நெடி அறையில் சூழ்ந்திருக்கும். மருத்துவச்சி உள்ளே இருக்கும்போது ஐயா வெளியே இருப்பார். நடு இரவிலோ அதைத் தாண்டியோ பிள்ளை பிறந்ததும் அது அழும் சத்தம் கேட்கும். அந்த நேரத்தை மணிக்கூட்டில் பார்த்து, ஒரு பென்சிலால் நாக்கைத் தொட்டு ஐயா கொப்பியில் எழுதிவைப்பார். சாதகம் கணிப்பதற்கு அந்த நேரத்தைத்தான் சாத்திரக்காரர் பயன்படுத்துவார்.

இதுவெல்லாம் எனக்கு பிறர் சொல்லித்தான் தெரிந்தது. அப்பொழுது நான் மிகச் சின்னன். ஒரு வாழைப்பழத்தை முழுதாகக் கடிக்கத் தெரியாது. பக்கவாட்டில் கடித்து உண்ணத்தான் தெரியும். நான் கண்ணால் பார்த்த பிரசவம் என் தங்கச்சி பிறந்த போதுதான் நடந்தது. அவள்தான் ஏழாவது, கடைசி. அதற்குப் பிறகு எங்கள் வீட்டில் ஒரு குழந்தையுமே பிறக்கவில்லை. இது எங்கள் ஊர்க்காரர்களுக்கு ஆச்சரியம். பத்துப் பன்னிரண்டு பிள்ளைகள் குடும்பத்தில் பிறப்பதுதான் வழக்கம். அடுத்தடுத்து ஆண் பிள்ளைகள் பிறந்து கடைசியில் ஒரு பெண்பிள்ளை பிறந்ததும் போதும் என்று முடிவு செய்துவிட்டார்கள் என்றே பலரும் நினைத்தார்கள். அப்படியான எண்ணம் ஐயாவுக்கோ அம்மாவுக்கோ கிடையாது. ஒரு சாத்திரக்காரரின் கூற்றுத்தான் அப்படியான முடிவுக்குக் காரணம் என்பது பின்னாலே தெரியவரும்.

அப்பொழுதெல்லாம் வழக்கம் பிரசவம் ஆனதும் தேசிக்காயை உருட்டிவிடுவதுதான். மருத்துவம் பார்க்கும் மருத்துவச்சி ஒரு தேசிக்காயைக் கையிலே வைத்திருப்பாள். சிசு பிரசவமானதும் தேசிக்காயை வெளியே உருட்டிவிடுவாள். அறையைத் தாண்டி தேசிக்காய் உருண்டு வரும்போது அந்த நேரத்தைக் குறித்து அதன்படி சாதகத்தைக் கணிப்பார்கள்.

ஐயாவுக்குத் தேசிக்காய் உருட்டுவதில் நம்பிக்கை இல்லை. குழந்தை பிறந்ததும் அழ வேண்டும், அந்தச் சத்தம் நேரத்தைக் குறிப்பதற்குப் போதுமானது என்று வாதாடுவார். அம்மாவோ தேசிக்காய்க் கட்சி. நான் பிறந்த போது ஏற்பட்ட விபத்தினால் ஐயா தன் பிடிவாதத்தைப் பின்னர் மாற்றவேண்டி நேர்ந்தது.

பிற்பகல் நாலு மணிக்கு அம்மா வயிற்றுக்குள் குத்துகிறதென்று உள்ளே போய் இரும்புக்கட்டிலில் படுத்துக்கொண்டார். ஐயா வெளியிலே கொப்பியுடனும் பென்சிலுடனும் நாக்குடனும் காத்திருந்தார். எங்கள் வீட்டு நாய் வீமன் தாடையைத் தரையில் வைத்துக் கண்களால் மேலே பார்த்துக்கொண்டு ஐயாவுக்குப் பக்கத்தில் கிடந்தது. மருத்துவச்சி அம்மாவுக்குப் பக்கத்தில் நின்றார். அம்மா துடிதுடியென்று துடித்துக் கத்திக் குளறினார். ஆனால் பிள்ளை பிறந்த பாடில்லை. மருத்துவச்சி தனக்குத் தெரிந்த வித்தையெல்லாம் செய்து பார்த்தார். இருள் வடிய ஆரம்பித்திருந்தது. திடீரென்று ஒரு சிவந்த கால் வெளியே தள்ளியது. மற்றக்கால் வெளியே வர இன்னும் சில நிமிடங்கள் பிடித்தன. பகலை ஆரம்பிக்கச்சொல்லிப் பறவைகள் சத்தமிடத் தொடங்கிவிட்டன மருத்துவச்சி வந்தால் வரட்டும் என்று காலைப் பிடித்து இழுத்து வெளியே போட்டு நான் பிறந்தேன். வழக்கமாகக் குழந்தைகள் பிறக்கும்போது நீந்துவதுபோல முகம் பூமியைப் பார்த்துப் பிறக்கும். நான் வானத்தைப் பார்த்துப் பிறந்தேன். ஏதாவது புதுவிதமாகச் செய்ய வேண்டும் என்ற ஆர்வம் எனக்கு அப்போதே இருந்தது. என்னுடைய முகம் சவ்வினால் சுற்றிக்கிடந்தது. மூச்சு விடுவதில்லை என்ற முடிவோடு நான் இருந்ததால் மருத்துவச்சி என்னைப் பிடித்துத் தலைகீழாகக் குலுக்கினார். முதுகிலே தட்டினார். வழக்கமான தந்திரங்கள் ஒன்றும் வேலை செய்யவில்லை. பழுக்கக் காய்ச்சிய ஊசியை நெற்றியிலும் மார்பிலும் கீறினபோதுதான் நான் சத்தம் போட்டு அழுதேன். இதுவொன்றும் தெரியாமல் வெளியே குந்தியிருந்த ஐயா அப்போதுதான் நான் பிறந்ததாக நினைத்து நேரத்தைக் குறித்துக்கொண்டார்.

எனக்குப் பத்துப் பன்னிரெண்டு வயது வரும்வரை நான் என் நெற்றிக் கீறலையும் மார்புக் கீறலையும் என்னுடன் படிக்கும் மாணவர்களுக்குப் பெருமையாகக் காட்டியதுண்டு. அதற்குப் பின்னர் அந்தக் கீறல் மெல்லமெல்ல மறைந்துபோனது. ஐயா குறித்த நேரத்தை வைத்துச் சாத்திரக்காரன் சாதகம் எழுதினான். நான் வானத்தைப் பார்த்துக்கொண்டு பிறந்ததால் என் பிறப்பு அபூர்வமானது, எனக்கு வான்புகழ் கிட்டும் என்று அவன் சொன்னான். ஒரு கணம் வீட்டிலே அதை நம்பி என் மதிப்பும் உயர்ந்தது. ஆனால் சீக்கிரத்தில் என் சாதகம் பிழையானது

என்பதைக் கண்டுபிடித்துவிட்டார்கள். மருத்துவச்சி மூடத்தனமாக நான் பிறந்த சரியான நேரத்தைச் சொல்லாமல் எனக்கு உயிர் கொடுப்பதில் நேரத்தை வீணடித்ததால் என்னுடைய சாதகத்தை முறையாகக் கணிக்க முடியாமல் போனது. நானும் பிற்காலத்தில் நான் என்னவாய் வருவேன் என்ற அறிவு பெறாமல் உத்வேகம் குறைந்த வாழ்க்கையை ஓட்டினேன்.

எனக்குப் பின்னர் தம்பியும் தங்கச்சியும் பிறந்தபோது தேசிக்காய் முறைதான் பின்பற்றப்பட்டது. மருத்துவச்சியிடம் தேசிக்காயைக் கொடுத்து அதை உருட்டிவிடச் சொன்னார்கள். ஆனால் இந்த முறையிலும் சில பிரச்னைகள் இருந்தன. அவள் உருட்டுவதற்கு மறந்துபோகலாம். கண்களுக்குப் படாமல் வேகமாகக் கட்டிவிடலாம். ஆனால் எப்படியோ ஒரு விபத்தும் இல்லாமல் ஐயா சரியான நேரத்தைக் குறித்து அவர்களுக்கு முறையான சாதகங்கள் எழுதப்பட்டன. அந்தச் சாதகங்களை எல்லாம் ஐயா ஒன்றுக்கு மேல் ஒன்றாக அடுக்கிவைத்து ஒரு கயிற்றினால் கட்டிப் பெட்டகத்தில் பூட்டிப் பாதுகாத்தார்.

அம்மாவும் ஐயாவும் அடிக்கடி மகிமைப்படுத்துவதும், தங்களுக்குள் பேசிப் பெருமைப்படுத்துவதும் பெரிய அண்ணருடைய சாதகத்தைப் பற்றித்தான். சாத்திரக்காரர் அண்ணர் பெரிய நீதிவானாக வருவார் என்று சொல்லியிருந்தது அவர்களுக்கு அளவில்லாத மகிழ்ச்சியைக் கொடுத்தது. அயலவர்களிடமும் நண்பர்களிடமும் உறவினர்களிடமும் அண்ணரின் சாதகத்தை மெச்சி அவர்கள் பேசுவதை நான் கேட்டிருக்கிறேன். அவர்கள் மட்டில் அண்ணர் ஒரு நீதிவானாக ஏற்கெனவே பதவியேற்றிருந்தார். அப்போது அவர் எட்டாம் வகுப்பில் இரண்டாவது தடவை படித்துக்கொண்டிருந்தார்.

என் ஐயாவுக்கும் அம்மாவுக்கும் கல்யாணம் நடந்தது நல்ல சாதகப் பொருத்தம் இருந்தபடியால் என்று நினைப்பவர்கள் இருந்தார்கள். ஆனால் அந்த உண்மை எனக்கு மட்டும்தான் தெரியும். நான் ஒருநாள் இரவு வெளிவிறாந்தையில் பாய் விரித்துப் படுத்திருந்தேன். அம்மா அப்படிப் படுக்க என்னை விடுவதில்லை ஆனால் அன்று எப்படியோ சம்மதம் பெற்றிருந்தேன். காலையில் எழும்பும்போது உடம்பில் ஒட்டியபடி செத்த நுளம்பும் ரத்தமும் இருக்கும். அந்த ரத்தம் என்னுடைய ரத்தமா நுளம்பின் ரத்தமா என்பதைக் கண்டுபிடிக்கவே முடியாது. தூரத்திலிருந்து வந்திருந்த சொந்தக்காரர் ஒருவருடன் ஐயா பேசும்போது நான் தூங்குவது போலக் கிடந்தேன். என்னுடைய ஐயா அம்மாவை முடித்ததற்குக் காரணம் ஒரு பல்லி என்பது எனக்கு அன்றைக்குத்தான் புலப்பட்டது. ஐயா இரண்டாம் தாரமாக அம்மாவை முடிப்பதா,

விடுவதா என்று முடிவெடுக்க முடியாமல் அவதிப்பட்டார். அதிகாலையில் ஒரு கோயில் சுவரில் ஏறிக் குந்திக்கொண்டு சாமி சம்மதம் கொடுத்தால்தான் கீழே இறங்குவேன் என்று அவர் பிடிவாதமாகச் சூளுரைத்துவிட்டார். காலை மத்தியானமாகி, மத்தியானம் மாலையாகியபோது ஒரு பல்லி கத்தியது. அதையே கடவுள் கொடுத்த சமிக்ஞையாக எடுத்துக்கொண்டு ஐயா சுவரிலிருந்து குதித்து விவாகத்துக்குச் சம்மதம் சொன்னார். அன்று அந்தப் பல்லி பசியெடுத்துக் கத்தியிராவிட்டால் அம்மாவுக்குக் கல்யாணம் நடந்திராது. நாங்களும் பிறந்திருக்கமாட்டோம். ஐயாவுக்கும் ஒரு கட்டுச் சாதகம் எழுதிப் பெட்டகத்தில் வைத்துப் பூட்டும் அதிர்ஷ்டம் கிட்டியிருக்காது.

மணிக்கூடு வருவதற்கு முன்னர் ஐயாவின் காலத்தில் சாதகம் கணித்தார்கள் என்று அவரிடம் நான் ஒரு சமயம் கேட்டிருக்கிறேன். இப்படிக் கேள்விகள் கேட்க ஐயாவை அணுகுவதற்கு நாங்கள் யோசிக்க வேண்டும். ஆனால் சில வேளைகளில் அவர் தொடையில் தட்டி பாட ஆரம்பிக்கும்போது அவரிடம் கேள்விகள் கேட்கலாம். அவர் சந்தோசத்தில் இருக்கிறார். பகலில் பிள்ளை பிறந்தால் ஒருவர் தன் நிழலை காலால் அளந்து சரியாக நேரம் கூறமுடியும். நான் சிறுவனாக இருந்தபோது அப்படி ஒருவர் தன் நிழலை அளந்து சரியாக மணி சொன்னதைக் கண்டிருக்கிறேன். இரவு நேரமாக இருந்தால் நட்சத்திரங்களின் நிலையை வைத்து நேரம் சொல்பவர்கள் கிராமங்களில் இருந்திருக்கிறார்கள் அவர்கள் கணித்துக் கொடுத்த நேரத்தை வைத்துச் சாதகம் எழுதி விடுவார்கள்.

இதுதவிர இன்னொரு முறையும் இருந்தது. பகலோ இரவோ குழந்தை பிறந்ததும் ஒரு வாழை மரத்தைக் குறுக்காக வெட்டி விடுவார்கள். அந்தக் காலத்தில் எல்லா வீடுகளிலும் வாழைமரம் இருந்தது. அடுத்த நாளோ அதற்கு அடுத்த நாளோ சாத்திரக்காரர் வந்து குருத்து எவ்வளவு நீளம் வளர்ந்திருக்கிறது என்பதை அளந்து குழந்தை பிறந்த நேரத்தைச் சரியாகக் கணித்து அப்படியே அந்த நேரத்துக்குச் சாதகத்தை எழுதுவார்.

எங்கள் வீட்டில் பிள்ளை பிறந்த அடுத்த நாள் மணிக்கூடு போய்விடும். மூன்றாவது நாள் இரும்புக் கட்டிலை மடித்து மாட்டுக் கொட்டிலுக்குள் ஐயா வைப்பார். அம்மா எழும்பி மெல்லமெல்ல வீட்டு வேலைகளைச் செய்ய ஆரம்பிப்பார். புதிதாக ஓர் ஏணை தொங்கும். வீட்டிலே இரண்டு ஏணைகள் ஒரே சமயத்தில் தொங்குவது சர்வசாதாரணம். பிள்ளைகள் எல்லோரும் அடுத்தடுத்தும் பிறந்தார்கள். ஒரு வருடம் அல்லது ஒன்றரை வருட இடைவெளிதான். வேப்பெண்ணெய் விளக்கின்

கடவுளுக்கு வேலை செய்பவர்

நெடி வீட்டை நிறைக்கும். 31ஆம் நாள் துடக்குக் கழிப்பார்கள். அதன் பிறகு அடுத்த குழந்தைக்கான ஆயத்தங்கள் தொடங்கிவிடும்.

எந்தச் சாத்திரகாரன் எங்கள் ஊரைத் தாண்டிப் போனாலும் எங்கள் வீட்டுக்கு வரத் தவறமாட்டான். பெட்டகத்துக்குள் கட்டி வைத்திருக்கும் சாதகக் கட்டைக் கொண்டுவந்து ஐயா அவனிடம் கொடுப்பார். அவன் சாதகங்களை அலசிக் கேட்பவர்களுக்குத் திருப்தியீனம் வராமல் பலன் கூறுவான். எல்லாம் சொல்லி முடிந்த பிறகு அம்மா ஐயாவின் முகத்தைப் பார்ப்பார். ஐயா சொல்வார் 'மூத்தவனின் சாதகத்தை வடிவாய்ப் பாருங்கோ. அவன் நீதிவானாக வருவானோ?' என்று நேரடியாகவே கேட்பார். சாத்திரக்காரன் மறுபடியும் சாதகத்தைப் புரட்டி கொப்பியின் பின் ஒற்றையில் சில கணக்குகள் போடுவான். 'என்ரை கண்ணிலே இது முதலில் தட்டுப்படாமல் போட்டுது. நான் பார்த்த சாதகங்களில் இப்படி புதன் உச்சமடைந்த சாதகத்தைக் காணவில்லை. புதன் கல்விக்கு அதிபதி. நிச்சயம் உங்கள் மகன் நீதிவான் ஆவான்' என்பான் அன்று சாத்திரக்காரனுக்கு ஆசார உபசாரங்களுடன் பெரிய விருந்து கிடைக்கும்.

இப்படிப் பல சாத்திரக்காரர்கள் வந்துபோனார்கள். எல்லோருக்கும் வாக்கு வல்லபம் இருந்தது. ஒருவராவது முந்திச் சொன்ன சாத்திரக்காரரின் பலனை வெட்டிச் சொல்லாமல் ஒட்டியே சொன்னார்கள். இது அவர்களுக்குள் ஓர் ஒப்பந்தம் என்றே இன்று நினைக்கிறேன். ஒருமுறை பாதி ராத்திரியில் நான் கண் விழித்தபோது கண்ட காட்சி என்னைத் திடுக்கிட வைத்தது. பெரிய குங்குமப் பொட்டு வைத்து, சடைவிரித்த இளம் சாத்திரக்காரன் ஒருத்தன் குத்துவிளக்குக்கு முன்னால் உட்கார்ந்து சாதகக் கட்டுகளை ஆராய்ந்துகொண்டிருந்தான். ஐயாவின் வழுக்கை விழுந்த முன்னந்தலை கரப்பான் பூச்சி முதுகுபோல மினுங்கியது. அம்மா பாக்குத்தூளை முன் பல்லால் மென்றுகொண்டிருந்தார். வாடிய பூப்போல அவருடைய தலை குனிந்திருந்தது. கை விரல்கள் வளைந்துபோய் அவர் கன்னத்தைத் தொட்டுக்கொண்டு இருந்தன. இருவரும் கிட்டத்தில் இருந்தாலும் பெரும் யோசனையில் தூரத்தில் இருந்தார்கள்.

'ராட்சதர்கள் பலம் பெறுவது இரவில். இரவு பிறக்கும் பிள்ளைகளில் ராட்சதக் குணம் கொஞ்சம் கூடுதலாக இருக்கும். கண்ணன் பிறந்தது இரவில். கண்ணனிடம் ராட்சத அம்சம் இருந்தபடியால்தான் அவனால் கம்சனைக் கொல்ல முடிந்தது. அது ஒன்றும் பெரிய குற்றம் இல்லை. ஆனால் உங்கள் வீட்டில் ஏழு பிள்ளைகள் அடுத்தடுத்து இரவில் பிறந்திருக்கிறார்கள். வீட்டில் அளவுக்கதிகமாக ராட்சத அம்சம் கனத்துப்போய்க்

கிடக்கிறது.' பாட்டும் வசனமும் கலந்த மெல்லிய குரலில் இப்படிச் சொல்லி விட்டு வலது கையைத் தூக்கி ஒரு பறவையை விடுதலை செய்வது போல விரித்தான்.

ஐயாவும் அம்மாவும் இதைக்கேட்டு இடிந்துபோய் விட்டார்கள். 'ஏதாவது பரிகாரம் உண்டா?' என நடுங்கியபடி ஐயா கேட்டார். 'பரிகாரம் பிறகு செய்யலாம். ஆனால் இன்னொரு குழந்தை இந்த வீட்டில் இரவு பிறக்கக் கூடாது. வீடு தாங்காது' என்று கட்டளையிடுவதுபோலச் சொன்னான். 'வேறு என்ன செய்யலாம்?' 'உங்கள் பிள்ளைகளில் ஒன்றிரண்டு பேர் வெளியே தங்கிப் படித்தால் நல்லது. அதனால் பெரிய நன்மை உண்டாகும்' என்றான். அப்படித்தான் என்னுடைய இரண்டாவது அண்ணர் மாமி வீட்டிலிருந்து படிக்கப் போனார். என்னை போர்டிங்கில் சேர்ப்பதாகச் சொன்னார்கள். நான் புறப்படுவதற்கு முதல்நாள் சமையலறைக்குள் போனபோது அம்மா விளக்குக்கு முன்னால் தனியாக உட்கார்ந்து அழுது கொண்டிருந்தார். என்ன என்னவென்று கேட்க அவர் பதில் பேசாமல் முந்தானையால் துடைத்தார். துடைக்கத்துடைக்கக் கண்ணீர் பெருகியது. அனால் சத்தமே வரவில்லை. எங்கள் குடும்பம் ஒன்றாயிருந்தது அதுவே கடைசி.

சாத்திரி சொன்னதுபோல ராட்சதர்கள் வீட்டுக்குள்ளிருந்து வரவில்லை. வெளியே இருந்துதான் வந்தார்கள். அவர்கள் கால்களில் தடிப்பான தோல் பூட்சுகள் இருந்தன. வீடுகளும் வீதிகளும் விளையாட்டு மைதானங்களும் அமைதியாகின. வானமும் பூமியும் மாறின. ஒருநாள் வீட்டிலிருந்து ஓடிய வீமன் திரும்பவில்லை. என்னுடைய அண்ணர் என்னவானார் என்பதைப் பார்க்க ஐயாவும் அம்மாவும் உயிருடன் இருக்க வில்லை. இரவு நேரம் சைக்கிளில் விளக்கு வைக்காமல் ஓட்டி பொலீசில் பிடிபட்டு அண்ணர் இரண்டு தடவை கோர்ட்டுக்குப் போகவேண்டி நேர்ந்தது. நீதிவானாகி வாழ்க்கைப்படிகளில் ஏறுவார் என்று சாத்திரக்காரரால் ஆருடம் சொல்லப்பட்ட அண்ணர் கோர்ட் வாசல் படிகளில் குற்றம் சாட்டப்பட்டுத்தான் ஏறினார்.

நான் ரொறொன்ரோவில் இருந்து இரவு நேரம் இதை எழுதிக் கொண்டிருக்கிறேன். இரவு நேரம் மனிதர்களுக்கு உகந்ததில்லை, ராட்சதர்களுக்கு உகந்தது அதனால் கெடுதல் உண்டு என ஐயாவும் அம்மாவும் பலதடவை சொல்லி யிருக்கிறார்கள். எங்கே இரவு தொடங்குகிறது எங்கே முடிகிறது என்பதை எப்படி நான் கண்டுபிடிப்பது? இங்கே எனக்கு நடு இரவு. கலிஃபோர்னியாவில் முன்னிரவு. இங்கிலாந்தில் பின்னிரவு. இலங்கையில் நாளையாகிவிட்டது.

ஐயா பத்திரமாகக் கட்டிப் பாதுகாத்த சாதகக் கட்டு ஞாபகத்துக்கு வருகிறது. எங்களுடைய சாதகங்கள் இரவில் மணிக்கூடு காட்டிய நேரப்படி கணித்து எழுதப்பட்டவை. சாதகத்தின் சொந்தக்காரர்கள் அவற்றைத் தொட்டது கிடையாது. அதை ஒருமுறையாவது பார்த்திருக்கலாம் என்று இப்போது எனக்குத் தோன்றுகிறது. இரவு நேரத்தில் ஒரே தாயின் வயிற்றில், ஒரே மருத்துவச்சியால் பிரசவம் பார்க்கப்பட்டு, ஒரே இரும்புக் கட்டிலில் நாங்கள் எல்லோரும் பிறந்திருந்தோம். திசைக்கு ஒருவராகச் சிதறி ஓடியபோது ஐயா பத்திரப்படுத்திய சாதகக் கட்டுக்கு என்ன நடந்ததென்பது தெரியவில்லை. இன்று நாங்கள் வெவ்வேறு நாடுகளில், வெவ்வேறு சூழல்களில் வெவ்வேறு துயரங்களுடன் வசிக்கிறோம். சில தேசிக்காய்கள் வேகம் பிடித்து எல்லைக்கு அப்பால் ஓடின. சில உரிய இடத்தில் வந்து நின்றன. சில கதவைத் தாண்டவே இல்லை.

40

ஆற்றுக்குச் சொந்தக்காரர்

ஆற்றின் சொந்தக்காரரை ஒருமுறை சந்தித்தேன். சில வாரங்களுக்கு முன்னர் அமெரிக்கா சென்றபோது அது நடந்தது. 'என்னிடம் ஓர் ஆறு உள்ளது. நான் காட்டுகிறேன்' என்றார். 'என்னிடம் ஒரு புகழ்பெற்ற ஓவியம் இருக்கிறது. அதை நான் காட்டுகிறேன். பெஞ்சமின் ஃபிராங்க்ளின் காலத்து ஒருசதம் அமெரிக்கத் தபால் தலை இருக்கிறது. உங்களுக்குக் காட்டுகிறேன்' என்று சொல்வதுபோல ஆற்றைக் காட்டுவதாகச் சொன்னார். அது ஒரு சாதனை என்றே என்னை நினைக்கச் செய்தார். ஆனால் முக்கியமான சங்கதி என்னவென்றால் அதைச் சொன்னவர் ஒரு பிரபல எழுத்தாளர்.

எழுத்தாளர்களைத் தேடிச்சென்று சந்திப்பது எனக்குப் பிடிக்கும். அதுவும் அவர்கள் வீட்டில், எழுத்துச் சூழலில் சந்திக்கும் வாய்ப்பு என்றால் நான் தவறவிடவே மாட்டேன். என் வாழ்நாளில் இப்படி நான் ஒரு தமிழ் எழுத்தாளரைக்கூடச் சந்தித்தது கிடையாது. அவர்களை வீட்டுக்கு வெளியிலோ அல்லது கூட்டத்திலோ சந்தித்ததுண்டு. அப்படியிருக்க இந்தச் சந்தர்ப்பம் என்னைத் தேடி வந்திருந்தது. ஆற்றைப் பார்க்கலாம். அவர் வீட்டைப் பார்க்கலாம். எழுத்து அறையைப் பார்க்கலாம். ஆர்வமாகத்தானிருந்தது.

பல எழுத்தாளர்களுக்கு வாசகர்களுடைய தொந்தரவு பிடிப்பதில்லை. புதுமைப்பித்தன் அருங்காட்சியகத்தில் இருக்கும் ஒரு பொருள்போல

விநோதமாகத் தன்னைப் பார்க்க வேண்டாம் என்றிருக்கிறார். அசோகமித்திரன் சமீபத்தில் ஒரு நேர்காணலில் சும்மா வந்து பார்க்கும் வாசகர்களைத் தனக்குப் பிடிக்காது என்று சொல்லியிருக்கிறார். படைப்பாளி வாசகரை நேரில் சந்திப்பது பல சமயங்களில் படைப்பைத் தெரிந்துகொள்ளத் தடையாக இருப்பதுண்டு என சுரா ஓர் இடத்தில் கூறியிருக்கிறார். ஐரிஷ் நாவலாசிரியர் ஜான் பான்வில்லின் '*The Sea*' நாவலை ஜி. குப்புசாமி தமிழில் மொழிபெயர்த்தார். அவர் டப்ளினுக்குப் போயிருந்தபோது ஜான் பான் வில்லைச் சந்திக்க எவ்வளவோ முயன்றும் முடியவில்லை. தன் அந்தரங்கத்திற்குள் மற்றவர்கள் நுழைவதை ஜான் பான்வில் அனுமதிப்பதில்லை என்பது ஜி. குப்புசாமிக்குப் பின்னர்தான் தெரியவந்தது.

ஆற்றின் சொந்தக்காரரான எழுத்தாளருக்கும் அவரை யாராவது தேடிப்போனால் பிடிக்காது. அதைப் பல நேர்காணல்களில் அவரே சொல்லியிருக்கிறார். நான் அவர் வீட்டுக்குப் போன சமயம் இலையுதிர் காலத்தின் ஆரம்பம். சாம்பல் நிற ஜீன்சும், முற்றிலும் சாம்பல் நிறத்துக்கு மாறாத சேர்ட்டும் அணிந்திருந்தார். முகத்திலே வெளிச்சத்தில் கறுப்பாக மாறும் கண்ணாடி வாசலிலே இரண்டு குதிரைகள் நின்றன. சிலைகள் அல்ல, மூச்சுவிடும் நிறக் குதிரைகள், முதலில் எனக்கு ஆற்றைக் காட்டினார். நகரத்தில் இருந்து 100 மைல் தூரத்தில் அவருடைய வீடு 2–3 ஏக்கர் நிலப் பரப்பில் இருந்தது. ஒரு பண்ணை வீடு அப்படித்தான் இருக்கும் என நினைக்கிறேன். அவருக்குச் சொந்தமான நிலப்பகுதிக்குள் ஆறு நுழைந்து மறுபடியும் வெளியேறியது. அந்த ஆற்றைத்தான் அவருக்குச் சொந்தமானது என்று கூறினார்.

'எப்படி உங்களுக்கு ஆறு சொந்தமாக முடியும்? என்று கேட்டேன். ஆற்றிலே ஒருவர் படகிலே போவதை இவர் தடுக்க முடியாது. ஆனால் அதன் கரையில் நின்று ஒருவர் மீன் பிடிக்க முடியாது. இவர் மட்டும்தான் அதைச் செய்யலாம். ஆகவே ஆறு இவருக்குச் சொந்தம். ஆறு ஓர் இடத்தில் உருண்டைக் கற்களுக்கு மேல் ஓடியபோது ஆற்றின் சத்தம் சங்கீதம்போல இனிமையாக மாறியது. சும்மா ஆற்றோடு நீந்திக்கொண்டு போன மீன்கள் திடீரென்று குதித்து எழுந்து விழுந்தன. எதற்காக அப்படிச் செய்கின்றன? அளவு கடந்த மகிழ்ச்சியா? விளையாட்டா? அல்லது உயிரியலாளர்கள் சொல்வதுபோல நீர்ப் பேன்களை உதறிவிடவா? மீன்கள் துள்ளி விழுந்தபோது 'கிளக் கிளக்' என்ற சத்தம் எழுந்து கொண்டே இருந்தது. 'நீங்கள் ஆற்றிலே மீன் பிடிப்பதுண்டா? என்று கேட்டேன். 'சமைப்பதற்கு ஆயத்தப்படுத்திவிட்டு ஐந்து நிமிடம் உட்கார்ந்து தூண்டிலைப் போட்டால் ஒரு மீன் பிடித்து

விட முடியும். அன்று அதுதான் உணவு. ஆனால் நான் அடிக்கடி அப்படிச் செய்வதில்லை. சமைத்து உண்ணும் மீனின் ருசியைவிட அது துள்ளி விழும் காட்சியைப் பார்ப்பதில் கிடைக்கும் மகிழ்ச்சி அதிகம். அத்துடன் என் வீட்டில் ஓடும் ஆற்றில் மீன் பிடிப்பது வீட்டுக்கு வந்த விருந்தாளியைப் பிடிப்பதுபோல, மனதுக்கு என்னவோபோல இருக்கும்.' 'பனிக்காலம் எப்படியிருக்கும்?' ஆறு உறைந்துவிடும். இந்தக் கரையில் இருந்து மற்ற கரைக்கு நடந்து போகலாம். அந்தப் பக்கம் காடு இருக்கிறது. ஆறு உறைந்தாலும் அடியிலே தண்ணீர் ஓடிக்கொண்டுதான் இருக்கும். மீன்கள் எப்படியோ அடியிலே வாழும். என்ன ஒன்று, இப்பொழுது செய்வதுபோல அவைகளினால் துள்ளி விளையாட முடியாது.'

அவர் வீட்டுக் குதிரைகளுக்கு ஒரு லாயமும் இருந்தது. ஒரு குதிரை கறுப்பு, மற்றது கபில நிறம். அவருடைய மனைவி தினம் சவாரி போவது கபில நிறக் குதிரையில்தான். குதிரையைப் பராமரிப்பது மனைவிதான். அவர்தானே அதில் சவாரி போகிறார். 'குதிரைப் பராமரிப்பு நிறைய நேரத்தை எடுக்குமே? எப்படிச் சமாளிக்கிறீர்கள்?' என்று அவர் மனைவியிடமே கேட்டேன். அவர் ஒரு சிற்பக் கலைஞர். நாளுக்குக் குதிரைகளுடன் இரண்டு மணி நேரம் செலவிடுகிறார். அவர் குதிரைமேல் தினம் சவாரி செய்வது 45 நிமிடம்தான். அவருக்குக் குதிரைச் சவாரியில் அத்தனை விருப்பம். நான் நினைத்துப் பார்த்தேன். ஒரு காரை தினம் இரண்டு மணி நேரம் பராமரிக்க வேண்டும். ஆனால் நீங்கள் நாளுக்கு 45 நிமிடம் மட்டுமே பயணிக்கலாம். இப்படிச் சொன்னால் இன்று யாராவது கார் வைத்திருப்பார்களா?

எழுத்தாளர் 'ஒருநாள் எங்கள் வீட்டுக்கு மிங்க் மிருகம் வந்திருந்தது' என்றார். மிங்க் என்பது அமெரிக்காவில் அழிந்துவரும் மிருகம். அதன் தோலுக்காக அந்த மிருகம் மனிதர்களால் நிறைய வேட்டையாடப்படுகிறது. மிங்கின் தோல் ஆடைகள் விலை உயர்ந்தவை. 100 மிங்கைக் கொன்றால் ஒரு நல்ல தோல் ஆடை செய்யலாம். அதன் மதிப்பு 20,000 டொலர்கள். 'நீங்கள் மிங்கை நேரில் பார்த்தீர்களா?' என்றேன். 'இல்லை, அது பனிக்காலத்தில் வந்து போகும். மற்ற மிருகங்கள்போல நீள் தூக்கத்தில் ஆழ்வ தில்லை. ஆனால் மூளை குறைந்த மிருகம். அது விட்டுப்போன பாதச் சுவடுகளில் இருந்து அது மிங்க் மிருகம் என்று புலப்பட்டது. வேலியில் இருந்த சின்னத் துவாரம் அதற்குப் போதும். முதல் ஒரு கோழியைக் கொன்றது. ஓட்டை வழியாக அதை இழுத்துச் செல்ல முயன்று முடியாமல் கீழே போட்டது. மறுபடியும் இன்னொரு கோழியைக் கொன்றது. அதையும் இழுத்துச் செல்ல முடியவில்லை. அடுத்த நாள் காலை மூன்று கோழிகள் செத்துப்போய்க் கிடந்தன.'

விடைபெறும் நேரம் நெருங்கியது. 'நீங்கள் எழுதிய நாவலுக்கு என்ன நடந்தது? ஏற்றுக்கொண்டார்களா?' என்றேன். ஒரு வருடத்திற்கு முன்பு இந்த எழுத்தாளர் தன்னுடைய நாவலை முடித்து லிட்டில் பிரவுன் பதிப்பகத்துக்கு அனுப்பியிருந்தார். இந்தப் பதிப்பகத்தைப் பற்றிச் சொல்லத் தேவையில்லை. 150 வருடங்களுக்கு மேலாக இயங்கும் புகழ்பெற்ற பதிப்பகம். ஜே.கே. ரோலிங்ஸ் பெரியவர்களுக்காக எழுதிய 'The Casual Vacancy' நாவலை வெளியிட்டவர்கள். ஒரு மாதத்தில் பத்து லட்சம் பிரதிகள் விற்றுத் தள்ளின. அது வேறு கதை. இவருடைய நாவலைப் பற்றி ஆறு மாதமாகப் பதிப்பகம் ஒன்றுமே எழுதாமல் மௌனம் சாதித்தது. அவர் சொன்னார். 'நான் கோபமாக ஒரு கடிதம் எழுதிப் போட்டேன். பதிப்பகம் மௌனமாக இருந்தால் ஓர் எழுத்தாளர் என்ன நினைப்பது? ஒன்று நாவலைத் திருப்பி அனுப்ப வேண்டும் அல்லது ஏதாவது திருத்தம் கூற வேண்டும். 1000 பக்கங்கள் கொண்ட நாவல் அது. ஓர் எழுத்தாளன் நாவல் எழுதுவதென்றால் அதில் எழும் பிரச்சினைகள் பற்றி உங்களுக்குத் தெரியும்.'

'என்ன பிரச்சினை?' என்றேன். 'பல எழுத்தாளர்கள் நாவல் எழுத விரும்புவதில்லை. ஒரு நல்ல நாவல் எழுதி அது பிரசுரமாகச் சராசரி ஐந்து வருடம் எடுக்கும். இந்த ஐந்து வருடமும் எழுத்தாளருக்கு என்ன வருமானம்? அவர் எப்படிக் காலத்தை ஓட்டுவது? அதனாலேயே சில எழுத்தாளர்கள் நாவல் பக்கம் போவதில்லை. கட்டுரை, கவிதை, சிறுகதை என்று எழுதுவார்கள். அவர்களுக்கு மாத வரும்படி கிடைக்கும். ஐந்து வருடம் தொடர்ந்து நாவல் எழுதினால் எந்தப் பணக்கார எழுத்தாளருக்கும் பெரும் பொருளாதார நெருக்கடி ஏற்பட்டு விடும். சில பதிப்பகம் முன்பணம் தருவதுண்டு. அது எத்தனை நாளைக்குப் போதும்?'

'பதிப்பகம் உங்கள் கடிதத்திற்குப் பதில் போட்டதா?' மழையை முகத்தில் ஏந்துவதுபோல மேலே பார்த்துக்கொண்டு சிறிது நேரம் நின்று, பின்னர் சொன்னார். 'பதில் போட்டார்கள். ஆனால் நீங்கள் நம்பமாட்டீர்கள். முதல் 500 பக்கம் சரியாக இருக்கிறதாம். பின் 500 பக்கத்தைத் திருப்பி எழுதச் சொல்லி யிருக்கிறார்கள். அவர்கள் சில குறிப்புகள் தந்தார்கள். நான் யோசித்துப் பார்த்த போது அவர்கள் சொல்வதிலும் நியாயம் இருப்பதாகப் பட்டது. எப்படி மீண்டும் 500 பக்கம் எழுதுவது என்பதைத் திட்டமிட்டு முடித்து இப்போதுதான் ஓர் உருவம் கிடைத்திருக்கிறது. இன்று இரவே எழுத ஆரம்பிக்கலாம் என்று இருக்கிறேன்.'

எனக்கு ஓர் எழுத்தாளருடைய எழுத்து அறையைப் பார்க்க வேண்டும் என்ற ஆசை இருந்தது. அவர் எப்படி எழுதுகிறார்? எழுதுவதற்கு என்ன உவப்பான நேரம்? அடுத்து என்ன எழுத வேண்டும் என்பதை எப்படித் தீர்மானிக்கிறார்? எழுதத் தொடங்கியதும் ஒரேயடியாக எழுதுவாரா அல்லது விட்டுவிட்டு எழுதுவாரா? இப்படிப் பல கேள்விகள். காதலி வீட்டு யன்னலின் கீழ் மணித்தியாலக் கணக்காக நிற்கும் காதலன்போல ஓர் எழுத்தாளர் எழுதும் முறைபற்றி அறிவதற்கு நான் எத்தனை மணிநேரமும் காத்திருக்கத் தயார். அவருடைய எழுத்து அறையைப் பார்க்க முடியுமா எனத் தயக்கத்துடன் கேட்டேன். அவர் வாருங்கள் என்று அழைத்துச் சென்றார். குதிரை லாயத்தின் மேல் அவருடைய அறை இருந்தது. ஒடுக்கமான மரப்படிகளில் அவர் ஏறிப்போக நான் பின்தொடர்ந்தேன்.

முதலில் அறை தெரியவில்லை. ஒரே புத்தகங்கள்தான். மூன்று சுவர்களிலும் கூரையைத் தொடும் புத்தகத் தட்டுகளில் புத்தகங்கள். பிறகு மரத்தரையில் கட்டுக்கட்டாகவும் உதிரியாகவும், பிரித்தபடியும், பிரிக்காமலும், அடையாளம் வைத்தபடியும் வைக்காமலும் புத்தகங்கள். வெகுநேரத் தேடதலுக்குப்பின் மேசை யொன்று தெரிந்தது. அதிலும் புத்தகங்கள். காலை ஒன்றுக்குமுன் ஒன்று வைத்து நடந்துசென்று சுழல் நாற்காலியைக் கண்டுபிடித்து அதிலிருந்து புத்தகங்களை அப்புறப்படுத்திவிட்டு அமர்ந்தார். எனக்கு அவருக்கும் இடையில் மேசை இருந்தது. யன்னலுக்கு வெளியே இருந்து சந்திரன் தன் கிரணங்களை உள்ளே வீசிக்கொண்டு இருந்தான். என்ன அருமையான சூழல் ஓர் எழுத்தாளனுக்கு. கண்களை மேலும் கூர்மையாக்கிக்கொண்டு மேசையைப் பார்த்தால், கோபுரம்போலக் கட்டியிருக்கும் புத்தகக் குவியலின் மேல் மஞ்சள் நிற நோட்டுப் புத்தகம் இருந்தது. பக்கவாட்டில் இருந்த இன்னொரு சின்ன மேசையில் பழைய காலத்துத் தட்டச்சுக் கருவி. பல வருடங்களுக்குப் பிறகு நான் ஒரு தட்டச்சுக் கருவியை நேருக்குநேர் பார்க்கிறேன். முழு உலோகத்தில் செய்த வுடுக்டைப்ரைட்டர். மார்க் ட்வைன் போன்ற ஓர் எழுத்தாளர் இப்படியான ஒன்றைத்தான் உபயோகப்படுத்தி யிருப்பார்.

‘நீங்கள் எழுதும் முறை என்ன?’ ‘காலையில் காப்பிக் குவளையுடன் நான் என் அறைக்குப் படியேறும்போது என் மனைவியும் காப்பிக் குவளையுடன் தன் அறைக்குள் நுழைவார். அவருக்குச் சிற்ப வேலை. எனக்கு எழுத்து வேலை. பின்னர் நாங்கள் சந்திப்பது மதிய உணவுக்காக ஒரு மணிக்குத்தான். உணவுக்குப் பின்னர் மனைவி குதிரைகளைப் பார்க்கப்

போய்விடுவார். நான் மறுபடியும் எழுத்து அறைக்குத்தான். நேராகக் கணினியில் அன்றைக்கு எழுத வேண்டும் எனத் தீர்மானித்த பொருளைத் தட்டச்சு செய்வேன். கம்ப்யூட்டரில் எழுதும்போது ஓர் அவசரம் இருக்கும். அது அடுத்த வார்த்தைக் காகக் காத்துக்கொண்டு இருப்பதுபோல ஒரு பதைபதைப்பு. அப்படியான சமயங்களில் நிதானமாகத் தட்டச்சு மெசினில் தட்டச்சு செய்வேன். இன்னும் சில நேரங்களில் மிகவும் சிக்கலான ஒரு விசயத்தைத் தெளிவாகச் சொல்லவேண்டிய அவசியம் ஏற்படும். மஞ்சள் நோட்டுப் புத்தகத்தில் அப்போது எழுதுவேன். வெட்டி, திருத்தி, அழித்து அழித்து சரியான வசனம் அமையும் வரை திருப்பி எழுதுவேன். பின்னர் கம்ப்யூட்டரில் பதிவேன்.'

'நிறைய திருத்துவீர்களா?' 'இலக்கியம் பிறப்பது திருத்தும் போதுதான். அதற்கு முன்னர் அவை வெறும் ஆங்கில வசனங்கள் தான். இன்றிரவு 500 பக்கத் திருத்த வேலையை ஆரம்பிக்கப் போகிறேன்.'

இவருக்கு ஓர் ஆதர்ச எழுத்தாளர் இருந்தார். அவர் பெயர் அண்ட்ரூ லிட்டில், அவருடைய நாவல் ஒன்றைத்தான் இவர் தன்னுடைய முதுகலை ஆய்வுக்கு எடுத்துக்கொண்டார். ஆய்வை முடித்தபின்னர் அதை எடுத்துக்கொண்டு அந்த எழுத்தாளரைப் பார்க்கப் போய் ஆய்வேட்டை அவருக்குச் சமர்ப்பித்திருக்கிறார். இவர் சந்தித்த முதல் எழுத்தாளர் அவர். கடைசியும். ஆய்வேட்டைப் பற்றி ஒன்றுமே பேசாமல் அமெரிக்க உள்நாட்டு யுத்தம் பற்றி அவர் பேசினார். இந்த யுத்தத்தினால் 6,00,000 பேர் இறந்தார்கள். 4,00,000 பேர் காயம் பட்டார்கள். ஆப்பிரஹாம் லிங்கன் அவசரப்பட்டு விட்டார். அவர் கொஞ்சம் பொறுமையாக இருந்திருந்தால் அடிமை ஒழிப்பு தானாகவே நிகழ்ந்திருக்கும். இப்படியெல்லாம் சொன்னார். வீட்டுக்குத் திரும்பிய பின்னர்தான் ஆய்வேட்டில் தன்னிடம் ஒரு நகல்கூட இல்லை என்பது அவருக்கு நினைவுக்கு வந்தது. இரண்டு வருடத்து ஆய்வேடு தொலைந்தது அப்படித்தான்.

இரவு முந்திக்கொண்டு வந்தது. அவர் வீட்டுக்கு நான் வந்தபோது முதலில் கண்டது இரண்டு குதிரைகள். விடை பெற்றபோது கடைசியில் பார்த்ததும் அந்த இரண்டு குதிரைகளைத்தான். நான் வீடு வந்துசேர்ந்த பின்னரும் அவரைச் சந்தித்த நினைப்பு என்னை விட்டு நீங்கவில்லை. அந்த எழுத்தாளரும் ஒரு சந்தோஷமான மனநிலையில்தான் காணப்பட்டார். அன்றிரவே தான் நாவலைத் திருத்தி எழுதப் போவதாகக் கூறியிருந்தார். அந்த நாவலின் பெயர் 'SUN HOUSE'. அதன் முதல் அத்தியாயம் ஒரு வித்தியாசமான தலைப்பு

கொண்டது. 'செத்துப்போன தாயின் மகன்.' 500 பக்கங்களை அவர் திருத்த வேண்டும். பல இடங்களில் புதிதாக எழுதிச் சேர்க்க வேண்டும். குதிரை லாயத்தின் மேலுள்ள அவருடைய சிறிய அறைக்குள் நுழைந்து சுழல் ஆசனத்தில் அமர்வார். வெளிச்சத்தில் கறுப்பாகும் கண்ணாடியை அணிந்திருப்பார். அவரைப் புத்தகங்கள் சூழ்ந்திருக்கும். சந்திரனின் கிரணங்கள் கீழே கீழே இறங்கிக் கொண்டிருக்க அவர் பரபரப்பாவார்.

எத்தனைதான் கற்பனை பொங்கி வழிந்தாலும், தேர்ந்த எழுத்தாற்றல் இருந்தாலும், உடலுழைப்பு இன்றி இலக்கியம் படைக்க முடியாது. மஞ்சள் நிற நோட்டுப் புத்தகத்தில் கடினமான வசன அமைப்புகளைக் கையினால் எழுதுவார். மூளை யோசித்தபின்வரும் வார்த்தைகளைத் தட்டச்சு மெசினில் தட்டச்சு செய்வார். தண்ணீர்போலத் தடங்கல் இன்றிப் பாய்ந்துவரும் வார்த்தைக்கோர்வைகளை நேரே கணினியில் தட்டச்சு செய்வார். அவர் எழுத்து 500 பக்கங்களின் முடிவை நோக்கி எழுத்து எழுத்தாக, வார்த்தை வார்த்தையாக நகரும். சோர்வு வரும் வரைக்கும் 102 வரிசைகளில் அவருடைய கைவிரல்கள் ஓடும். நான் அப்பொழுது தூங்கிவிட்டிருப்பேன்.

ஆசிரியரின் பிற நூல்கள்
[காலச்சுவடு வெளியீடுகள்]

பிள்ளை கடத்தல்காரன்
(சிறுகதைகள்)
ரூ. 240

மகாராஜாவின் ரயில் வண்டி
(சிறுகதைகள்)
ரூ. 220

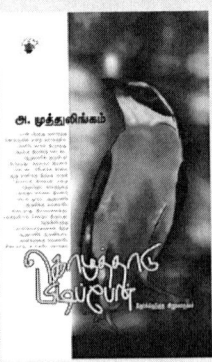

கொழுத்தாடு பிடிப்பேன்
(தேர்ந்தெடுத்த சிறுகதைகள்)
(தொ–ர்): க. மோகனரங்கள்
ரூ. 600

குதிரைக்காரன்
(சிறுகதைகள்)
ரூ. 190

புவியீர்ப்புக் கட்டணம்

(கிளாசிக் சிறுகதைகள்)

(தொ—ர்): **மு. இராமனாதன்**

ரூ. 325

அமெரிக்கக்காரி

(சிறுகதைகள்)

ரூ. 225

வியத்தலும் இலமே

(நேர்காணல்கள்)

ரூ. 275

காலச்சுவடு பப்ளிகேஷன்ஸ் (பி) லிட்.
Published by Kalachuvadu Publications (Pvt. Ltd.),
669, K.P. Road, Nagercoil 629001, India
Phone: 91-4652-278525
e-mail: publications@kalachuvadu.com

10/2025/S.No. 1076, kcp 6059, 18.6 (3) 1k